சந்தியா பதிப்பகம்

"நாற்பத்தி ஆறு ஆண்டுகளின் படைப்பியக்கத்தில் எதுவும் புதிதில்லை. என் வாழ்வின் ஊடாக நான் அறிந்ததை, எனக்குத் தெரிந்த வகையில் சொல்லிவிட்டுப் போகிறேன். உன் கரகக் குடம் உனக்கு. என் கரகக் குடம் எனக்கு. யாரும் யார்குடத்தையும் எடுத்து ஆடமுடியாது. திரிச்சூர் ஆனிப்பூரத்திற்குச் செண்டை வாசிக்கிற மாரார் கைப்பிரம்பை வாங்கி, சிங்கிகுளம் கணேசன் செட்டில் நையாண்டி மேளம் வாசிக்கிறவர் உபயோகப்படுத்த முடியாது."

வண்ணதாசன்

# சில இறகுகள் சில பறவைகள்

வண்ணதாசன்

தொகுப்பு
கு. சண்முகசுந்தரம்

சந்தியா பதிப்பகம்
சென்னை - 600 083

முதற்பதிப்பு : 2011
இரண்டாம் பதிப்பு: 2016

சில இறகுகள் சில பறவைகள்
வண்ணதாசன்
தொகுப்பு
கு. சண்முகசுந்தரம்

புகைப்படம்: ரமேஷ் - மகேஷ்
(சாந்தி ஸ்டுடியோ திருநெல்வேலி)

அளவு: டெமி ● விலை: ரூ. 210/-
தாள்: 60 gsm ● பக்கம்: 208 ● அச்சு அளவு: 11 புள்ளி
அச்சாக்கம்: அருணா எண்டர்பிரைஸஸ்,
சென்னை - 40.

சந்தியா பதிப்பகம்
பு. எண் 77, 53வது தெரு, 9வது அவென்யூ,
அசோக் நகர், சென்னை - 600 083.
தொலைபேசி: 044 - 24896979

ISBN: 978-93-81319-86-4

**SILA ERAGUGAL SILA PARAVAIGAL**
VANNADHASAN ©
Compiled by
K. Shanmugasundaram

Printed at Aruna Enterprises.,
Chennai - 40.

Published by
**Sandhya Publications**
New No. 77, 53rd Street, 9th Avenue, Ashok Nagar,
Chennai - 600 083. Tamilnadu
Ph : 044 - 24896979

Price Rs. 210/-

sandhyapublications@yahoo.com
sandhyapathippagam@gmail.com
www.sandhyapublications.com

SAN-497

## சமர்ப்பணம்

என்னை என் வரிகள் மூலம் தொடர்ந்து எல்லோரிடமும் கொண்டு சேர்த்த / சேர்க்கிற நண்பர் **திரு. இளையபாரதி,** நண்பர் திரு. **மு. நடராஜன்** ஆகிய இருவருக்கும் அன்புடன்...

# நன்றி

இந்தக் கடிதங்களைச் சேகரிக்கத் தொடர்ந்து முயற்சிகள் எடுத்துக் கொண்ட, தங்கராஜ் என்கிற திரு **கு. சண்முகசுந்தரத்திற்கும்** ஒரு தொகுப்பை முன்வைத்து அவற்றைத் தேர்வு செய்து வரிசைப்படுத்தி உதவிய திரு **இர. சாம்ராஜுக்கும்.**

## தூண்டப்பட்ட மனமும், சிறகொடிக்கும் வாழ்வும்

இரண்டு நாட்களுக்கு முன் யாழினியின் கடிதம் வந்தது.

யாழினியின் முதல் கடிதம் அது. யாழினிக்கு எட்டு வயது. மூன்றாம் வகுப்புப் படிக்கிறாள். சேலத்துக்காரி. நான் எழுதியது தான் அவளுக்கு வந்த முதல் கடிதம். எனக்கு வந்திருக்கிற பதில் அவள் எழுதிய முதல் கடிதம். சரிதான். என்னுடைய வரலாறும் அவளுடைய வரலாறும் பொன்னெழுத்துக்களால் பொறிக்கப்பட்டுவிட்டது.

என்னுடைய கடிதங்கள் பின்னொரு நாளில் அச்சாக்கப்படும் என்ற கவனத்தோடே நான் கடிதங்களை எழுதுவதாக, 'எல்லோர்க்கும் அன்புடன்' என கோவை வைகறை நஞ்சப்பன் அவர்களால் தொகுக்கப் பட்ட என் முதல் கடிதத் தொகுப்பை ஒட்டி அம்பை அபிப்பிராயப் பட்டதாகச் சொன்னார்கள்.

'அப்படிச் சொன்னீர்களா லட்சுமி' என்று நான் கேட்க வில்லை. அம்பை நல்ல மனுஷி. சிட்டுக்குருவிகள் மீது அவருக்கு அக்கறை உண்டு. என் மீதும் இருந்திராமல் இராது. ஒருவேளை அக்கறைதான் அப்படிச் சொல்லவைத்ததோ என்னவோ.

இருக்கட்டும். அது ஒரு பெரிய விஷயமில்லை. ஆனால் இன்றைக்கு வரைக்கும் எதையும் நான் தீர்மானிப்பதில்லை. டவுணில் போய் அப்பாவைப் பார்க்கப் புறப்பட்டிருப்பேன். பைக் பெருமாள்புரம் முக்கு வரும் வரை இடது புறம் திரும்பி புறவழிச்சாலை வழியாகப் போகவேண்டும் என முதலில் நினைத்திருப்பேன். போலீஸ் ஸ்டேஷன் தாண்டி, எதிர்ப் பக்கம் பூத்திருக்கிற வாதமுடக்கி மரங்களைத் தாண்டி, அகதிகள் குடியிருப்பு அருகில் வந்ததும் வலதுபுறம் திரும்பி பாளை பஸ்

ஸ்டாண்ட் வழியாகப் போக ஆரம்பித்திருப்பேன். இந்த எதிர்மாறான அளவுதான் என் முன்தீர்மானம் எல்லாம். இந்த லட்சணத்தில், 21.E.சுடலைமாடன் கோவில் தெருவில் வைத்து எழுதி, சந்திப் பிள்ளையார் கோவில் காந்திசிலைப் பக்கத்து தபால் பெட்டியில் போடுவது, கோவை நரசிம்ம நாய்க்கன் பாளையம் வைகறை பதிப்பகத்தின் அச்சுக்கோர்ப்பில் இருபது வருடங்கள் கழித்துப் போய்ச் சேரும் என எப்படி மனக்கணக்குப் போட எனக்கு முடிந்திருக்கும்?

ஆனால் யாழினிக்கு நான் எழுதியது பிரசுரத்திற்கு என முதலிலேயே தெரியும்.

அந்த எட்டு வயதுச் சின்னப் பிள்ளையின் புத்தகம் ஒன்று இந்த நவம்பர் 14ஐ ஒட்டி வருகிறது. அதில் சேர்ப்பதற்காகவே அதை எழுதினேன் என்பது முன்னறி உண்மை. முதல் கடிதத் தொகுப்பு அச்சாகிய சமயத்தில் அம்பை சொன்னதை நிஜமாக்க எனக்கு இத்தனை வருடங்கள் தேவைப் பட்டிருக்கிறது. ஆனால் நிஜமாகிவிட்டதே. அந்த அளவில் சந்தோஷம்தான்.

எனக்கு யாழினியின் கடிதம் வந்ததே தவிர, அது தபாலில் அல்ல. கூரியரில்.

முன்பு தபால்காரர் இருந்த இடத்தில் இப்போது கூரியர் முத்துக்குமார். முத்துக்குமாருக்கு என் புனையாத, புனைந்த பெயர்கள் அத்துபடி. 'சாப்பாடு ஆச்சா?', 'என்ன சார் தாடி?', 'சட்டை நல்லாருக்கு, ரெடிமேடா?', 'விகடன்'ல பார்த்த மாதிரி இருந்துது' என்று சொல்கிற அளவுக்கு நெருக்கம். எனக்கு இரண்டு தடவைகள் கருப்பு பால்பாயிண்ட் பேனாக்கள் அன்பளித்திருக்கிறார்.

2011 மாதக் காலண்டர் அவர் கொடுத்ததுதான். இந்த தீபாவளிக்கு ஒரு இனிப்பு பாக்கெட் கூடத் தந்தார். நான் அப்படியெல்லாம் பெரிதாக அவருக்கு ஒன்றும் செய்துவிடவில்லை. 'உடம்புக்குச் சரியில்லையா?' என்று கேட்டிருப்பேன்.

வெயிலோடு வந்தபோது ஒரு செம்பு தண்ணீர் கொடுத் திருப்பேன். 'பொம்பளப் பிள்ளை எத்தனாங் கிளாஸ் படிக்கு?' என்று விசாரித்திருப்பேன். எப்போதேனும் பொங்கல் படி என்று ஏதாவது கொடுத்திருப்பேன். மகன் கல்யாணத்தை ஒட்டி, இன்னும் இரண்டு பேருக்குத் தந்தது போல, இவருக்கும் மேல் சட்டை கால்சட்டைத் துணி தந்திருப்பேன்.

அது அல்ல விஷயம். ஒரு நந்தகோபால் எனும் தபால் காரரை, கூரியர் முத்துகுமாராக மீண்டும், அடைந்துவிடுகிற நுட்பமான முயற்சி இது. கிட்டத் தட்ட என் 15ஆம் வயதிலிருந்து கடந்த ஐம்பது வருடங்களாக, என்னுடன் ஒரு தபால்காரரின் நிழல் பின்தொடர்ந்து வருகிறது. அல்லது அவருடைய இன்னொரு நிழலாக நானிருந்து வருகிறேன். திருநெல்வேலி, நிலக்கோட்டை, அம்பாசமுத்திரம், தூத்துக்குடி, மதுரை, சென்னை, பெருமாள்புரம், செட்டிகுரிச்சி என எல்லா ஊர்த் தபால்காரரின் சீருடைகளும் எனக்குப் பொருந்தி இருக்கின்றன.

அவர்களுடைய சைக்கிள் ரிம்களின் துருவை, அவர்களின் குடைத் துணிகளில் குத்தி விம்மிக் கொண்டிருக்கும் ஒடிந்த குடைக்கம்பியை நான் அறிவேன். அடுத்தடுத்து வெயிலிலும் மழையிலும் யாரையாவது தொடர்ந்து பார்த்துக் கொண்டே இருப்பதாலோ என்னவோ, எல்லா தபால்காரர் முகத்திலும் ஒரு சிரிப்பு எப்போதும் குறையாமல் இருக்கும் தெரியுமா? எப்போதாவது என் முகத்தில் காணப்படும் அந்த அபூர்வமான சிரிப்பின் சாயல் அவர்களிடமிருந்து நான் பெற்றுக் கொண்டதே.

ஒருத்தர் காளி வேஷம் போடுவார் பத்தாம் தசராவுக்கு. ஒருத்தர் சொர்ணமஹால் டூரிங் டாக்கீஸில் குடும்பத்தோடு, ரொம்பக் கூச்சப்பட்டுக் கொண்டே நம் பக்கத்தில் உட்கார்ந்து, படம் போட்ட கொஞ்ச நேரத்தில் இடம் மாறிக் கொள்வார். தன்னுடைய மகள் +2வில் எடுத்திருக்கிற மார்க்கை என்னிடம் சொல்லிச் சந்தோஷப்பட்டவர் ஒருத்தர் உண்டு.

மழைக்குக் குடையைப் பிடித்துக் கொண்டு, வேப்பமரத் தடியில் ஒதுங்கி தன்னுடைய இரண்டாவது சேர்மானத்துடன் பேசி நின்ற ஒருவர், அதற்கு மறுநாள் என்னைப் பார்க்கும்போது குனிந்துகொண்டு போனார். எங்கள் அம்மா இறந்த துஷ்டி கேட்க வந்தவர், மகன் ராஜு கல்யாண வரவேற்புக்கு வந்து, 'ரொம்ப சந்தோஷம்யா' என்று எங்களுடன் புகைப்படத்திற்கு நின்றவர் என எத்தனை பேர்.

அவர்கள் எல்லோருமே எனக்கும், என் முகவரிக்கும் தபால் வினியோகித்தார்களே தவிர, யாரும் வெறும் தபால்காரர் மட்டும் அல்ல.

அவர் நந்தகோபால். அவர் தாஸ். அவர் பத்மநாபன். அவர் துரைராஜ் நாயக்கர். நான் கல்யாணி. கல்யாணி மட்டும். கல்யாண்ஜி அல்ல. வண்ணதாசன் அல்ல.

அவ்வளவுதான்.

எழுதுகிற நேரம் தவிர்த்து, ஏன் அப்போதும் கூட, நான் கல்யாணி ஆகத்தானே இருக்கமுடியும். அவன் அவனுக்குப் புழங்கச் சௌகரியமான இடங்களிலும் வாழச் சுமுகமான மனிதர்களுடனும் தானே நடமாடிக் கொண்டிருப்பான். தன் முப்பதுக்களின் பேரொளியுடன் விரைந்து செல்லும் திருவனந்தபுரம் நெடுஞ்சாலைப் பைத்தியம் என, அவனைப் பைத்தியம் என எப்படிச் சொல்லப் போயிற்று, நெடுஞ்சாலை மனிதனைப் போல, இந்த வாழ்வின் சராசரிப் போக்குவரத் திலிருந்து விலகி, நமக்கு அறியமுடியாத ஒரு திக்கை அறிந்து அடைய விரைவு கொள்ளும் , விசையுறும் பகுதியும் என்னைப் போன்ற எல்லாச் சாராசரிகளிடமும் இருக்கும்தானே.

ஒரு முழுத் தென்னங்கீற்றுத் தோகையில், சற்றுப் பிய்ந்த ஒரே ஒரு கீற்று மட்டும் காற்றில் ஒரு பெரு நடனமிட்டு, அதன் ஊழியை அது அறிந்து ஊர்த்துவமிட்டதை எங்கள் நிலக்கோட்டை வாடகை வீட்டுத் தென்னையில் பார்த்திருக்கிறேன். ஆயிரக் கணக்கான அடர் இலைகளுடன் கவிந்து நிற்கும் ஒரு அரசமரத்தின் ஒற்றை இலை மட்டும் தன் மொத்த ஜீவனுடன் சிலிர்ப்பதை, அதன் மேல் பசுமை மினுமினுப்பதை, அது மிகுந்த நிம்மதியுடன் இருப்பதையெல்லாம் நான் அந்தத் தென்னங்கீற்றின் இருப்பின் வழியும் தவிப்பின் வழியும் அறிந்திருக்கிறேன்.

மனிதர்கள் தவித்துக் கொண்டிருக்கும்படியே வாழ்க்கை இருக்கிறது. துடிப்பும் உயிர்ப்பும் மிக்கதாகவே அவர்கள் மனம் இருக்கிறது. தூண்டப்பட்ட மனமும், சிறகொடிக்கும் வாழ்வும் உடையவர்களையே நான் அதிகம் அறிந்திருக்கிறேன்.

அவர்கள் எல்லோரும் இலக்கியம் என வரையறுக்கப்படும் பிரதேசங்களுக்கு அப்பாலும், இலக்கியவாதிகள் என அறியப்படும் இடவலமாற்றமுற்ற பிம்பங்களை விட்டு இயல்பாகவே தூர விலகியும் இருக்கிறார்கள். அவர்கள் வாசித்த புத்தகங்கள், அறிந்த தத்துவங்கள், பார்த்த ஓவியங்கள், கேட்ட இசையெல்லாம் மிகக் குறைவு.

என்னுடையதைப் போன்ற தெருக்களில், வளவு வீடுகளில், என்னைப் போன்றே சில அரிய பெண்களின் கனிவால் முலை யூட்டப்பட்டு வளர்ந்தவர்கள். பெரிய வெற்றிகளை அறியாது, சிறிய தோல்விகளுடன் சதா ரதவீதிகளில் அலைபவர்கள். வருடத்திற்கு ஒருமுறை ஓடும் தேரும், தீராமல் ஓடும் நதியும்

அவர்களைப் பத்திரப்படுத்தி விடுகின்றன. சொரசொரத்த நாக்கால் நக்கும் கிழட்டுத் தெருப் பசுவுக்கு அவர்கள் தங்கள் முழங்கை கொடுத்து நிற்கிறார்கள். அவர்கள் வீட்டுப் பட்டாசலில் குப்புறக் கவிழ்ந்து படுத்திருக்கும் குழந்தைப் படங்கள் தொங்குகின்றன.

ஒரு ஈடு இட்டிலி வெந்து எடுத்துத் தட்டும் போது உண்டாகிற பக்கத்து வீட்டு வாசனை அவர்களுக்குப் பிடிக்கிறது. அவன் இன்னும் பீர்க்கம் பூ பறித்துக் கொடுக்க மார்கழிப் பனியில் எழுந்திருக்கிறான். அவனுக்கு எதிர்த்த வீட்டு உதிர வாசகம் அண்ணாச்சி வீட்டு மதினியின் கனத்து சரிந்த மார்பு அப்படிப் பிடிக்கும். ஆனால் அதைப் பற்றி மறந்தும் ஒரு வார்த்தை கூட யாரிடமும் அவன் பேசவே மாட்டான்.

அவர்களில் ஒரு முதிர்ந்த பாட்டையா 'மண்டையைப் போடுகையில்' அனேகமாக அவர்கள் எல்லோருமே மயானம் வரை போகிறார்கள். சாராயம் அருந்திய ஒரு கோமு அண்ணன், அங்கு நிற்கும் மரத்தின் வயது என்ன எனத் திரும்பத் திரும்பக் கேட்கிறான். அன்றைக்கும் கருநீல எருக்கலம் பூக்களின் மீது ஆரஞ்சுநிற வண்ணத்துப் பூச்சி பறக்கிறது. எனக்குக் கடிதம் எழுதுகிறவர்களும், நான் கடிதம் எழுதுகிறவர்களும் இவர்களில் ஒருவன் அல்லது ஒருத்திதான். இவர்களில் சிலர் கதையோ கவிதையோ எழுதுகிறார்கள் அல்லது வாசிக்கிறார்கள். இவர்கள் ஆறுதல் சொல்கிறார்கள். அல்லது இவர்களுக்கு ஆறுதல் தேவைப்படுகிறது. தான் ஆறுதல் சொல்கிறோம் என்பதும், தனக்கு ஆறுதல் தேவைப்படுகிறது என்பதும் அவர்கள் அறியாதே அதைச் செய்கிறார்கள். மிகுந்த எளிமையும் மிகுந்த உண்மையும் உடையவர்களை நீங்கள் 'அப்பிராணிகள்' என்று சொல்வீர்கள். அந்த அப்பிராணியின் சொற்களை நான் சந்தேகிப்பதில்லை..

அவர்களின் அப்பட்டமான வரிகளை நம்புகிறேன். தன்னையும் பிறரையும் நம்புகிறவர்கள் மட்டுமே, இப்படிக் கடிதங்கள் பெறுவதையும் எழுதுவதையும் நம்புகிறார்கள். இவர்கள் தம்முடைய மூளைச் சாம்பலின் வழி எந்தக் கதவு களையும் திறந்துவிடுவதில்லை. தர்க்கங்களின் மூலம் நுட்பமான சிடுக்குகளை அகற்றி, எந்தக் கானல் தீர்வுகளையும் இந்தக் கடிதங்களின் மூலம் முன்மொழிவதில்லை. ஒரு தாயக் கட்டம் விளையாடுகிற பிற்பகல் உங்களுக்கு என்ன விடுதலை தரும்? ஒரு பொதுப் பூங்காவில் அசைகிற ஆளற்ற ஊஞ்சல் உங்களுக்கு

எப்போதோ பார்த்த எந்த விழுதசைவை ஞாபகப்படுத்தும்? நீங்கள் பற்றாத கையைப் பற்றவும், தொடாத தோளைத் தொடவும் ஏதுவான ஒரு உடல்மொழியை உங்கள் நெரிசல்மிக்க தினசரியின் எந்தக் கணம் தரும்? காய்கறிச் சந்தையில் உங்கள் பாதத்தின் கீழ் நசுங்கும் தக்காளியின் விதைகளை உற்றுப் பார்க்கும் சற்று நேரத்தில் நீங்கள் உணரும் உன்னதம் எது? இவையே இவற்றில் பகிர்ந்து கொள்ளப்பட்டன. பரிமாறிக் கொள்ளப்பட்டன.

எனக்கு இந்தப் பகிர்தல் இன்றளவும் தேவைப்படுகிறது. பரிமாறலின் வழி அடையும் ஆசுவாசம் அல்ல, நிறைவு எனக்கு முக்கியம். ஒரு சிறு கணத்தின் முழுமையில் என் எல்லா வெண்ணிதழ்களும் மலர்ந்துவிடுகின்றன என்பதால் யாருக்காவது எழுதிக்கொண்டுதான் இருக்கிறேன். யாராவது எழுதிக்கொண்டே இருக்கிறார்கள். அது ஒவ்வொன்றும் ஒரு பருவம் போலும். அந்தந்தப் பருவத்தில் ஒருத்தர் தொடர்ந்து கடிதம் எழுதுகிறார். ஒருத்தருக்குத் தொடர்ந்து நான் எழுதுகிறேன். வல்லிக்கண்ணனுக்கு, நெடுங்குளம் மு. பழனிக்கு, ராமச்சந்திரனுக்கு, பரமனுக்கு, ந.ஜய பாஸ்கரனுக்கு, கோலார் அன்பழகனுக்கு, பமேலா ராதாவுக்கு, சண்முகவடிவுக்கு, லிங்கத்திற்கு, ஆனந்தனுக்கு, அசோகனுக்கு, ஜெயபாலுக்கு, ஆர். பாலுவுக்கு, ஸ்ரீதேவிக்கு, சின்னக் கோபாலுக்கு, ஜி. குப்புசாமிக்கு, தேன்மொழிக்கு, கே.கே.ராஜன் அண்ணனுக்கு, பாவண்ணனுக்கு, திருமுகமலர்ந்தபுரம் செல்வராஜுவுக்கு, இளையபாரதிக்கு, சாம்ராஜுக்கு, முத்துமணிக்கு என்று நான் விரும்புகிறவர்களுக்கும் என்னை விரும்புகிறவர்களுக்கும் இடையே எவ்வளவு கடிதங்கள்.

இங்கே சொல்ல முடிந்தவர்கள் போல, சொல்ல முடியாதவர் களுக்கும் நான் எழுதியிருப்பேன். பிரசுரிக்க முடிந்தவை போல பிரசுரிக்க முடியாத கடிதங்களும் இருக்கும். நான் உயிருடன் இருக்கும்போது எழுதிய சில வரிகள் என் உயிரறக் காத்துக் கொண்டிருப்பதாக, அல்லது அப்போதும் அவற்றின் காத்திருப்பை முடிக்க முடியாததாக, பூட்டிச் சாவியை வீசி எறிந்து தொலைத்த ஒரு அந்தரங்கத்தின் பேழையில் இருக்கலாம். கோபுரத்தில் முளைத்த அரசங் கன்றுகள், சில நேரத்து வெயிலில் மினுமினுக்கும் ஒரு குறிப்பிட்ட ஒளிக் கணத்தில், கோபுரத்தையும் விட அழகாகிவிடுவதில்லையா, அது போல ஒன்று இரண்டு.

இந்தக் கணினி வந்த பிறகும், மின்னஞ்சல் கற்ற பிறகும் நான் மின்கடிதங்கள் அனுப்பிக் கொண்டேதான் இருக்கிறேன்.

மரபின் மைந்தன் முத்தையாவுக்கு, ரவீந்திரனுக்கு, எஸ்.ராம கிருஷ்ணனுக்கு, ஹமீதுக்கு, சக்திஜோதிக்கு, நா.முத்துக்குமாருக்கு, மதுமிதாவுக்கு, சலாகுதீன் சாருக்கு, இவர்கள் எல்லோரையும் விட, சமீபத்தில் மறைந்த கணபதி அண்ணனுக்கு என நிறைய நிறையவே அனுப்பியிருக்கிறேன்.

என் கதைகளின் கவிதைகளின் எண்ணிக்கையை விட, நான் எழுதியிருக்கிற, எழுதிக்கொண்டிருக்கும் கடிதங்களின் எண்ணிக்கை எப்போதும் அதிகமானதுதான். என் கதைகளில், கவிதைகளில் உணரப்படும் உண்மையை விடவும் என் கடிதங்களின் வழி நான் உணர்த்திய உண்மைகள் அதிகம். என் உண்மை இப்படியிருக்க, இருபது வருடங்களாகக் கேட்கிறார்கள் சிலர், இன்னும் சிலரைப் பார்த்து, 'இன்னும் நீ வண்ணதாசன் கதைகளைத் தாண்டவே இல்லையா?'

'இன்னும் நீ கல்யாண்ஜியின் கவிதைகளைத் தாண்டவே இல்லையா?'

இப்போது, இந்த இரண்டாவது கடிதத் தொகுப்பின் மூலம், சுலபமாக அவர்கள் கேட்க, மேலும் ஒரு கேள்வியையும் அளிக்கிறேன்.

'இன்னும் கல்யாணியின் கடிதங்களை நீ தாண்டவே இல்லையா?'

யாரும் யாரையும் தாண்டட்டும்.

நான் யாரையும் தாண்ட முயல்வதில்லை.

என்னையே நான் கூட.

எல்லோர்க்கும் அன்புடன்,
கல்யாணி.சி
15.11.2011.

19.சிதம்பரம் நகர்,
பெருமாள் புரம்,
திருநெல்வேலி 627007

தினசரி வழக்கமாகிவிட்டது
தபால்பெட்டியைத்
திறந்துபார்த்துவிட்டு
வீட்டுக்குள் நுழைவது.

இரண்டு நாட்களாகவே
எந்தக் கடிதமும் இல்லாத
ஏமாற்றம்
இன்று எப்படியோ
என்று பார்க்கையில்
அசைவற்று இருந்தது
ஒரு சின்னஞ்சிறு
இறகு மட்டும்.
எந்தப் பறவை
எழுதியிருக்கும்
இந்தக் கடிதத்தை!

கல்யாண்ஜி

## அஞ்சலில் இவர்கள்

முத்துமணி 17 • விஜயராகவன் 25 • ராஜசேகரன் 28
தேன்மொழி 30 • கந்தர்வன் 40 • டாக்டர். மாணிக்கவாசகம் 43
கோணங்கி 49 • N. செல்வராஜ் 51
J.P. நோபிள் செல்லதுரை 55
குப்புசாமி 60 • கிருஷி 64 • கனகதூரிகா 68
சீனுராமசாமி 71 • R. பாலு 76 • தேவதேவன் 85
N. ஜெயபால் 89 • K.K. ராஜன் 92 • அ. வெண்ணிலா 99
மரபின் மைந்தன் முத்தையா 105
பெருமாள் அய்யனார் 115 • எஸ். ராமகிருஷ்ணன் 118
ஸ்ரீதேவி சரவணன் 122 • நடராஜன் 131
ரவி சுப்பிரமணியன் 136 • கோமா 138
நாஞ்சில்நாடன் 144 • மாதவராஜ் 147
ரவீந்திரன் 150 • கலாப்ரியா 155
K. சண்முகசுந்தரம் 162
சுரேஷ் கண்ணன் 168 • சந்திரா 172
இர. சாம்ராஜ் 175 • கணபதி அண்ணன் 201
S.I. சுல்தான் 205

# முத்துமணி

நான் அன்பின் இழைகளால் நெய்வதாக நம்பப்படும் ஆடைகளில், முரட்டுக் கதர்த்துணிகளில் தட்டுப்படுகிறது போல, துக்கத்தின் முண்டுமுடிச்சுகளைத் தன் காய்த்துப்போன விரல்களின் தடவல்களில் சிலர் உணர்ந்து விடுகிறார்கள். ஒரு பென்சிலை ஒரு சவர பிளேடால் கூர் சீவும்போது வெட்டுப்படும் விரலின் மௌனமான வலியும் ரத்தப் பிசுபிசுப்பும் அவர்களுக்குப் பிடித்திருக்கின்றன. முத்துமணி அப்படிப் பிசுபிசுத்த ரத்தத்தை எனக்கு எழுதும் கடிதங்களில் துடைத்திருந்தார். நான் என் வரிகளின் மூலம் அடைந்த மனிதர்களில் பூச்செண்டுகளுடன் வந்தவர்களை விட, ரணங்களுடன் வந்தவர்களையே முக்கியமானவர்களாகக் கருதுகிறேன். முத்துமணி எனக்கு முக்கியமானவர். அவருடைய எல்லாக் கடிதங்களிலும் அவருடைய காயங்களைத் திறந்தே வைத்திருந்தார். என்னுடையதும் அவருடையதுமற்ற ஒரு மூன்றாம் அறையில் சட்டையைத் தூக்கி, அவருடைய உடம்பில் உள்ள தழும்புகளைக் காட்டியிருக்கிறார். உயர்த்திய கைகளும், சட்டைக்குள் காணாமல்போன முகமுமாக, யாராவது ஒருவர், இப்படித் தன் காயங்களை யாருக்காவது காட்டிக் கொண்டே தான் இருக்கிறார்கள். எனக்கு எந்த வைத்தியமும் தெரியாது. நடுங்கும் விரல்களுடன் நான் அத் தழும்புகளை வருடி மட்டுமே கொடுக்கிறேன். முத்துமணிக்கு உட்பட.

C 24, C காலனி<br>
பெருமாள்புரம், 627007<br>
25.03.02

அன்புமிக்க திரு. முத்துமணிக்கு,

வணக்கம்.

'முத்துமணி எலெக்ட்ரிக்கல்ஸ்' என்ற பெயருடன் என் உயர்நிலைப் பள்ளி வருட ஞாபகம் ஆழமாகச் சம்பந்தப் பட்டிருக்கிறது. எனக்கு ரெண்டு மூன்று பாலுக்கள். அதில் L. பாலுவின் அப்பாதான் முத்துமணி எலெக்ட்ரிக்கல்ஸ் என்று வயரிங் கான்ட்ராக்ட் எடுத்துக் கொண்டிருந்தார். கூக்கடை

பஜார் மாடி ஒன்றில் இருந்த முத்துமணி அலுவலக அறையில் தாறுமாறாக நிரம்பிக்கிடந்த அடைசல்களில் வெற்றி பெற்று விட்ட அடையாளமிருந்தது. எல். பாலுவே அழகு. எல். பாலுவின் அப்பா எல். பாலுவை விட அழகாக இருப்பார். குடித்திருக்கிற, வெற்றிலை போட்டிருக்கிற அந்த முகம் அலாதியான ஜீவன் நிரம்பியது.

முத்துமணிக்கும் கல்லிடைக்குரிச்சி மாப்பிள்ளைக்கும் கல்யாணம் ஆயிற்று. இப்போது முத்துமணியின் மகளுக்கும் கல்யாணம் ஆகிவிட்டது. தலைவலி வருவது மட்டும் முத்துமணிக்கு இன்னும் நிற்கவே இல்லை போல. அரக்கோணம் கல்யாண வீட்டில்கூட மாத்திரை தேடிக் கொண்டிருந்தாள். நான்தான் கொடுத்தேன். கல்யாணி அண்ணன்கள் மெட்டாசின் மாத்திரை வைத்திருப்பது கல்யாணி அண்ணன்களின் தலைவலிக்கா? இல்லையே.

நீங்கள் இரண்டாவது முத்துமணி.

உங்கள் குடும்பத்தில் பாலு, பாப்பா, சண்முகம் உண்டா தெரியவில்லை. பெயர்களை விடுங்கள். சற்றே உயர்ந்த பல் வரிசையுடன் மின்னுகிற அந்தக் குடும்பத்துச் சிரிப்பு உங்களுக்கு இருந்தால்போதும். இருக்கிறது என்றே தோன்றுகிறது.

எழுத்திலும், இசையிலும், ஓவியத்திலும் இன்னபிற கலை வடிவங்களிலும் இந்த நிகழ்வு – இதோ ஒரு முத்துமணி எதிர்வந்து நிற்கிறீர்களே – இந்த நிகழ்வின் சாத்தியம்தான் அருமையானது.

எப்போதோ உதிர்ந்த இறகு, என்றைக்கோ விழுந்த சருகு, எந்தக் கல்தூணிலோ கொட்டிவிட்டு வந்த உள்ளங்கைக் குங்குமம், எந்த அலையோ ஒதுக்கின சிப்பி, எந்த இரவுப் பறவையோ எடுத்து வந்துபோட்ட சதைப்பற்றுச் சிவந்த பழங்கள், எந்தக் காற்றிலோ பறந்துவந்த நாணல் பூ – என்று இறந்த காலங்களின் குகைச் சுவர்களில் வரையப்பட்ட தாவரச்சாறு மங்கிய ஓவியங் களைக் கொண்டாடுவதற்குத் தீப்பந்தங்களுடன் கோபுரச் சாளரங்களேறி வந்து விடுகிறீர்கள்.

வௌவால்கள், தேனடைகள், புறாக்கள், ஆந்தைகள், அரசங் கன்றுகள், இவைகளுக்கப்பால் 'ஒன்றுமில்லை, குதி' என்று கூப்பிடுகிறது உயிரின் சௌந்தர்யம்.

சுசீந்தரம் கோபுர உச்சியிலிருந்து பார்த்த தெப்பக்குளம் இன்னும் தெரிந்துகொண்டேயிருக்கிறது.

ஆற்றின் கல் என்று திரும்பத்திரும்பச் சொல்லிப் பார்க்கிறேன், கல்லாறு பார்த்த ஞாபகத்தில்.

நாணல் முளைத்த / தண்ணீர்க் கரை நனைத்து / நதியெல்லாம் மணல்பாய / குளித்துக் கரையேறும் / கல்மலர்கள்.

கல்மலர்கள்.

கல் ஆறு

ஆற்றின் கல்.

உங்கள் குடும்பத்தினருக்கும், நண்பர்களுக்கும் என் அன்பும் வணக்கமும். எடுத்துக்கூட்டி, பிரயாசைப்படாமல், என்றைக்காவது ஒருநாள் தானாகச் சந்திப்போம். சந்திப்பின் புகைப்படத்தை காலம் க்ளிக் செய்யும். நாம் சிரித்த முகங்களுடனிருப்போம்.

கல்யாணி. சி.

627 007
21.04.02

அன்புமிக்க முத்துமணி,

வணக்கம்.

உங்களுடையது சபா ஸ்டுடியோ.

விருத்தாசலத்தினுடையது பிரபா ஸ்டுடியோ! விருத்தா காட்டிய புகைப்படம் ஒன்றில் பிரபாவும் இருந்தாள். அல்லது பிரபாதான் இருந்திருக்கவேண்டும்.

PRABHA FOTOS என்று என்னை எழுதித்தரச் சொன்னான். எனக்கு அப்படியெல்லாம் விளம்பர எழுத்துக்கள் எழுதத் தெரியாது. ரொம்பநாள் 'அண்ணே எழுதிக் கொடுங்கண்ணே' என்று கேட்டுக் கொண்டிருந்தான். எனக்கு எழுதவரவில்லை என்பதை அவன் ஒப்புக் கொள்ளவில்லை. 'சரிண்ணே. எனக்கு எல்லாம் எழுதிக் கொடுப்பீங்களா' என்று சொல்வான். இனிமேல் அதுவும் சொல்லமாட்டான்.

விருத்தா போன வெள்ளிக்கிழமை மாரடைப்பில் இறந்து போனான். விருத்தா எடுத்த எத்தனையோ புகைப்படங்களில் ஒன்றுதான் சமவெளி தொகுப்பு அட்டையில் நான் அண்ணாந்து சிரிக்கிற படமும்.

அவன் சிகரத்தில் இருக்க வேண்டியவன். சமவெளிகூட வாய்க்கவில்லை கடைசிவரை.

திருநெல்வேலி புகைப்பட ஸ்டுடியோக்காரர்கள் மத்தியில் 80–90இல் ஒரு கலைஞனை போலச் சுவடுகள் பதித்தவன். கலைஞனைப் போலவே கலைந்தும் போனவன்.

அந்த ஆரல்வாய் மொழி அருமையான ஊர். நானும் சொக்கனுடைய கல்யாணத்திற்கு, அதற்கு முன்பு அவனுடைய அக்கா மறுவீட்டிற்கு எல்லாம் போயிருக்கிறேன். அதற்கு முன்பு எப்போதோ ஒருமுறை போன சமயத்தின் இரவில்தான் அந்தக் கூட்டுக் குடும்பத்தில் யாருக்கோ பெண்குழந்தை பிறந்தது. ஒரு நண்பனின் வீட்டில் தங்கின இரவில், அந்த வீட்டில் ஒரு பிரசவம் நடந்ததும், பெண் குழந்தை என்று அறிந்ததும், அதுவும் முதல் குழந்தை, அந்தத் தகப்பன் சலித்துக் கொண்டதும், அந்தச் சலிப்பிற்காக, அதற்குப் பிந்திய இரவு முழுவதும் தூங்காமல் அந்தக் குடும்பமே வருத்தப்பட்டதும், அதிகாலையிலேயே நாங்கள் எழுந்து வயல்களுக்கிடையே நடந்து போனதும், எல்லாம் தன் நுட்பமான பதிவுகளுடன் விடுபட்டு மேல் வருகின்றன. அடுத்தடுத்து அந்தத் தாய்க்கு மேலும் குழந்தைகள் பிறந்திருக்க வேண்டும். ஆண் குழந்தை பிறந்ததா என்று தெரியவில்லை. இன்று முப்பந்தல் காற்றாலைகளுள் ஒன்றின் கீழ் கேசம் ஒதுக்கிக் கொண்டு புடவைபறக்க நிற்பது, நான் பார்க்க அன்றைக்குப் பிறந்த பெண்ணாகக் கூட இருக்கலாம்.

புன்னகைகள் மாறிக்கொண்டே இருக்கின்றன.

கால்கேட் புன்னகை, கோலினாஸ் புன்னகை, ஃபோர்ஹான்ஸ் புன்னகை, பெப்ஸோடன்ட் புன்னகை என்று சர்வதேசப் புன்னகைகளை அணிந்து அணிந்து கழற்றிக் கொண்டிருக்கிறோம்.

எல்லாவற்றையும் விட முக்கியமானது பாலுராமின் புன்னகை. மதுரையைச் சுற்றிப் பார்க்க வருகையில் பாலுவின் அப்பா – அம்மா முகங்களில் படரப்போகும் – பற்கள் குறைந்த புன்னகை.

'தேவன் வருகிறார்' நம்புவோம்.
தேவன் மட்டுமல்ல பாலுவின் பெற்றோர்களும் வருவார்கள்.
எல்லோர்க்கும் அன்புடன்
கல்யாணி. சி.

627007
09.11.02

அன்புமிக்க முத்துமணி,

வணக்கம்.

நிறையக் கடிதங்கள் எழுதிவிட்டீர்கள். பதில் வராமல் தொடர்ந்து கடிதம் எழுதுவதற்கு நிறையப் பக்குவம் வேண்டும். சொந்த வாழ்வை, சொந்த தினங்களைப் பகிர்ந்து கொள்ள என்னையும் நீங்கள் தேர்ந்து கொண்டிருப்பது எவ்விதம். ஒருசில கவிதைகள், ஒரு சில கதைகள், ஒருசில கடிதங்கள், அதையொட்டி சாம்ராஜ் போன்ற உங்கள் நண்பர்கள் அதிகமான நெகிழ்வுடன் செய்த என்னைப்பற்றிய அறிமுகங்கள் இவை மட்டுமே உங்கள் தேர்வுக்கான தகுதியை எனக்களித்து விடுமா.

இலைக்குச் சமமாக முள்ளிருக்கிற, குஞ்சம் குஞ்சமாக மஞ்சள் பூக்கிற உடைமரத்தின் உச்சியில் படர்ந்து வெள்ளை பூப் பூக்க அந்தக் கொடிக்கு இயற்கை தந்திருக்கிற சலுகையைத் தானே நீங்களும் எனக்குத் தந்திருக்கிறீர்கள்.

பலாமரம் போலத் தோள் முழுவதும், சிறிதும் பெரிதுமாக டோலக் வாத்தியங்கள் தொங்க, யார் வாங்குவார்கள் என்ற நம்பிக்கையில் அந்த வடக்கத்தி இளைஞன், பராசக்தி பில்டிங் முன்னால் நடந்து போய்க் கொண்டிருக்கிறான். அவனுடைய இன்றைய வறட்டு ரொட்டியின் மீதான கொப்புளங்களைத் தருவித்துத் தரப்போகிற வெதுவெதுப்பான கைகளை யார் கொண்டிருக்கிறார்கள்?

பஸ் புறப்படுவதற்கு முன், பஸ் சன்னலில் கை நுழைத்து 'பாபுஜி, பாபுஜி' என்று கெஞ்சினவள் ஒருவேளை இவனுடைய மனைவியா சகோதரியா. பாஷையை மீறி, சைகைகள் மூலம் பேரம் சொல்லி, நான்கு ரூபாய்க்குச் சுருக்குப் பைகளை விற்க முயன்றுகொண்டிருந்த கிழட்டுத் தையல்காரர், தன் வாலிபத்தில் இதுபோன்று எத்தனை கல்யாணப் பெண்களுக்குப் பட்டுச் சட்டை தைத்துக் கொடுத்திருப்பார்? பீளை தள்ளிய அவருடைய இன்றைய கண்களுக்கு புதைந்திருக்கிற நனவுகளின் ஒளி நாடாவைத் திரையிட்டால் என்னென்ன துணிவாசம் எல்லாம் அடிக்கும். இநத வாசனை பிடிக்கிற மனநிலையில் நான் யார்? அந்தத் தையல்காரரா, அந்தச் செம்பட்டை முடிப் பெண்ணா.

சற்று முன்புதான் சாம்ராஜ் பேசினார். என்னுடைய 'ப்ரெய்லில் ஒரு பிரார்த்தனை' என்ற பழைய கவிதையினை ஞாபகப்படுத்தினார். அவருடைய ஞாபகமூட்டல்களால் திரும்பப் பெறுகிற ஞாபகங்கள் சிலுவைச் சாவுகளிலிருந்து நம்மை உயிர்த்தெழ வைக்கின்றன.

ஞாபகங்கள் தாலாட்டும்
ஞாபகங்கள் தீ மூட்டும்
ஞாபகங்கள் மழையாகும்
ஞாபகங்கள் குடையாகும்

பிச்சைப் பிள்ளை சாவடி வீட்டில் அந்தக் குடையின் ஒரு கம்பி ஒடிந்திருந்தது. எலும்பு முறிவுக்குக் கட்டுப்போட்ட சின்னப் பெண்குழந்தைபோல, குடைத்துணி சாய்ந்திருக்க, வெட்டுக்கிளி அமர்ந்திருந்தது அசையாமல்.

இந்த வினாடி நான்தான் குடை.

என்மீது அமர்ந்திருக்கிறது வெட்டுக்கிளி.

இப்போதிருக்கிற வீட்டுக்குப் பின்பக்கம் எந்த மரத்தில் கிளிகள் வந்தமர்கின்றனவோ. கிளிச் சத்தம் பறக்கிறது குறுக்கு மறுக்காக அடிக்கடி. சத்தங்கள் பறக்க, தரை நிழலில் சிறகசைய, எத்தனை பறவைகள் பறந்து கொண்டிருக்கின்றன, நம் பகல்களின் தாழ்வாரங்களில்.

தீபாவளி வயதைத் தாண்டி எவ்வளவோ மனோகாலமாயிற்று. ஜெராக்ஸ் பிரதி எடுத்துத் திரும்பும்போது, வானில் பூச்சிதறுகிறது – யார் செலுத்திய வாணமோ. நான் கம்பி மத்தாப்புப் பெட்டிகள் மேல் வரையப்படுகிற 'ஸ்டாண்டர்ட் ஃபயர் ஒர்க்ஸ்' படங்களை மீள் பார்க்கிறேன். பொட்டுவெடி டப்பாக்களின் அட்டை வட்டத்துச் சுருக்கங்களை நீவுகின்றன கந்தக வாசனையடிக்கிற நினைவின் விரல்கள். அழவிடாமல் உடனடியாகப் பொட்டுவெடித் துப்பாக்கி வாங்கிக் கொடுக்க முடிகிற அப்பாக்கள் பாக்கிய வான்கள். இகலோக ராஜ்யம் அவர்களுடையது.

எல்லோர்க்கும் அன்புடன்
கல்யாணி. சி.

627007
04.11.05

அன்புமிக்க முத்துமணி,

வணக்கம்.

கடிதங்களை எதிர்பார்த்துக்கொண்டே வீட்டுக்குத் திரும்பும் மனநிலை என்னுடையது. அதுவும் இதுபோல் ஒருவாரம், பத்து நாட்கள் வெளியூர் போய்விட்டுத் திரும்பினால், எதிர்பார்ப்பின் மடங்குகள் கூடி, ஒருவித பரபரப்பே வந்துவிடும். காக்காய் வலிப்பு வந்தால் கையில் இரும்புச் சாவியைக் கொடுத்தால் நின்றுவிடுகிறமாதிரி (அப்படியா, நின்றுவிடுமா நிஜமாகவே) கடிதங்களை வாசித்ததும் அந்தப் பரபரப்பு அடங்கிவிடும். அப்புறம்தான் வீட்டு ஞாபகமே வரும்.

திருச்சிக்குப் போய்விட்டு சனி இரவு வீடு திரும்பும்போது என்னை எதிர்கொண்டவை, வீட்டில் யாருமற்ற தனிமை, பாதுகாப்புக்காக வீட்டில் படுத்துக்கொண்டிருந்த ஓர் தம்பி உபயோகித்து மடித்து வைத்திருந்த படுக்கை தலையணை, ஒரு சிறு தண்ணீர் ஜாடி (உள்ளே இறந்துகிடந்த எறும்புகளின் சிறுவட்டம்), ஆறுநாள் ஹிண்டு பேப்பர், கல்கி விகடன் இதழ் அந்த வாரத்திய இதழ்கள் மற்றும் உங்கள் கடிதம் ஒன்று மட்டும்.

இன்னொருவிதமாகச் சொன்னால் உங்களுடைய கடிதம்தான் எல்லோருடைய கடிதமும்.

உங்களுடைய அம்மாச்சி மறைவுக்கு என்னுடைய இரங்கல்கள். எங்களுடைய அம்மாச்சியால்தான் எங்கள் குடும்பம் நிலைபெற்றது. எங்களுடைய தனிப்பட்ட குணாம்சங்களைக் கட்டமைத்தது கூட ஆச்சியின் வளர்ப்புத்தான். இன்றைக்கும் ஆச்சிதாத்தாதான் என்னுடைய ஆதி–பகவன்.

இருட்டில் நின்றுகொண்டிருந்த அந்தப் பெரியம்மாவும், உங்களுடன் பணியாற்றும் நாசரும் உங்கள் மனவுலகத்தில் சதா நடமாடுகிறவர்களாக இருக்கக் கூடும். அதற்கான வலுவான நடைமுறைக் காரணங்களைக் கூட நாம் உறுதிப்படுத்த முடியாது. T.V.யில் சிலசமயம் Channel மாறும்போது, அல்லது ஒரே Channelஇல் நிகழ்ச்சி மாறும்போது, கடைசியாகப் பார்த்த பிம்பத்தின் ஆவி சற்று நின்று அப்புறம் மறையும்.

மனமும் எத்தனையோ அடுக்குகள், எத்தனையோ Channelகள் உள்ளிட்டு சதா ஓடிக்கொண்டிருக்கிற ஒரு தொலைக்காட்சிதான். மனதின் Channelகள் மாறும்போது, இதுபோன்ற பிம்பங்கள் சற்றுத் தோன்றி மறையும். அவ்வளவுதான்.

மற்றப்படி கடவுள் ஆராய்ச்சிகளும், ஆவி ஆராய்ச்சிகளும் தேவையில்லாதவை.

ஆற்றின்கல்லில் இருப்பதா, மதுரையிலா என்பது குறித்த பிரச்னை பொருளாதாரம் மட்டும் சார்ந்ததல்ல என்பதால் அதை நீங்களே முடிவு செய்ய முடியும்.

தாம்பத்யத்தை வெறும் உடலுறவு சார்ந்து நிர்ணயித்துவிட முடியாது எனினும், அது ஒரு முக்கியமான அடிப்படைக் காரணியாகவே கடைசிவரை இருந்து கொண்டிருக்கும். இதில் மனதின் பங்கு உடலின் பங்கைவிட அதிகம் செயல்படும் என்பதால், நீங்கள் மனதளவில் உற்சாகமாக இருக்கவும், உடலளவில் உறுதிசெய்துகொள்ளவும் முயல்வது நல்லது.

உங்களுடைய கடிதங்களின் மூலம் உங்களையறிந்த வகையில், எங்கேயிருந்தாலும் நீங்கள் உங்கள் குடும்பத்துடன் இருப்பதே உங்களுடைய இயல்புக்குப் பொருந்தும் என்று தோன்றுகிறது.

உங்கள் துணைவியும் நீங்களும் யோசித்து முடிவுக்கு வாருங்கள்.

நீங்கள் ஆற்றின்கல்லைப் பொதுவான சுருக்கமாக ATL என்று குறிப்பிடுகிறீர்கள்.

முப்பது வருடத்திற்கும் மேலாக வங்கியில் வேலை செய்வதால், ATL என்பதனைப் பார்த்ததுமே மனம் Agricultural TERM Loan என்று விரித்துப் பார்க்கிறது. என்னதான் கதையெழு தினாலும் தொழில்புத்தி போகாது போல–

சற்று நேரம் கழித்துத்தான், ஓ, இது முத்துமணி கடிதம் இந்த ATL, ஆற்றின்கல்லின் சுருக்கம் என்று தெளிவடைகிறது. இதன் மறுதலையாக, நாங்கள் வங்கியில் உபயோகிக்கிற ATL என்ற சுருக்கத்தை, நீங்கள் பார்த்தால், உங்களுக்கு ஆற்றின்கல் ஞாபகம் தான் முதலில் வரும்.

மனம்தான் காரணம். மனம்தான் முதல். மனம் போல் வாழ்வு.

காரைக்குடி செட்டியார் வீடுகளில் உத்திரமாகவும் தூணாகவும் இருந்த பர்மா தேக்குகள் பென்னி ஸாரின் வீட்டுக்கு நகரப் போகின்றன.

மனிதர்களை மட்டுமல்ல, சேதன அசேதனப் பொருட்களைக் கூடக் காலம்தான் இடம் மாற்றும்போல.

எல்லோர்க்கும் அன்புடன்
கல்யாணி. சி.

## விஜயராகவன்

*நானும் சந்தியா நடராஜனும் K.K. நகர் சரவணபவனில் கேணி கூட்டத்திற்குப் பிறகு காப்பி குடிக்க நுழைகிறோம். இடமில்லை. விஜயராகவனும் அவர் துணைவியும் எழுந்து எங்களுக்கு இடம் தருகிறார்கள். இப்படி இந்த இடத்தில் ஆரம்பித்து, ஒரு ஃப்ளாஷ்பேக் மாதிரி பின்னோக்கிப் போவது விஜியின் முதல் சந்திப்புக்குப் பொருத்தமானது. ஏனெனில் அப்போது அவர் திரைப்படம் சார்ந்து, 'கற்றது தமிழ்' இயக்குநர் ராமிடம் உதவி இயக்குநர்களில் ஒருவர். சாம்ராஜ் மற்றொரு உதவி இயக்குநர். கூரிய மூக்கு. நல்ல உயரம். அழகான பெண்கள் போல, தீர்க்கமான ஆண்களைப் பார்ப்பதும் எவ்வளவு நிறைவாக இருக்கிறது. ஒருமுறை அவரது முகத்தில் கைவைத்து பக்க வாட்டமாகத் திருப்பிக் கூடப் பார்த்ததாக ஞாபகம். ஒரு திரைப்பட அலுவலகத்தில் எங்கேனும் இரவுண்டா. அன்றும் இல்லை. தூங்காமல் விடிந்த மறுநாள் காலை, செங்கல்பட்டு பக்கம் ஒரு லொக்கேஷன் பார்க்கப் போனோம். மழைக்குப் பிந்திய அந்த ஏரியின் சதுப்புக் கரையில் நாங்கள் வெகு தூரம் சென்று கொண்டே இருந்தோம். தெருக்களில் கூட, விஜி போன்ற ஒருவர் உடன் வந்தால் நன்றாகத் தான் இருக்கும்.*

பெங்களூரு 37
14.11.09

அன்புமிக்க விஜி,

வணக்கம்.

நான் நேற்று ஒரு கதை எழுதினேன். நீங்கள் நாளை ஒரு சினிமா எடுப்பீர்கள். என்னுடைய நேற்றைய கதைக்கும், உங்களுடைய நாளைய சினிமாவுக்கும் நடுவில் நம்முடைய இன்றைய வாழ்வு இருக்கிறது. இந்த எளிய உண்மையின் நிழலிலிருந்து (உண்மை வெயிலெனில் உண்மை நிழலும்தான்) சிலவற்றைப் பேசிக்கொள்கிறோம். பகிர்ந்து கொள்கிறோம்.

நானும் நீங்களும் பருகிவிட்டு, அமர்ந்து மேலும் பேசுகையில், என் தேநீர்க் குவளையின் விளிம்பில் உட்கார்ந்த அதே ஈ,

உங்கள் குவளையின் விளிம்பிலும் உட்கார்கிறது. யாரோ மூட்டின நடைபாதைக் கணப்பின் ஆரஞ்சு ஜுவாலையில், உங்கள் உள்ளங்கைகளும் என் உள்ளங்கைகளும் நீள்கின்றன. உங்கள் சட்டைப் பையின் உள் வியர்வை நனைத்த ஒரு மின்ரயில் டிக்கட். என்னுடைய கால்சட்டை மனிப்பர்ஸில் ஹேமா மெடிக்கல்ஸ் மருந்து பில். என் ஆல்பத்தில் போல, உங்கள் ஆல்பத்திலும் வெளிப்படையானவை தாண்டி ஒளித்து வைக்கப்பட்டிருக்கும் சில புகைப்படங்கள். உங்களுக்கும் பறக்கும் கனவுகள் துரத்தும் யானைகள். எனக்கும் அப்படித்தான். நாம் எல்லோருமே கல் மண்டபங்களின் மத்தியில் உட்காரும்போது கல் மண்டபங் களைவிட அழகாகிறோம். நாம் மது அருந்துவதற்கு முன்பும் பின்பும் தமிழிலேயே பேசுகிறோம். நம்முடைய நல்ல வார்த்தைகள் கெட்ட வார்த்தைகளுக்கு இடம் கொடுப்பதே இல்லை. நமக்கு அழுவதில், கோபப்படுவதில், காமம் துய்ப்பதில் தயக்கமில்லை. நமக்கு ராகங்களின் அடையாளம் தெரியாது. ஆனால் இசை நமக்கு நெருக்கமானவை. எந்தத் தெருக்களும் நம்முடைய ஆதித்தெருவை ஞாபகப்படுத்தாமல் இல்லை. திசை தவறித் தடுமாறும் கனவுகள் வந்தாலும், நமக்குச் சரியான திசையறிவு உண்டு. திசைகாட்டிகளை நம்ப அவசியமின்றி, நம் இலக்குகள் பற்றிய தெளிவு நமக்கு உண்டு. நாம் எல்லாக் கோபுரங்களையும் ரசிக்கிறோம். அநேகமாக ஒரு கடவுளையும் நம்புவதில்லை. நம்பிக்கைக் குறைவுக்குரிய கடவுளாக, நம்முடைய சில நம்பிக்கைக்குரிய மனிதர்களும் மாறிவிடும்போது, நம்பிக்கை குறித்த நம்முடைய இது வரையிலான ஆசுவாசங்கள் குலைகின்றன. சிதறின ரேஷன் கடை அரிசியை, சைக்கிளை ஸ்டாண்ட் போட்டுவிட்டு, தெருவில் அமர்ந்து கையால் குவித்து அள்ளுகிற மனிதனைப்போல, நம்முடைய சிதறலை நாமே குவித்து அள்ளுகிறோம்.

இவ்வளவுதான் விஜி நாம்.
இவ்வளவுதான் விஜி நான்.

இந்தக் கதையை நான் எழுதியதற்காகவும், இந்தக் கதையை முன் வைத்து நீங்கள் எனக்கொரு கடிதம் எழுதிப் பகிர்ந்து கொண்டதற்கும் மகிழ்வோம். ஜூலை ஒன்பதாம் தேதி அல்லது எட்டாம் தேதி மாலை ‘இது விஜியின் கை’ என்று பதிவற்றுக் குலுக்கியது போக, எதிர்வரும் நாளொன்றில் இது இன்னாரின் கை என்றறிந்தே குலுக்கிக் கொள்வோம். உங்களின் சேமிப்பில் அல்லது என்னுடைய சேமிப்பில் முக்கியம் நிரம்பிய கைகளாக அவை எஞ்சட்டும்.

இதற்கு மேல், இந்த வாழ்வில், நானோ என் கதையோ என்ன செய்துவிட முடியும் விஜி. இது போதும் எனக்கு.

உங்களின் உண்மையும் நெருக்கமுமுடைய கடிதத்திற்கு மகிழ்ச்சியும் நன்றியும்.

வாழ்த்துக்களுடன்
கல்யாணி. சி.

## ராஜசேகரன்

எஸ்.எஸ். காலனியில் தேவன் மெடிக்கல்ஸ் சந்திரனைப் பார்த்துவிட்டு, பொடி நடையாக 'உதயம் அச்சகம்' லயோனல் ராஜைப் பார்க்கப் போய்க் கொண்டிருந்தேன். ராஜசேகரனும் சங்கரபாகமும் என்னைப் பார்த்துவிட்டார்கள் போல. ரோட்டில் போகிற யாரும் யாரையாவது பார்க்கத்தானே வேண்டியதிருக்கிறது. 'நீங்க வண்ணதாசன் தானே' என்று கேட்டார்கள். அப்படிப் பொது இடத்தில் வைத்து என்னை அடையாளம் கண்டுபிடித்துப் பேசிய முதல் இரண்டு பேர் இவர்கள் தான். சென்னைக் காலத்தில் பல்லாவரத்துக்கு மாநகரப் பேருந்தில் போய்க்கொண்டிருந்த சமயம் இப்படித்தான் தமிழ்க்கூடம் ராஜகுமாரன் இப்படி ஒரு ஆச்சரியம் தந்தார். உலகத்தில், குமுதத்தில் ஆறு வித்தியாசங்கள் கண்டுபிடிக்கிறவர்கள் தவிர, இப்படி எழுத்தாளன் மூஞ்சியைக் கண்டுபிடிக்கிறவர்களும், கண்டு பிடித்த கையோடு நம்முடன் பேசி, அந்தக் கண்டுபிடிப்பை அந்தக் கணமே கொண்டாடுகிறவர்களும் இருக்கிறார்கள் என்பதை ஆவணப்படுத்தாவிட்டால் எப்படி? கண்டுபிடிக்கும் படி, எனக்கு எதுவும் இல்லாவிட்டாலும், நான் எழுதிய வரிகளுக்கு ஏதாவது ஒரு ஜாடை இருந்திருக்கும் போல. அதுவும் அடிக்கிற மதுரை வெயிலில் கண்டுபிடிக்கிற அளவுக்கு.

C 24, C காலனி
பெருமாள்புரம்
627 007
13.09.2000

அன்புமிக்க ராஜசேகரன் / சங்கரபாகம்,

வணக்கம்.

இதற்கு முன்பே எழுதியிருக்க வேண்டும்.

சில வருடங்களுக்கு முன்பு எனில், என்னுடைய சேகரிப்பில் இருக்கிற ஒரு வாழ்த்து அட்டைகளுள் ஒன்றைத் தேர்ந்தெடுத்து நான்கு வரிகள் உடனடியாக எழுதி அனுப்பியிருப்பேன். இப்போது வாழ்த்து அட்டைகள் கைவசமில்லை. கைவசத்தின் வெற்றிடங்களை மனவசங்கள் நிரப்பிவிடுகின்றன.

தோளைத்தட்டி 'வண்ணதாசனா?' என்று கேட்ட அனுபவம் அநேகமாக இதுதான் முதல். இலக்கியக் கூட்டங்களில் நடக்கக் கூடிய சாத்தியத்தை, கௌரிசங்கரிலிருந்து SS காலனி செல்கிற தூரத்துக்குள் கொண்டுவந்து விட்டீர்கள் நீங்கள் இருவரும்.

நீங்கள் தோளைத் தொட்ட நேரமோ என்னவோ, அதற்கப்புறம் மேலும் இரண்டுபேர் 'நீங்க வண்ணதாசந்தானே' என்று தயக்கமாகக் கேட்டுவிட்டார்கள். நேற்று Bank Locker திறக்க வந்தவர் அதில் ஒருவர். அவருடைய சாவியும் வங்கியின் Master Keyம் போட்டுக்கூட திறக்காத Locker-ன் முன் நின்று அதைக் கேட்டார். அவருடைய அப்பாவையும், அதற்கடுத்த லேத் பட்டறை ஒன்றையும் நான் எழுதியிருக்கிற ஒரு கதையைக் குறிப்பிட்டுச் சந்தோஷப்பட்டார். அவருடைய அப்பா Clinic வைத்திருந்த இடத்தில் ஒரு 'ரெடிமேட் டிரஸ்' கடையும், அந்தப் பட்டறை இருந்த இடத்தில் ஒரு ஜிம்மும் இப்போது வந்துவிட்டாலும், நாங்கள் இரண்டுபேர் மட்டும் பழைய இடங்களிலேயே நின்றிருந்தோம்.

பழைய இடமோ, புதிய இடமோ யாருடனாவது நின்றால் சந்தோஷமாகத்தானிருக்கிறது. அன்றைக்கு உங்களுடன் நின்றிருந்ததைப் போல.

வாழ்த்துக்களுடன்
கல்யாணி. சி.

## தேன்மொழி

இப்போது தேன்மொழி தாஸ். மலைசார்ந்த பெண். அதை விட மலை சார்ந்த மனம், அதன் சிகரங்களுடன் மேகங்களுடன். நிறையக் கடிதங்களும் புகைப்படங்களுமாக எங்கள் C 24, C காலனி, பெருமாள்புர முகவரியை நிரப்பிவந்தவர். பிரியமும் ரசனையும் கூடுதல். கடித உறையைத் தயார்செய்வதில் இருந்து ஒவ்வொன்றிலும் அது தெரியும். அவருடைய முதல் தொகுப்புக்கு முன்னுரை எழுதியிருப்பேன். திரைப்படத் துறையை நெருங்க ஆரம்பித்து, பாடல்கள் எழுதத் துவங்கிய காலம் வரை கடிதத் தொடர்பும் தொலைபேச்சும் இருந்தன.

627006
11.04.01

க. தேன்மொழிக்கு,

வணக்கம்.

எப்படி ஆரம்பித்தாலும் சில தினங்கள் மகிழ்ச்சிகரமாக முடிந்துவிடுகின்றன. நேற்று அப்படியொரு தினம்.

சமீப அலுவலக தினங்களுக்கு மாறுதலாக நேற்றுச் சீக்கிரமே திரும்பிவிட்டேன்.

பழமுதிர்சோலையில் கொஞ்சம் திராட்சை வாங்கினேன். போனமுறை வாங்கின கருப்புத் திராட்சை நன்றாக இருந்தது. இன்றைக்கு வாங்கி யாருக்காவது கொடுக்கத் தோன்றியது. வாங்கினேன்.

அப்படியே சீதா வீட்டிற்குப் போய் அம்மாவுக்கு வாங்கி வைத்திருந்த சேலையைப் பெற்றுக் கொண்டேன். அம்மாவுக்கு சித்திரை முதல் தேதி பிறந்தநாள்.

அங்கிருந்து உழவர் சந்தை. ஆவின் வெண்ணெய். நேராக செந்தில் காப்பியில் காஃபிப்பொடி. இரண்டும் சங்கரிக்காக.

Good Friday மாலை பெங்களூர் போய்விட்டு, ஞாயிறு மாலை தொட்ட – நெக்குத்தியிலிருந்து திரும்பவேண்டும், பேத்தி அர்ச்சனாவின் புதுப்பிக்கப்பட்ட சிரிப்புடன். காப்பிப்பொடிக் கடைக்காரர் வெறும் கடைக்காரர் மட்டுமா. கடை வெறும் கடை மட்டுமா.

கடைக்கு முன்னால் செண்பகம் அண்ணாச்சியைப் பார்த்தேன். செ.அ. என்னுடைய வகுப்புச் சகா C ரத்தினத்தின் பெரிய அண்ணன். ஓய்வுபெற்ற ஆசிரியர். என் கதைகளின் ரசிகர். முக்கியமாகக் கிருஷ்ணன் வைத்த வீடு கதைக்கு.

அவருக்கே 65 வயதிருக்கும். அவருடன் அவருடைய மாமா இருந்தார். எண்பது இருக்குமா. இருக்கலாம். வலது காதின் மிக அருகில், அவருடைய காதுமடல் நம் நெற்றியில் அமுக்குகிற வசத்தில், மிக உரக்க, பறவைகள் சலனமடைந்து திசைமாறுகிற அளவுக்குச் சத்தமாகப் பேசவேண்டியிருந்தது. பேசினேன். என் பாட்டன், முப்பாட்டன் பெயர் எல்லாம் சொல்லி, என் அம்மா பெயரையும் சொல்ல, ஒருவருக்கொருவர் எல்லாக் கதவுகளையும் திறந்துவைத்த மாதிரி ஆகிவிட்டோம். ஒரு சின்ன க்ளிக். விரல் களுக்குள் சாவி புரளல். ஆனால் அந்தத் திறப்பு எவ்வளவு அருமையானது. ‘ஏழுவீட்டு வாசலையும் ஒங்க பூட்டையாத் தாத்தாதான் வாங்கியிருக்கணும். விட்டுப்போச்சு’ என்று அவர் மூன்றாம் நான்காம் தலைமுறை தூரத்திலிருந்து வருத்தப்பட்டார். பழைய ஆட்களின் வருத்தமும் சரி, சந்தோஷமும் சரி எவ்வளவு நிஜமானது.

அங்கிருந்து அன்புநகர் வழியாக வீட்டுக்கு. வீடு நெருங்க நெருங்க உங்கள் கடிதம் வந்திருக்கும் என்று தோன்றி, வந்திருக்குமா என்றும் தோன்ற, அதற்குள் கேட் வந்துவிட்டது.

சாய்ந்து தொங்குகிற தபால் பெட்டியில் செருகப்பட்ட சிவப்புக் கார்ட். சென்னையில் இருந்து உங்களுக்கு ஒரு கடிதம் (கதவு பூட்டப்பட்டிருந்தது / 7 மணி முதல் 9க்குள் அலுவலகத்தில் நேரில் பெற்றுக்கொள்ளலாம். தொலைபேசி எண்கள் வகையறா... வகையறா...) முகம் கழுவினேன். காலையில் அவசரமாகப் பார்த்த விகடனின் ‘வாசிக்கா’ பக்கங்களை வாசித்தேன். அந்த 7 வருடத்திற்கு முந்திய புகைப்படத்தையும் அதை எடுத்த ரவிசங்கரனின் – வெவ்வேறு மனிதர்களின் – புகைப்படங்களையும் அதன் பிரத்யேக அழகையும் – (முதல் அமைச்சர் கருணாநிதி கைலிகட்டிக்கொண்டு தரையில் உட்கார்ந்திருக்கிற அந்தப் படம்) ஞாபகப்படுத்தினேன்.

மறுபடியும் பைக்கை உதைக்கும்போது 7 மணி. புறப்படுவதற்கு முன் தொலைபேசியபோது பரமனுமில்லை. ராமகிருஷ்ணனு மில்லை.

எனவே அம்புச் செலுத்தலாக நேரே Professional Courier. ஒரு GPOவைவிடப் படு மும்முரமாக இயங்கிக் கொண்டிருந்தது அந்த அலுவலகம். கணினிப் பதிவுகள், சரட்டென்று கிழிக்கப் படுகிற ரசீதுகள் ப்ளாஸ்டிக் ட்ரேக்களில் அவ்வப்போது அப்புறப்படுத்துகிற தபால்கள், பைக்கிற்கு Side Stand போட்ட கால்களோடு ஓடிவருகிற அவசரத் தபால்கள், Brief Caseல் வைத்து நிதானமாக அலுவலகப் படிவம் நிரப்பிக் கொண்டிருக்கிற இளைஞர், எந்தத் தனியார் விரட்டலில் ஓடிவந்தானோ அந்தப் பையன். அவன் விசிறிக் காற்றுப் படபட முகம் திருப்பி ஆசுவாசம் அழைத்து கொண்டிருக்க...

நான் காத்துக் கொண்டிருந்தேன்.

காத்திருந்து பெறும்படியாகவே இருந்தது அந்தக் கடித உறை.

ஒரு பூச்செண்டு போல நீளம்; அகலம்; கனம்; நேர்த்தி. முகர்ந்து பார்த்தால் வாசம்கூட அடித்திருக்கும். அந்த முகவரிக் கையெழுத்து, அந்த R.T. Ch எல்லாம் கூத்தாடுகிற விதம் எல்லாம் என்னுடையதே போல. இதே பாணி பாலே நடனத்தில் Locker 2000 என்று ஒரு அலுவலகக் கோப்பில் எழுதியிருந்தேன். ஒரு பாதுகாப்புப் பெட்டகத்தை உடைக்க வேண்டிய சூழ்நிலை. வழக்கறிஞர் முன்னிலையில் உடைக்கப்பட வேண்டும். அந்த File அறை முன்னால் கிடந்தது. வேறு எத்தனையோ Fileகளுடன்.

வழக்கறிஞர் கேட்டார் 'இது யாரோட handwriting' அந்த முதல் L கடைசி R இரண்டும் சிநேகிதம் நிரம்பியவை. அவரும் சிநேகிதம் உணர்கிறவராக இருக்கவேண்டும்.

மனம் சிநேகிதத்தையும் அன்பையும் உண்மையையும் நேர்மையையும் விசாலத்தையும் எல்லா அசைவுகளின் மூலமும் வெளிப்படுத்திக்கொண்டே இருக்கிறது. ஒரு கதகளிக் கலைஞன் குத்துவிளக்கு ஏற்றாமல், செண்டை வாசிக்காமல், குருவாயூர்ப் பிரகாரமில்லாமல்கூடக் கதகளித்துக் கொண்டுதானே இருக்க முடியும்.

உங்களுடைய கையெழுத்தும் அதைத்தான் செய்கிறது. புகைப்படங்களைத்தான் முதலில் பார்த்தேன். ஏன் எனில் எடுத்த எடுப்பில் முதல் புகைப்படத்தில் தேன்மொழி இருந்தாள்.

ஒரு வாக்கியத்தையும் இன்னொரு வாக்கியத்தையும் சிரிப்பின் கண்ணிகளில் கோர்த்துப் பேசுகிற தேன்மொழி. கண்ணிகளே வாக்கியங்களாகிச் சிரிக்கையில், சட்டென்று தன் வலிபற்றியும், நோயின் தீவிரம் பற்றியும் திகைக்கும்படி சொல்லி, அதற்கப்புறமும் சிரிக்க முயல்கிற தேன்மொழி... அப்பாவின் அகாதெமி விருதுக் கூட்டத்தில் செந்தில்குமாருடன் வந்து நின்ற தேன்மொழி...

தேன்மொழி யாரைப்போல இருக்கிறாள்?

தேன்மொழியைப் போன்ற யாரை நான் அறிந்திருக்கிறேன். சென்னை மின்சார ரயிலில், உச்சிவளையம் பிடித்து நெரிசலுக்கு மேல் தலைதூக்கும்போது எல்லாம், கொஞ்சகாலம் ஒவ்வொரு சென்னை முகத்துக்கும் ஒரு திருநெல்வேலி முகத்தின் சாயலை வரைந்து பார்த்து விளையாடிக் கொண்டிருப்பேன். முகம்கூட வேண்டாம் சுண்டுவிரல்கூடச் சிலசமயம் வேறு யாரையாவது ஞாபகப்படுத்திவிடும்.

நீங்களும் யாரையோ ஞாபகப்படுத்துகிறீர்கள் அல்லது யாரோ உங்களை ஞாபகப்படுத்துகிற விதமாக ரகசியங்களின் குவிமைய தூரத்துக்கு அப்பால் இருக்கிறார்கள்.

தேன்மொழியைப் போலப் புல் இருக்கிறது. சிற்றருவி போலத் தேன்மொழி நீராடிக் கொண்டிருக்கிறாள்.

குளிர்ந்து நகர்ந்த ஆளற்ற பாதைகளில் ஒரு சிறுமியைப் போல இயற்கை நடந்து கொண்டிருக்கிறது. கவிதையின் பக்கங்களில் தேயிலைக் கொழுந்துகள் எழுதப்பட்டிருக்கின்றன. அந்த வீடுகளுக்குள் எந்த வீடு ஒன்றிலேயோ என் தாயின் தாய் பிரசவித்திருக்கிறாள்.

என் மேகம் இப்போது என் மேகமில்லை. நான் மேகம். மண் நீலமாகி வானம் பச்சையாகிவிட்டது என் தூரிகை மீறும் ஓவியத்தில்.

நதிக்கரை மயானங்களில் நான் எரிக்கப்படுவதைவிட மணலாறு படுகையில் நான் புதைக்கப்படுவது பொருத்தமானது.

ஒரு விதைபோல நான் முளைக்க அதுவும் உதவும். என் பௌதிக அழுகல்களின் புழுவுக்கும் சிறகு முளைக்கும். பறக்கும் போன ஜென்மத்தின் வேப்பம் பூ தேடி.

தேர்ந்தெடுத்துக்கொள்ள முடியாத வாழ்வு, வரித்துக் கொள்ளமுடியாத மனிதர்கள், இவற்றுக்கிடையில் எப்போதாவது ஒரு இறகுவந்து என் முற்றத்தில் விழுகிறது.

வள்ளியும் நானும் வாயால் ஊதி ஊதி வானத்துக்கே இறகைத் தள்ளிவிடப் பார்க்கையில், இன்னுமொரு பறவை, முட்டையி லிருந்து முதல் வெளிச்சம் பார்க்க வெளிவந்திருக்கும். ஒரு முட்டைத்தோடு, ஒரு விதையின் வெளிக்கூடு, கருப்பு வண்டின் கடினச் சிறகு... இன்னும் எவ்வளவு அற்புதம் இறைவன் படைப்பில். வெடித்துப் பிளந்த மரப்பட்டைகளுக்கடியில், தூரோடு தூராக, ஒரு குடும்பம் போலச் சாய்ந்து வளர்ந்திருக்கிற காளான் கூட்டத்தின் அழகு ஒரு Group Photoவில் வந்துவிடுமா.

நான் காளான் பார்ப்பேன். பாறையை வருடுவேன். தீக்குள் விரல் வைப்பேன். மீன் கூட்டத்தில் ஒருவனாக நதியடிப் பாறைகளின் பச்சைப்பாசி கடித்து நகர்வேன். பெயர் தெரியாத பறவை உதிர்த்துவிட்டுப் போன வானவில் நிறச் சிறகாக, வைக்கோல் போரில் கிடப்பேன்.

எதையும் யாரிடமும் கொண்டுசேர்க்கும் பிரயாசையின்றியே எல்லோரிடமும் எல்லாவற்றையும் கொண்டு சேர்த்திருப்பேன்.

அந்த நிசியின் மையிருட்டில் அடுக்குச் சுடலைமாட சாமி கோயில் கொடை வில்லுப்பாட்டுக் கேட்கும்.

எந்தக் கதவும் தாண்டிய சுதந்திரத்துடன் என் சுவாசக் காற்று இரைத்து கொண்டிருக்கிறது. நான் கடந்து செல்லும்போது, யாருடைய கன்னத்துச் சிகையையாவது கலைத்தால் நல்லது.

சீனக் குழல்களுடன் தொங்குகிற அந்தச் சிறு பொன்மணியை அசைத்தால் நல்லது.

ஒரு செடி அசைத்து, மழை உதிர்த்தால் நல்லது. உதிர்ந்த பூவொன்றின் இதழொன்றைச் சிலிர்க்க வைத்துவிட்டு அப்புறம் போனால் போதும். ஒரு காய்ந்த சருகேனும் என் காற்றில் நகர்ந்தால் போதும்.

என் இத்தனை வருட எழுத்தில் தேன்மொழி போல இன்னும் இரண்டொருவர் கிடைப்பார்கள்.

என் கைகளுக்குக் கிடைத்ததை இன்னொரு கையில் கொடுத்துவிடுகிற முயற்சிதான் வாழ்வு, எழுத்து எல்லாம்.

அந்தக் கடைசி நாளில் எந்தப் பூவும் ஏந்தாமல் என் உள்ளங்கைகள் மலர்ந்திருக்கும். எவ்வளவு நிரம்புகிறேனோ அவ்வளவு நிரப்பிவிட்டுப் போவேன்.

இன்றும் மழை தொடர்ந்து பெய்கிறது. எத்தனை குழந்தைகள் இன்று காகிதக் கப்பல்கள் விட்டிருக்கும்.

எத்தனை குழந்தைகள் குடையிருந்தும் நனைந்திருக்கும். எந்த Exam-Hallல் குனிந்து எழுதுகிற ஒருவன் சற்றுநேரம் ஜன்னலுக்கு வெளியே மழையை பார்த்துக் கொண்டிருந்திருப்பான்.

மழையை ஒரு பைத்தியக்காரன் எப்படி எதிர்கொள்கிறவனாக இருப்பான்.

பறவைகளுக்கு மழைக்காலம் பிடிக்குமா. எந்தக் கூரையும் அற்றவர்களுக்குரிய அகராதியில் மழையும் வெயிலும் வெவ்வேறு சொற்களா, ஒன்றே தானா?

எல்லோர்க்கும் அன்புடன்
கல்யாணி. சி.

C 24, C காலனி
பெருமாள்புரம்
627 007
24.06.01

அன்புமிக்க தேன்மொழி,

வணக்கம்.

உங்களுடன் மட்டுமல்ல யாருடனும் தொலைபேசுவது எனக்கு எளிதானதில்லை. தொலைபேசி இன்றளவும் எனக்கு ஒரு அன்னியமான ஊடகம்தான். மேலும் பேச்சைவிட எழுத்துதானே என் மொழிவடிவம் அல்லது மொழியே.

பஸ்ஸில் காத்திருக்கிற ஒருமணிநேரத்தில், மூன்று நாட்களின் இடைவெளிகளில் அடுத்தடுத்து மூன்று கதைகள் என்பதெல்லாம் எனக்கு ஆச்சரியமாகவே இருந்தது, கேட்கும்போது. கேட்ட பின்னரும்.

கூரியர் வரும்போது நான் வெளியே கிளம்பிக் கொண் டிருந்தேன். கையெழுத்திட்டு வாங்கிக் கொடுத்துவிட்டுப் போய் விட்டேன். வெளியே சாரல் விழுந்து கொண்டிருந்தது.

திரும்பியதும் முதலில் ஓவியங்களைப் பார்த்தேன். மனம் ஏற்கனவே நீங்கள் அனுப்ப இருக்கிறவை தைலவண்ண ஓவியங்கள் என்று முடிவுசெய்திருந்தது. சமீபத்தில் என் உறவினரின் மகன் வரைந்திருந்த தைலவண்ண ஓவியங்களின் பரப்பிலிருந்து மனம் அகலாதிருந்ததுதான் அதற்குக் காரணமாக இருக்கும்.

ஒரு மகளிர் கல்லூரி வருடமலரைப் பார்க்கிற உணர்வை மட்டுமே அவை தந்தன. எனக்கு ஏற்கனவே மூங்கிலைப்பற்றிய

சீன ஓவியங்களின்மீது ஒரு அழகியல் சாய்வு இருந்ததால், அந்த மூங்கில் ஓவியமே மனதிற்கு நெருக்கமாக வந்தது.

கோட்டோவியங்களிலிருந்த பெண்முகங்கள் உங்களுக்கு ரம்பா முகச் சாயலுள்ள முகங்களை வரைய விருப்பமுண்டோ என்று கேட்க வைக்கிறது.

அப்புறம் அந்த முற்றுப்பெறாத கடிதம்.

முற்றுப் பெறாதவைகளுக்கும், பாதியில் நின்றவைகளுக்குமுரிய தீவிரமான ஜீவனுடன்...

இருபத்தாறாம் தேதி மே மாதம் கடிதத்தை முடிக்கிற அளவுக்கான அவகாசத்தை உங்களுக்குத் தந்திருந்தால்கூட, அந்தக் கடிதம் இத்தனை ரத்தமும் சதையுமாக இருந்திராது. 'மாலைப் பொழுதின் மயக்கத்திலே நான் கனவு கண்டேன் தோழி' பாடலை முழுவதும் கேட்காமல் இருக்கவே மனம் தப்பித்து ஓடுகிறது. பறவையும் பார்த்துக் குரலையும் கேட்பதைவிட, குரலே பறவையாகிவிட, இலையசைத்துக் கிளையசைத்து நிற்கையில் மரங்கள் அழகாகிவிடுகின்றன. எந்த வெளவால் கொண்டு வந்து போட்ட வாதாம்கொட்டை என்று அறியாத விடியலில், அந்தச் சிவந்த சதைப்பற்று சூரியனைவிட அழகாகிவிடுகிறது. காற்றுக் காலச்சுழற்றலில் காகிதப்பூச் சிவப்பெல்லாம் சுடலைமாடன் கோவில் தெருவில் வாழ்வையும் மனிதர்களையும் போல வசப் படுத்துவது வேறொன்றுமில்லை. நேரடி ஆகாது பூடகம். வசீகரமற்ற நனவுகளே வசீகரமான கனவுகளை விடவும் ஆதார மானவை.

மூன்று கதைகளையும் படித்தேன்.

தாயகட்டமோ, பல்லாங்குழியோ விளையாடும்போது வீசின சோழிகளில் நாலு கவிழ்ந்தும், இரண்டு நிமிர்ந்தும் கிடக்கிற மாதிரி, கதைகளில் வாழ்க்கையும் கிடக்க வேண்டும். கதைகள் அதனளவில் ஒரு TOUR ஆக இருக்கலாம். கண்டிப்பாக TOURIST Guide ஆக இருக்கக் கூடாது. நம்முடைய அனுபவத்தைப் பொது அனுபவமாக்குகிற சின்ன இழைகளை நெய்ய நமக்குத் தெரிய வேண்டும். மேகத்தின் விளிம்புகளில் சில நேரமும், மேகங் களுக்கிடை பாய்ந்து சிலசமயமும் சூரியனின் ரேகைகள் ரம்மிய மாக்குகின்றன. தெரிகிற சூரியனைவிடத் தெரியாத சூரியன் அழகு.

அந்த வகையில் ஒலி – ஒலியல்ல – ஓசை கதை பெருமளவில் சரியாக வந்திருக்கிறது. அதற்கடுத்து ரங்கநாதன் தெருக்கதை.

அளவுக்கதிகமான நகைகளை அணிந்துகொள்வதன் மூலம் தன்னை அசிங்கமாக்கிக் கொள்கிறவர்களைப் பார்த்திருக்கிறோம். 'வெறும் கருப்புக் கயிறுதான் கழுத்தில் கிடக்கு. ஆனால் என்ன அழகா இருக்கா பாவி' என்று சொல்ல வைக்கிறவர்களையும் நாம் பார்க்கத்தானே செய்கிறோம். ஒற்றைச் செம்பருத்தியைத் தலையில் செருகிக் கொண்டு வருகிற புவனேஸ்வரிகளை கோபுலுவாலும் தி. ஜானகிராமனாலும் மட்டுமா வரைய முடிகிறது. நம்மாலும்தானே.

'தீ நதி'யின் கடைசிவரிகள் கவிதை.

ஆனால் ஆரம்பத்திலிருந்தே ஒரு கதை கவிதை பாடலாமா?

துளித்துளி உளியும், காட்டின் தவமும், வில்வமரமும், சப்பை மரமும் மிளகுநாரி மரமும், விளாச்சத மரமும் கதைக்கு எந்த விதத்தில் உதவுகின்றன?

இந்தக் கதைக்கு நான் 'ஊற்று' என்று பேர் வைத்திருப்பேன். நீங்கள் 'தீ நதி' என்று வைத்திருக்கிறீர்கள்.

சைக்கிளில் செல்லும் என் உலகத்துச் சகமனிதர்கள் என்ற என்னுடைய கவிதையின் ஒவ்வொரு பத்தியையும் பின்வருடங்களில் நான் கதைகளாக எழுதியதுண்டு.

அதேபோல –

'நானும் அந்தப் பாட்டியும்' கதையில் வருகிற சில பகுதிகளைத் தனித்தனிக் கதைகளாக அல்லது நான் செய்ததின் தலைகீழ்விகிதமாக கவிதைகளாகவும் எழுதிப் பார்க்கலாம். சரியாக வரும்.

சரியாக வந்திருக்கிறதும் / சரியாக வராததும் எழுதுகிற கைக்கே தெரியும். இதில் மற்றவர் அபிப்பிராயம் அவசியமே யில்லை. என்னுடைய அபிப்பிராயமும் அப்படியே.

யார் கையில் கிடைக்கும்
என்பதறியாமல்
கடற்கரை வெயிலில் கிடக்கும்
அலையறிந்த சிப்பி
அலையறியுங்கள்
முத்தும் நமக்கில்லை. சிப்பியும் நமக்கில்லை.
மணல்மட்டும் சிலநேரம்.

எல்லோர்க்கும் அன்புடன்
கல்யாணி. சி.

13.12.01

அன்புமிக்க தேன்மொழிக்கு,

வணக்கம்,

620007 என்று துவங்கியிருப்பினும் 627001ன் அலுவலக மேஜையிலிருந்தே இதை எழுதுகிறேன். புத்தகங்களையும், கடிதங்களையும் இந்த மேஜையில் இருந்து பொதுவாக வாசிப்பதுமில்லை, எழுதுவதுமில்லை. முடிந்த அளவுக்கு, இலக்கியத்தை நடுவில் ஓடவிட்டு இந்தக்கரையும் அந்தக்கரையும் வீடும் அலுவலகமுமாக இருக்கும்படியாகவே பார்த்துக் கொள்கிறேன். சில சமயம் வீடு நதியாக ஓடும். அப்போது இலக்கியம் இன்னொரு கரையாகி நிற்கும் வீட்டின் இடத்தில். அலுவலகம் ஒருபோதும் ஆறாக ஓடியதில்லை. இதுவரை.

இவ்வளவு நாள் காத்திருந்ததற்குத் தொகுப்பு மிக அழகாக வெளிவந்திருக்கிறது, வெள்ளச்சி மாதிரி. என் மனப்பூர்வமான வாழ்த்துக்கள்.

ஏற்கனவே கவனம் பெறத் துவங்கிவிட்டன உங்கள் கவிதைகள். மேலும் செறிவு நிறைந்த கவிதைகளை நீங்கள் படைக்கும் படியான செறிவுடன் வாழ்வு அமையட்டும் உங்களுக்கு.

மலையையும் பனியையும் மறவாதிருங்கள். கவிதையில் காட்டிய மனிதர்களை உரைநடையில் நடமாடவிடுங்கள். போக்கு வரத்து நில் / கவனி / செல்/களில் நிற்கிற வாகனங்களிடம் கையேந்துகிறவர்கள் போல, நகரப் பேனாக்கள் அனுபவங்களுக்காகக் கையேந்தி நிற்கின்றன. நகரம் நகர்ந்து கொண்டும், நகர்த்திக் கொண்டுமிருக்குமே தவிர, ஓரிடத்தில் நிற்காது, ஓரிடத்தில் நிற்கவிடாது. வேர்விடவும், விழுதுவிடவும் ஓரிடத்தில் நிற்பவர்களுக்கே சாத்தியம். பத்தொன்பது வயதுவரை புரண்ட மண்ணைத்தான் இலக்கியத்தில் புழுதி பறக்கவிட்டுவிட்டு இறக்க வேண்டியதிருக்கிறது. பூக்கிற பூவும் உதிர்கிற பூவும் இந்தப் புழுதியின் மேல்தான்.

நிறைய வாசியுங்கள். நாமறிந்த மனிதர்களும், நாம் வாழ்கிற வாழ்வும்தான், நம்முடைய பிரத்யேக மொழியை நமக்குத் தரும். வாசிப்பு, அப்படி அமைகிற நம் இயல்பான மொழியை அல்லது மொழியின் கட்டுமானத்தை நல்லவிதமாகச் சீரமைக்கும். சிலசமயம் நாம் மொழியையும், மொழி நம்மையும் புனரமைக்கிற இந்தக் கண்ணாமூச்சி கடைசிவரை இருந்து கொண்டே தானிருக்கும். ஒன்று நாம் விளையாடுகிறவர்களாக அல்லது

விளையாட்டைப் பார்க்கிறவர்களாக இருப்போம். சில சமயம் மொழியைப் பாறாங்கல்லைப் போலப் புரட்ட நினைப்போம். அதுவோ புரட்டின கல்லடி மண்ணில் மண்புழுபோல ஊர்ந்து கொண்டிருக்கும். மொழி சில சமயம் யாரோ இசைத்த இசை போல இருக்கும். நாம் திரும்பவும் பாட நினைக்கிறபோது உதடு மட்டும் அசையும். சிலசமயம் மொழி கனவுபோல இருக்கும், மிகவும் ரம்மியமாக. ஆனால் காலையில் சொல்ல முடியும் வகையற்று. சிலசமயம் மொழி பிறந்த குழந்தைமாதிரி அழும், முதல் மூச்சு வாங்கி. மரணமுகம் போல அசையாத கண்களுக் கடியில் மொழி மூடப்பட்டிருக்கும் நேரங்களும் வரும். சிலசமயம் விபத்து ரத்த நசநசப்பு, சிலசமயம் தோளில் சாய்ந்தழுகிற கண்ணீர், சிலசமயம் வியர்வையின் ஐலேசா, சிலசமயம் கரையில் ஒதுங்கிய பிரும்மாண்டத் திமிங்கலம், சில சமயம் சலனமற்ற குளத்தில் ஒற்றை மீன் துள்ளல், சில சமயம் பால் கொச்சை யுடனான அம்மாவாக, சில சமயம் மிளகு உப்பு மீசையுடன் அப்பாவாக.... எப்படியிருப்பினும் நம் மொழி நம் வாழ்வின் நிழல்.

ஒருவேளை அடுத்த வாரம் சென்னையிலிருந்து கொண்டு, அப்படியிருக்கிற இடத்தின் தொலைபேசும் வசதி பொறுத்து, உங்களுடன் நான்கு வார்த்தைகள் பேசுவேன்.

வெளியீட்டு / அறிமுக விழா இனிது நடக்கட்டும். இந்திரன் / மதி போன்றோர்க்கு என் வணக்கத்தைத் தெரிவியுங்கள். முத்துக்குமார் திரை / சின்னத்திரையில் காலூன்றிவிட்டது நல்ல விஷயம். அறிவுமதி என்னைப்போல எத்தனைபேரை உலகத்தின் பார்வைக்குத் தொடர்ந்து தந்துகொண்டிருக்கிறார்.

அம்மா அப்பாவுக்குத் தொகுப்பை அனுப்பி வைப்பதைவிட நேரில் கொடுங்கள். யார் கண்ணிலும் படாமல் ஒரு பிரதியை உங்கள் மலைக்காட்டில் வையுங்கள். காடு பக்கம் பக்கமாக வாசித்து, தன்னை நிலைக்கண்ணாடியில் பார்த்துக் கொள்ளட்டும்.

எல்லோர்க்கும் அன்புடன்
கல்யாணி. சி.

## கந்தர்வன்

எழுத்து என்கிறது எல்லாம் ஒரு சின்னக் கதவு மாதிரிதான். கதவைத் திறந்து கொண்டு, அல்லது ஏற்கனவே திறந்திருக்கிறது எனில், அதன் வழியாக நுழைந்து செல்வது மட்டுமே நம் காரியம் அல்லது எழுத்தின் காரியம். கந்தர்வன் எழுத்து மட்டும் அல்ல. அவரே எப்போதும் தன்னைத் திறந்து வைத்திருக்கிறவர். சிலபேர் மடியில் ஆசையாக எல்லாப் பிள்ளைகளும் ஏறி உட்கார்ந்துகொள்ளும். செங்கோட்டை பாசஞ்சர் என்கிறது மற்ற எல்லா ரயில்களைப் போல அதுவும் ஒரு ரயில்தான். ஆனால் அதில் உட்கார்ந்தால் மனதை என்னவோ பண்ணும். அதுவும் அம்பாசமுத்திரம் ஆற்றுப் பாலம் தாண்டும்போது தெரிகிற சூரியனும் மருதமரமும் ஆறும் அப்படியிருக்கும். கந்தர்வன் அப்படி ஒரு மனுஷன். இரண்டு பேரும் கதை எழுதுகிறோம் என்பது எல்லாம் ஒரு 'அத்துக்கு' தான். அதைத் தாண்டி கதையல்லாத நிஜங்கள் நிறைய இருந்தன. அப்படி என்ன நிஜம் என்று கேட்டால் எனக்குச் சொல்லத் தெரியாது. நிஜத்தைச் சொன்னால் தான் மறு நிமிஷமே அது கதையாகி விடுமே. கந்தர்வன் நிஜம்.

C - 1, பாதுஜா அப்பார்ட்மெண்ட்ஸ்
21, போஸ்டல் காலனி முதல் தெரு,
மேற்கு மாம்பலம் - 600 033.

அன்புமிக்க கந்தர்வன்,

வணக்கம்.

நல்ல மழைநாள். மழைநாளில் யாராவது இப்படி ட்யூப் லைட் போட்டுக்கொண்டு, மேஜை நாற்காலியில் கவிழ்ந்தபடி, அலுவலகத்தில் வேலைபார்த்துக்கொண்டு இருப்பார்களா? நனைந்து அல்லது நனையாமல், உங்கள் வீட்டில் என்வீட்டில் அல்லது யாருடைய வீட்டிலாவது உட்கார்ந்து மனசாரப் பேசிக்கொண்டு அல்லவா இருக்கவேண்டும்.

மதுரையில் இருக்கும் போதே புதுக்கோட்டை வராதவன் சென்னையில் இருந்தா வந்துவிடப்போகிறேன். வருவதும்

வராததும் எல்லாம் நம் கையில் இருக்கிறது மாதிரித் தெரிய வில்லை. வருவது போலவும், வரவேண்டும் என்று நினைத்துக் கொள்வது மட்டும் நம் வசத்தில்தானிருக்கிறது. இப்படி எவ்வளவு நினைத்தாயிற்று நான்.

நேற்று என் துணைவியை அல்லிமுத்து எழுதின கடிதத்தைப் படிக்கச் சொன்னேன். அவள் சங்கரிக்கும், நடராஜிற்கும் போல அல்லிமுத்துவுக்கும்தானே தாய். இன்றைக்கு என் கையோடு கொண்டு வந்திருக்கிறேன். இரண்டு மூன்றாவது ஜெராக்ஸ் நகல் எடுத்து, எங்களுடைய மண்டல அலுவலக நண்பர்கள் மத்தியில் சுற்றுக்கு விடவேண்டும். ஈரம் இல்லாத மனுஷன் எங்கள் பாங்கில் இருக்கமாட்டார்கள் என்றே நினைக்கிறேன். சற்று வறண்டிருக்கும் எனில், அவர்களையும் ஈரப்படுத்தட்டும் உங்கள் வரிகள்.

உங்களுடன் இன்னும் அதிகம் நெருக்கமாக இருந்து, நெருக்கமாகப் பழகிச் செத்துப்போக கார்த்தியைப் போலவோ, இன்னும் நானறியாத உங்களின் தோழர்களில் ஓரிருவர் போலவோ எனக்குக் கொடுத்துவைக்கவில்லை. நிலக்கோட்டையில் இருக்கையில் திண்டுக்கல் பாரதி விழாவில், 'வாளின் தனிமையில்', பயிலரங்கில் என்று மிகச் சுருக்கமாக எல்லாம் முடிந்து போய்விடுகின்றன. நான் எழுதுகிறவன் என்கிற நிஜம், ஒரு கனத்த அங்கியைப் போல, நான் அதைத் தரித்துக் கொள்ள விரும்பாவிடினும், என்மேல் விழுந்திருக்கிற நிர்ப்பந்தத்துடனேயே உங்களைப் பார்க்க வாய்க்கிறது. வெங்கடேசன் போல, ஷாஜகான் போல, வெண்மணி போல, ரசா போல உங்களுடன், உங்களுக்குப் பின்னால் திரிய முடிந்தால் நன்றாக இருக்கும். அதற்கு மனம் அனுமதித்தாலும் வயது அனுமதிக்காது போல.

அன்றைக்கு உங்களை அனுப்பின பிறகு தமிழுடன் செய்த பஸ் பிராயணத்தில் மேலும் பேசிக்கொள்ள முடிந்தது. நான் மேலதிக அன்புடன் மட்டுமே எழுத்துக்களை அணுகிக்கொண்டு இருக்கிறேனோ என்று தோன்ற ஆரம்பித்துவிட்டது.

எனக்குப் பிடித்த 'வாளின் தனிமை' யாருக்கும் பிடிக்க வில்லை. இரண்டாவது வாசிப்பிலும் அதற்குப் பின்னும்கூட அது எனக்குப் பிடித்தே இருந்துவருகிறது.

நான் ஏப்ரலில் எழுதிய நடுகையோ, மாசிலாமணிக்குக் குழந்தை பிறந்திருக்கிறதோ, ஆண்கள் பெட்டியுமோ தமிழுக்குப் பிடிக்கவில்லை. உங்களுக்குப் பிடித்திருக்கிறது. நானும் வண்ண

நிலவனும் ஒருவருக்கொருவர் சிலாகித்துப் பேசிக் கொண்டிருக்கிற உங்களுடைய 'காவடி', தமிழுக்குச் சரியாகப் படவில்லை.

ஆக, இந்தக் குழப்பம் நிறைந்த பருவத்தை எப்படித் தாண்ட என்று தெரியவில்லை. சுக்குக்கு மிஞ்சின மருந்தில்லை என்று சொல்வார்கள். எழுத்துக்கு மிஞ்சின மருந்து எனக்குத் தெரிய வில்லை. எழுதி எழுதித்தான் எல்லாக் குழப்பத்தையும் தாண்ட வேண்டும்.

•

மறுபடியும் கனத்த மழை துவங்கியிருக்கிறது.

எவ்வளவு பெரிய கட்டிடம் ஆனால் என்ன. மழை பார்க்க ஒரு ஜன்னல் இல்லாமலா போகும். இருங்கள். மழைபார்த்து விட்டு வருகிறேன்.

எல்லோர்க்கும் அன்புடன்,
கல்யாணி. சி.

## டாக்டர். மாணிக்கவாசகம்

*அந்தப் புத்தகத்தை நீங்கள் எழுதும் போது உங்களுக்கும் தெரியாது, அந்த முன்னுரையை எழுதும்போது எனக்கும் தெரியாது, இப்படி எனக்கு முன்னால் நீங்கள் 'தூங்காமல் தூங்கி' விடுவீர்கள் என்று. 'சப் அரக்னாய்ட் ஹெமரேஜ்' - இப்போது கூட உச்சரிக்கவும் எழுத்துக் கூட்டிச் சொல்லவும் கடினமாக இருக்கிற அந்த ரத்தச் கசிவை முன்வைத்து, 43வது அத்தியாயத்துடன் முடியவிருந்த என் கதையை நீங்களல்லவா இன்று வரை நீட்டித்துத் தந்தீர்கள். உங்கள் வீட்டின் பக்கவாட்டு உள் அறை ஒன்றில் படுத்திருந்த அந்த செப்டம்பர் நாட்களில் நீங்களும் சீதாவும், மணியும், சிவாவும் கவனித்த கவனிப்பு மட்டுமே இந்த 2011 டிசம்பர் இரவை எனக்குத் தந்திருக்கிறது. உங்கள் புத்தக அலமாரியை இப்போதும் நெருங்க எனக்குத் தயக்கமாகவே இருக்கிறது. உங்களின் அனுமதியின்றி ரூபனுக்கு வாசிக்கக் கொடுத்த இரண்டு மூன்று புத்தகங்களை இன்னும் என்னால் அதன் வரிசையில் திருப்பி வைக்க முடியாத ஒரு குற்றவுணர்வு உண்டு. நான்கைந்து நாட்களுக்கு முன் உங்கள் வீட்டு வாசலில் பைக்கை நிறுத்துகிறேன். வெளி வாசலில் பவழமல்லி சுவரோரம் தரையில் உதிர்ந்து கிடந்தன. ஒரு அசரீரி போல, மீண்டும் எனக்குள் கேட்டது, 'மாணிக்கம்! எவ்வளவு பொருத்தமான ஒரு பெயர் உங்களுக்கு!'*

SBI, Ambasamudram
627401
29.9.85

பிரியமுள்ள மாணிக்கம்,

வணக்கம்.

உங்களை நேற்றும் இன்றும், அதிகம் நினைத்தும், பேசியுமாக, ரொம்ப நெருக்கமாக உணர்ந்து கொண்டிருக்கிறேன். தானா மூனா ரோட்டில், பிரபஞ்சனின் ஆண்களும் பெண்களும் வாங்கின கையோடு (கையா வாங்கிற்று. மனமில்லையா. அதுவும் எப்பேர்ப்பட்ட மனம். ஆசையாக வாங்கின புத்தகத்தை என்னிடம் படித்துக் கொடுக்க நீட்டுகிற மனம் எல்லாம் இந்தக்

காலத்தில் எவ்வளவு அபூர்வம்) அப்புறம் அந்த அருமையான புதிய அர்ச்சனா ரெஸ்டாரண்ட் மித வெளிச்சத்தில் – என்று திருப்பித் திருப்பிப் பார்த்தது ஒரு முக்கியமான காரணம். திருப்பித் திருப்பியும் வெவ்வேறு கோணத்திலும் பார்க்கப்பட்ட போதும் ரொம்பவும் ஒட்டுதலாகப் படுகிற முகம் உங்களுக்கு. உங்களைப் பார்க்கையில் சீதா மாப்பிள்ளை, டாக்டர் என்பதை யெல்லாம் தாண்டி ஒரு சிநேகிதன் என்கிற உணர்வு மிகுந்து கொண்டேயிருக்கும் எனக்கு. பக்கத்தில் இருந்து அடிக்கடி புழங்கமுடியாமல் பௌதிகமான தூரம் விழுந்து கொண்டிருக்கிற நடைமுறைக்கு அப்பாலும்கூட, இந்த சிநேகித உணர்வு காப்பாற்றப்பட்டுக் கொண்டே வருகிறதென்பது சந்தோஷமானது.

காலையில் மர அலமாரியின் வரிசையைக் கலைத்தபோது, சில புத்தகங்களை உங்களின் செல்ல நூலகத்துக்குக் கொடுத்து விடலாம் என்று தோன்றிற்று. அனுப்பினேன். சேர்த்து வைத்துக் கொள்ளுங்கள்.

சீதாவுக்கும் பிள்ளைகளுக்கும் எங்களது அன்புடன்,

எல்லோர்க்கும் அன்புடன்
கல்யாணி. சி.

மதுரை - 16
24.5.95

அன்புமிக்க மாணிக்கம்,

வணக்கம்.

எங்களுடைய 22ஆவது திருமணநாள். விடிந்திருக்கிற தினுசில் ஒன்றும் வித்யாசமில்லை. அதே வெளிச்சம்.

கைலாசம் தூங்கிக் கொண்டிருக்கிறான்.

சுதா இன்னொரு கட்டிலில். Sunday இதழைப் புரட்டுகிற ராஜீ. இருமிக்கொண்டே நடமாடுகிற சங்கரி. பதினைந்து நாள் இடைவெளிக்கப்புறம், அதனதன் இடத்தில் எல்லாவற்றையும் கொண்டு சேர்க்க முயல்கிற வள்ளி.

நேற்றிரவே ஒருமுறை பார்த்துவிட்டேன். எனினும், இன்றுதான் மறுபடியும் தனித்தனியாக உட்கார்ந்து பார்க்க முடிந்தது. லியோனார்டோ டா வின்ஸி, ரெம்ப்ராண்ட், ரெனாய்ர், வான்கோ என இன்னொரு நூற்றாண்டு உலகம். எத்தனை

காலத்திற்கு முந்தியதெனினும், எனக்கும் St. ஜெரோமுக்கும், அந்தக் குடைகளுக்கும், ஜெருசலேமின் அழிவிற்கு வருத்தப்படுகிற அந்த முதிர்ந்தவருக்கும், குளிக்கிற பெண்ணிற்கும் சம்பந்த மிருக்கிறது. பியானோ வாசிக்கிற அந்த இரண்டு சிறுமிகளுக்கு யார் ஜாடை என்று நம்வீட்டு முகங்களுக்குள் தேடுகிறேன். கான்ஸ்டோபிளின் ஓவியங்களில் திரும்பத் திரும்ப ஒரு நாய்க்குட்டி வருகிறது. நான் அதுவாக இருந்தால்கூடப் போதும். அல்லது வான்கோவின் சூரிய காந்தியாக... நட்சத்திர இரவாக...

இன்னும் இருக்கிறது சீட்டுக்கட்டுபோல இருக்கிற சித்திர அட்டைகள். சுவடற்றுப் போய்க்கொண்டிருக்கிற தினங்களில், உங்களைப் போன்ற அபூர்வமான மனிதர்கள் யாராவது இப்படி உயர்ந்த சித்திரங்களை, இசையை, புத்தகங்களை இடை இடையே அடையாளம் காட்டிவிடுகிறீர்கள். ஒரு புயல்போல, தற்காலிகமாக, ஆழ்ந்த அனுபவங்களின் கிளர்ச்சியில், என் அன்றாடங்களின் கட்டுமானங்கள் சின்னாபின்னமாகி விடுகின்றன. நெஞ்சை அடைத்த புல்லாங்குழல் ஒலியிலிருந்து, மோட்டார் சைக்கிள் படபடப்புக்கு வரவேண்டியதிருக்கிறது. ரஜனீஷின் First Principle வரிகளிலிருந்து பெயர்ந்து with reference to your letter dated ல் விழ வேண்டியதிருக்கிறது. ஆனாலும் சாணிப்பிள்ளையார் போலக் காய்ந்து போவதைவிட, இப்படி ஒன்றுக்கும் இன்னொன்றுக்கும் இடையே அல்லாடுவது அர்த்தமுள்ளதாகப்படுகிறது.

அர்த்தம் அர்த்தமின்மை என்பது எவ்வளவு பெரிய ஆரவாரம். ஜானகிராமத்தான் வீட்டு பாபு, செல்வி மாப்பிள்ளை, செல்வியின் மகன், மணியின் மகள் வினேகா – இப்போது கடைசியாக ராமுவின் கமலி –

ஏன் மென்மையும் நேர்மையும், அன்பும், கருணையும் நிறைந்த ராமத்தானுக்கும், பவானிக்கும் இந்தக் கஷ்டம். தாயற்று வாழ்ந்து ஆளான ராமுவின், மணியின் மேல் கவிகிற இந்தத் தீராத துன்பங்களுக்கு என்ன முகாந்திரம்.

மனம் சொல்லமுடியாத, தீவிரமான பதற்றத்தில் இருக்கிறது. என்னால் மற்றவர்களுக்கு என்ன செய்ய முடியும் என்று தெரியவில்லை. எல்லோரையும் கையைப் பிடித்துக் கொஞ்ச தூரத்துக்காவது கூட்டிப் போய்விடலாம் என்றும், யாருடைய கையைப் பற்றியாவது, என் தூரத்தை எல்லோரின் மத்தியில் அமைதியாகக் கடந்துவிடலாம் என்றும் நினைத்துக் கொண் டிருந்தேன். அதற்கெல்லாம் சாத்தியமில்லை போல. யாரோ சொன்னதுபோல துருப்பிடித்த ஆணிகள் உச்சந்தலையில்

இறங்கிக் கொண்டிருக்கிறது. பிறருக்கு ஆறுதல்தரும் ஒரு முழு வாக்கியத்தைக் கூட நான் சொல்லக் காலம் அனுமதிக்காது போலிருக்கிறது.

உங்கள் வீட்டு அறையில், உங்கள் புத்தகங்களுடனும் சிவாவுடனும் நான் நலமடைந்த நாட்களை நான் யாருக்காவது கொடுக்க வேண்டாமா.

யாருக்கும் எதுவும் தரமுடியாமல், இன்னும் வெகுதூரம் செல்லவேண்டிய நிர்ப்பந்தம் மிகுந்ததாகிவிட்டது இருப்பும் வாழ்வும்.

இதற்கிடையில் –

தினமும் சூரியன். தினமும் காற்று. தினமும் பருக்கை.

சீதா, மணி, சிவா, முத்துவீட்டில்
எல்லோர்க்கும் அன்புடன்
கல்யாணி. சி.

சென்னை – 600 001
11.02.98

அன்புமிக்க மாணிக்கம்,

வணக்கம்.

அலுவலக மேஜையிலிருந்து எழுதுகிறேன்.

நேற்றுக் காந்தி அத்தானுக்குப் பேத்தி பிறந்திருக்கிறாள். என்னிடமோ வள்ளியிடமோ நேரில் கூப்பிட்டுச் சொல்லாத அளவுக்கு நாங்கள் எந்தக் காரணமுமின்றித் தூரத்தில் வைக்கப் பட்டுள்ளதைத் தாங்கமுடியாத அவஸ்தையில் இருக்கிறேன். வேலை அதிகம் இருந்திருந்தால்கூட இதை எல்லாம் யோசிக்க நேரமிருக்காது.

சந்தோஷம் வரும்போது வேலை அதிகமிருப்பதும், துக்கத்தின் சூறையில் இலை கிழிந்து தவிக்கையில் வேலைப்பளு குறைவாக இருக்க நேர்வதும் புதிய அனுபவமில்லை.

சங்கரிக்கு நிகழ்ந்ததற்குப் பிந்திய எங்களுடைய சமீபத்து மூன்று மாதங்களில் நீங்கள் எங்களுடன் இருந்த நேரம் அமைதி நிரம்பியது.

அதுவும் ஸ்டேஷன் ரோடுவரை நீங்கள் வந்த நேரமும், பகிர்ந்துகொண்ட உணர்வுகளும், என்னுடைய அடர்ந்து கொண்டிருந்த, அடர்ந்துகொண்டிருக்கிற தனிமையைச் சற்றுக் குறைப்பதாகவும் தளர்த்துவதாகவும் இருந்தது.

எவ்வளவுதான் தன்னலமற்றும், அன்பின் வழியதாயும், சுற்றியிருக்கிற ஒவ்வொருவர்மீதும் அதிகபட்ச அக்கறையுடனும் இருந்தாலும், சமீபத்திய வருடங்களில் மிகத்தவறாகப் புரியப்படுகிற நபர்களாக நானும் வள்ளியும் இருக்க நேர்வதைப் பற்றி என்ன சொல்ல?

இதையெல்லாம் மீறிப் பழைய / ஆதி மனதுடன் சாய்வற்று என்னைத் தக்க வைத்துக்கொள்வதிலேயே ஆயுள் கழிந்துவிடும் போல.

அப்படியொன்றும் இனியும் இருந்து வாழ்வதற்கும், வாழ்ந்து தீர்வதற்கும் அதிக அர்த்தம் இருப்பதாகத் தெரியவில்லை.

எந்த முன்னடையாளமும் இன்றிச் சங்கரியின் குழந்தைக்கு இப்படி நேர்ந்ததும், தம்பி ஞானதேசிகனுக்கும், தூத்துக்குடியில் டாக்டர் வேல்ராமலிங்கத்திற்கும் இப்படியெல்லாம் நேர்வதும் மீண்டும் மீண்டும் இருப்பின் அர்த்தமின்மையை அடிக்கோடு இடுவது போலத்தானிருக்கிறது.

எல்லா நல்லியல்புகளையும், மனத்தில் பொதிந்து வைத்துக் கொடுக்கவேண்டும்போல. 'பொருள் இல்லார்க்கு' என்பது மிகவும் பொருந்தும்படியாகவே இருக்கிறது, ஒவ்வொரு தினமும். சம்பளத்தைவிட ஒற்றை ரூபாய் சம்பாதிக்க முடியாத இந்த என் 52ஆம் வயதில், மிகவும் நெருங்கிய உறவினர்களின் தராசுகளில் கூட பொருள் முதலான எடைக்கற்களையே உபயோகிக்கத் துவங்கிவிட்ட பிறகு, எந்தத் திசையில் செல்வது என்று தெரியவில்லை. இதுவரை சென்றுகொண்டிருக்கிற திசை தவிர வேறு எந்தத் திசையும் எனக்குத் தெரியவும் தெரியாது.

மறுபடியும் மணிவந்து எங்களுடன் இருந்தது மீண்டும் என்னைத் துளிர்க்க வைத்திருக்கிறது.

சீதாவுடைய கண்களையும் உங்களுடைய குறைந்த சொற் களையும் கொண்டிருக்கிற அவனுடைய இயல்பான நடமாட் டத்தால் வீடு நிரம்பியிருந்தது.

எல்லோர்க்கும் உதவுவது போல, கைலாசம்தான் மணிக்கும் உதவினான்.

கைலாசத்திற்குத்தான் ஒன்றும் செய்யமுடியவில்லை. 1995 ஜுலை முதல் இன்றுவரை, சாய்ந்துகொள்கிற தோள்களைத்தவிர, ஒரு சிறு முன்னேற்றத்தைக் கூட எங்களால் கொடுக்க இயல வில்லை.

அடுத்த வருட இறுதியில், ராஜீ படிப்பை முடித்துக்கொண்டு வருவான். அவனுக்கு என்ன செய்யமுடியப் போகிறதோ?

பறவைகளைப்போல, தானாகச் சிறகுகள் முளைத்துத் தானாகப் பறக்கிறபடி காலம் அனுமதித்தால் போதும்.

வானம் பொதுவாகத்தானே இருக்கும் எப்போதும்.

எல்லோர்க்கும் அன்புடன்
கல்யாணி. சி.

## கோணங்கி

அருமையான பயல். எனக்கு இளங்கோதான். கோணங்கி கிடையாது. 'அண்ணாச்சி, மதினி' என்றெல்லாம் கொஞ்சுவான். ஆனால் என் எழுத்தின் மேல் எல்லாம் பெரிய அபிப்பிராயம் ஒன்றும் கிடையாது. ஆனாலும் ஒருத்தரை ஒருத்தர் பிடிக்கும். என்னுடைய காவி கலர் ஜிப்பாவை நிலக்கோட்டையில் வாங்கிக் கொண்டான். மதுரை மிஷன் ஆஸ்பத்திரி பக்கம் பார்க்கையில், அவன் போட்டிருந்த ஒரு அரக்கு ஃப்ரேம் கண்ணாடியைக் கழற்றி எனக்குக் கொடுத்துவிட்டான். கடன் தீர்ந்தது. சமீபத்தில் பார்த்தது, சி. மோகன் வீட்டுக் கல்யாணத்தில். 'இந்தா வந்திருதேன்' என்று சொல்லிவிட்டு ஓவியர் சந்ருவுடன் போனான். இதுவரை ஆளைக் காணோம்.

198 புதுக்கிராமம் தெரு
தூத்துக்குடி 628 003
17.09.89

அன்புமிக்க இளங்கோ,

வணக்கம்.

நீ காடாறு மாதம், நாடாறு மாதம் போகிறவன். அந்த ஆறுமாதக் கணக்குகூட உனக்குப் பொருந்தாது. கால்போன வழிக்குக் கணக்கேது. திசையேது. அப்படியும் சொல்லிவிட முடியாது.

இந்தக் கல்குதிரை – 3 படிக்கிறதுக்கு முந்திவரை நீ ஏதோ கசத்தில் இறங்கிவிட்டமாதிரியும் கண்காணாமல் போய்விட்ட மாதிரியும்தான் இருந்தது எனக்கு. கணக்குடனும் திசையுடனும் தான் நீ போய்க் கொண்டிருக்கிறாய் என்பது 3 இல் தெரிகிறது. கல்குதிரை/முத்தாள ராவுத்தனையெல்லாம் வைத்துவிட்டுத் தள்ளிநின்று பார்த்தால்கூட இந்த இதழின் ஒவ்வொரு வரியிலும் உன்னுடைய அபாரமான இடம் தெரிகிறது. பொம்பொம் என்று சங்கு ஊதிக்கொண்டு கொஞ்சம் கொஞ்சமாக அந்த

ஓங்காரம் பெருகி, கிடுகிடுவென்று ஆளை உலுக்குகிறமாதிரி, தாமிரபரணியை, வட்டப் பாறையை, கல் மண்டபத்தை, தைப்பூச மண்டபம் சரசுவதியின் முலைக்காம்பை எல்லாம் அதிரச் செய்து அப்பாலுக்கு அப்பால் போய் காடு வனாந்திரமெல்லாம் பெருகி, ஜீவன் நிரம்பிய ஒரு ஆதிஉலகத்தை மீட்டுக்கொடுத்த மாதிரி இருக்கிறது. மண்ணில்மேல் விழுந்த முதல் சருகு எது என்று தெரியாமல். மரத்தின்மேல் இருக்கிற இன்றைய துளிர் என்று ஏறிட்டுப் பார்க்கமுடியாமல், மழை வெயில் காற்றின் மாறுமாறலுடன் காலத்தின் சேகரத்தில் உயர்ந்துகொண்டே வருகிற வனத்தின் தோளில் நீ உட்கார்ந்து கர்ஜிக்கிறது போல இருக்கிறது. உச்சி நிலாவில் உன் தேர்ந்தெடுத்த துணையுடன் விருட்சம் கவிந்த அடர்வில் விம்மிக் கொண்டிருப்பது போலிருக்கிறது. கன்னிக்குட ஈரமும் சினையின் நைப்புமாக புரண்டுபுரண்டு மினுக்குகிற கண்களுடன் முதல்கால் ஊன்றுகிற ஜீவன் போலிருக்கிறது.

முத்தாள ராவுத்தனையும் மீறி, மதுரைக்கு வந்த ஒப்பனைக் காரன் இருக்கிறது. விரிந்த தளங்களிலும் அகலச் சீலைகளிலும் நீ, காலத்தின் சுருண்டு கிடக்கும் படுதாக்களைப் பிரயாசையுடன் நிமிர்த்தி விரித்துப் பரப்பிக்கொண்டு வரைகிற சித்திரங்கள் சந்தேகங்களுக்கு அப்பாற்பட்ட உண்மையின் அசலுடன் திரண்டு நிற்கின்றன.

உன்னுடைய தினம் இப்போது துவங்கியிருக்கிறது. இந்த தினத்தின் வெளிச்சத்திற்கு நீயே பொறுப்பு. பொறுப்புடனிரு.

வாழ்த்துக்களுடன்
கல்யாணி. சி.

## N. செல்வராஜ்

அவருடைய ஊர்ப் பெயரே ரொம்ப அழகானது. திருமுகமலர்ந்தபுரம். 'எல்லோர்க்கும் அன்புடன்' கடிதத் தொகுப்பின் வழி, எங்கள் குடும்ப ஜாதகத்தையே கையில் எடுத்துக்கொண்டவர். எங்கள் அனைவரின் பிறந்த தினங்கள், ஏனைய நல்ல நாட்களில் எல்லாம் இவருடைய வாழ்த்து அஞ்சல் அட்டை வராமல் இராது. சமீபத்தில் ஈரோடு C.K.K. அறக்கட்டளை விருது விழாவில் கலந்துவிட்டு, தன் துணைவியாரோடு அந்த தனித்த தாமதித்த இரவில் தன் மொபெட் வண்டியில் அவர் கிளம்பிப் போன நேரம் இன்னும் முடியவில்லை.

திருமுகமலர்ந்தபுரம்
627007
10.11.03

அன்புமிக்க திரு. செல்வராஜ்,

வணக்கம்.

30ஆம் தேதி, சூர சம்ஹாரத்தன்று நான் சங்கரியம்மாவிடம், முப்பது வருடங்களுக்கு முன்பு சங்கரி பிறந்த அன்றைக்குப் பெய்த மழையைப் பற்றிப் பேசிக்கொண்டேன்.

மறுநாள் 31.

பாங்கில் Auditor வந்துவிட்டார். ஆடிட்டர் வந்தாலே எனக்குக் கைகால் ஓடாது. எந்தத் தப்புக்களும் செய்யாமல், எல்லாத் தப்புகளையுமே செய்துவிட்டதுபோல, ஒருவித பயத்திலும் இறுக்கத்திலும் மனம் செயலற்று நின்றுவிடும்.

31 ஆம் தேதியைக் கிழிக்கவில்லை. ஒன்றாம் தேதியும் சங்கரி பிறந்த நாளும் ஞாபகமில்லை. ஹைதராபாத்தில் இருந்து அவள்தான் பேசியிருக்கிறாள், நான் அலுவலகம் சென்ற பிறகு.

குற்றவுணர்வு, முதல்முதலாக வாழ்த்துச் சொல்லாமல் போன கஷ்டம். தூரத்தொலைவில் இருக்கிற அது எவ்வளவு தூரம்

நம்முடைய குரலை அதிகாலையிருந்தே எதிர்பார்த்திருக்கும் என்ற கலக்கம்.

இரவு வீட்டுக்கு வந்த பிறகும் அவர்கள் கிடைக்கவில்லை. வெளியே போய்விட்டிருந்தார்கள்.

கடைசியில் – மறுநாள்தான் வாழ்த்துச் சொன்னேன். முந்தினநாள் பேசாததற்கு வருத்தப்பட்டேன்.

'அதனால என்னப்பா நான்தான் அம்மாகிட்டே பேசிட்டனே' என்றாள் சங்கரி.

உங்களுடைய வாழ்த்துக்கு நன்றி. எனக்குப் பதிலாகத்தான் நீங்கள் ஞாபகமாக வாழ்த்தியிருக்கிறீர்கள்.

எல்லோர்க்கும் அன்புடன்
கல்யாணி. சி.

627007
17.07.11

அன்புமிக்க திரு. செல்வராஜ்,

வணக்கம்.

செல்வன் கௌதம் எங்கள் வாழ்த்துக்குரியவனாகிறான். நம் வளர்ப்பில் பிள்ளைகள் நன்றாகப் படித்து முன்னுக்கு வருவதும், கல்யாணம் காட்சி என்று நடந்து நல்லபடியாகக் குடித்தனம் நடத்துவதும்தான் நம்முடைய தனிப்பட்ட சந்தோஷங்கள். சந்தோஷம், நிம்மதி, அர்த்தம் என்று எப்படிச் சொல்லிக் கொண்டாலும் சரிதான்.

வயிற்றுப் பாட்டுக்காக நான் மாதச் சம்பளம் வாங்கலாம். நீங்கள் வியாபாரம் பண்ணலாம். இன்னொருத்தர் அன்றாடம் பாடுபடலாம். எல்லாம் இருக்கிறது. இதற்கு மத்தியில்தான் ஊர் உலகத்திற்குச் செல்வது, நல்லது பொல்லதுகளில் கலந்து கொள்வது, இரண்டு பாட்டுக் கேட்பது, புதிதாக ஒரு சத்தம் கேட்டால், 'இது என்ன குருவி' என்று ஏறிட்டுப் பார்ப்பது, 'எந்திரி, எந்திரி. பார்த்துப் போகக் கூடாது. ஒண்ணுமில்லை. லேசா ரெண்டுதடவை காலை உதறு' என்று சைக்கிளோடு விழுந்த பள்ளிக்கூடத்துப் பிள்ளையைத் தூக்கிவிடுவது, 'எதுக்கு வெயிலில் ஒக்காந்திருக்கீங்க. பஸ் வரக் கொஞ்சம் லேட்டாகும். இப்பொதான் ஒன்னு போயிருக்கு' என்று வயசாளியிடம் பஸ்

ஸ்டாப்பில் சொல்வது, தூக்கம் வராமல் இருப்பது, பக்கத்தில் அடித்துப் போட்டது போல் தூங்குகிற வீட்டம்மாவின் உச்சிச் சிகையிலிருந்து கிளை பிரிகிற நரை முடிகளைப் பார்த்துக் கொண்டிருப்பது, இது வளர்பிறையா தேய்பிறையா என்று பின்வீட்டு எலுமிச்சை இலைகளில் பூசப்பட்டிருக்கிற நிலா வெளிச்சத்தைப் பார்த்து ஜன்னலிடம் கேட்டுக் கொள்வது... இப்படி எல்லாம் இதற்கு ஊடாக, அவரவர்க்குத் தோதுவாகப் போட்டுக் கொள்கிற ஒத்தையடி வழியாகப் போய்த்தான்.

எங்கள் மனப்பூர்வமான வாழ்த்துக்கள் ஜனனிக்கும், கௌதமுக்கும் மட்டுமல்ல, உங்கள் இரண்டு பேருக்கும்தான்.

நல்லா இருங்க செல்வராஜ்.

நடராஜும் வேலம்மாவும் சந்தோஷமாக இருக்கிறார்கள். அப்பா - அம்மா ஆகிற சந்தோஷம் இனிமேல்தான் வாய்க்கவேண்டும். அதுவும் கிடைத்துவிட்டால் இன்னும் சந்தோஷமாக இருக்கும்.

மகள் வயிற்றுப் பேரனையும் பேத்தியையும் பார்த்தாயிற்று. மகன் வயிற்றுச் சந்ததியையும் பார்க்கவேண்டும். இந்த 65 வயதில் எந்தக் கைப்பிள்ளையைப் பார்த்தாலும் பேரன் பேத்தி மாதிரித்தான் தோணுகிறது. நான்கு நாட்களுக்கு முன் முத்து தன் குடும்பத்தோடு, பிள்ளையைத் தூக்கிக்கொண்டு வந்திருந்தார். முத்து என்கிற சுரேஷ் அருமையான பையன். ஒரு ஆத்திர அவசரத்திற்கு வெளியூர் போக வேண்டுமென்றால் வண்டியை அவர்தான் ஓட்டுவார். பிரியப்பட்டு ஒரு பெண்ணைக் கல்யாணம் செய்துகொண்டு, பெண் குழந்தை - ஜெயராணி - பிறந்து நன்றாக இருக்கிறார். நன்றாக இருப்பது என்றால் சந்தோஷமாக இருக்கிறார். மற்றப்படி KTC வேலைக்கு ரூபாய் கொடுத்து, கிடைக்கிற மாதிரி இருந்து கிடைக்கவில்லை. கொடுத்த பணத்தில் ஒன்றுக்கு முக்கால் பங்கு திரும்ப வந்ததே புண்ணியம். ஆனாலும் சந்தோஷமாக இருக்கிறார். முத்து வீட்டுக்காரி அவ்வளவு சிரித்தாற்போல, படபடவென்று பேசுகிறது. ஜெய ராணி வீடுமுழுவதும் நீச்சலடிக்கிறது. ஜெயராணி எங்கள் பேத்தியில்லை என்று சொல்ல முடியுமா.

சேலத்துக்கு 24ஆம் தேதி வரவேண்டியதிருக்கிறது. எஸ்.கே.கே.யா சி.கே.கே.யா தெரியவில்லை. அந்த அறக்கட்டளை ஒரு விருது கொடுக்கிறார்கள். விபரமும் அழைப்பிதழும் இனிமேல் தான் முழுதாகக் கிடைக்கும்.

இதற்கு இடையில் இன்னொரு கஷ்டமும் நிகழ்ந்துவிட்டது. என்னுடைய அண்ணன் - கவிதையையும் ஓவியத்தையும் எனக்குக் காட்டிய கணபதி அண்ணன் திடீரென்று ஜூன் 22இல் மாரடைப்பில் இறந்துபோனார்.

அதைவிட இதைச் சொல்வதுதான் எனக்கு முக்கியம். அந்த அளவுக்கு எங்கள் குடும்பத்தின் நிகழ்வுகளை அறிந்தவரில்லையா நீங்கள்.

எல்லோர்க்கும் அன்புடன்
கல்யாணி. சி.

## J.P. நோபிள் செல்லதுரை

*போடியில் பள்ளி ஆசிரியர். பள்ளிக்கூடமே அவங்களுடையது என நினைக்கிறேன். சாம்ராஜை வைத்துப் பழக்கம். என்னுடைய சமீபத்திய சிறுகதைகளை உடனுக்குடன் படித்து நல்ல வார்த்தைகள் சொல்வார். இவருடைய சொற்கள் எனக்குத் தேவையாக இருந்தன. நிறைய குறுஞ்செய்திகள் அனுப்புவார். கடிதத்திலும் தொலைபேச்சிலும் சட்டென்று ஒரு அந்தரமான நடுவானப் புள்ளியில் நம்மை நிறுத்திவிட்டு விலகிவிடுவது அவருடைய பிரத்யேக முறை. கீழே தரைக்கு வருவது அப்புறம் நம் பாடு.*

627007
24.04.07

அன்புமிக்க நோபிள்,

வணக்கம்.

உங்களைச் சந்திக்க முடியாமல் போய்விட்டது. நீங்கள் குறிப்பிட்ட 12 மணிக்குள் என்னால் வீட்டுக்குத் திரும்ப முடிய வில்லை. இரண்டு இரண்டே கால் ஆகிவிட்டது. தொடர்ந்து இருந்துவந்த இடதுகை வலி இருதயக் கோளாறினால் இருக்குமோ என்பதை மருத்துவரீதியாகச் சோதித்து அறிந்து கொள்ள வேண்டியதிருந்தது. ஒன்றுமில்லை என்று சொல்லிவிட்டார்கள்.

ஆனால் இன்றைக்குக்கூட லேசாக வலியிருந்து கொண்டு தானிருக்கிறது.

83 – 84இல் நாங்கள் நிலக்கோட்டையிலிருந்தோம். நான் என் படைப்பூக்கத்துடன் செயல்பட்டுக்கொண்டு இருந்த காலம். கோவில்பட்டி நண்பர்களில் யாரோ ஒருவர் – கௌரி ஷங்கரா? என்னை Non Fiction எழுதச் சொன்னார். எனக்கு மிகுந்த கோபம் வந்தது. என்னுடைய கதைகளின் மீதான விமர்சனத்தை அப்படி அவர் கெட்டிக்காரத்தனமாகத் தெரிவிப்பது போல இருந்தது.

கெட்டிக்காரத்தனத்துக்கும் படைப்பு மனநிலைக்கும் சம்பந்தமே கிடையாது. நேரடியாக 'உன் கதைகள் ஒன்றும் உருப்படியில்லை. பேசாமல் நீ குப்பை அள்ளப் போகலாம் தெருத்தெருவாக' என்று சொல்லியிருந்தால் பரவாயில்லை.

தமிழ்ச் செல்வன் உட்பட எல்லோரும் இப்படி Non Fiction பத்தியும் எழுதுகிறார்கள். இந்த மோஸ்தர் உலகம் முழுவதும் இருக்கிறதா. இல்லை இங்கே மட்டும்தானா தெரியவில்லை. வெறிநாய்க்கடிக்கு மருந்து கண்டுபிடியுங்கள் என்றால் நாம்தான் அதற்குப்பதிலாகத் தெருநாய்களைப் பிடித்துக் காயடிப்போமே. பிச்சையை ஒழிப்பதற்குப் பதிலாக பிரமுகர் வருகையின்போது, பிச்சைக்காரர்களைக் கைதுசெய்து கண்காணாத இடத்தில் அடைத்து வைத்து, இத்தனைபேர் என்று எண்ணிக்கையை வேறு பத்திரிக்கைகளில் வெளியிடுவோம். ஒழிப்பது வேறு. ஒளித்துவைப்பது வேறு.

நீங்கள் சொல்வதுபோல இப்போது கதைகளையும் நாவல் களையும் பத்திரிகைகள் திட்டமிட்டே ஒளித்து வைக்கிறார்கள். ஏற்கனவே குழந்தைப் பருவத்தைக் குழந்தைகளிடம் இருந்து அகற்றியாயிற்று. வெளி விளையாட்டுக்குரிய இடமும் வசதியுமின்றி அநேகமாக அவை காலாவதியாகிவிட்டன. ஒற்றைக் குழந்தைக் குடும்பப் பெருக்கத்தில், விடுமுறைகளில் போய்த் தங்கிவர மாமா – அத்தை, சித்தப்பா பெரியப்பா, சின்னம்மை பெரியம்மை உறவுகள் இனிக் கிடையாது. அடுத்த பத்திருபது வருடங்களில் தாத்தாக்களுக்கும் பேரன் பேத்திகளுக்குமான உலகம் மட்டும் மேலும் சில காலம் எஞ்சக் கூடும்.

நான் இன்னும் என் பேத்திக்குக் கதைசொல்லிக் கொண்டு தான் இருக்கிறேன். ஹைதராபாத், பெங்களூர் – தெலுங்கு, கன்னடம் என்று அவள் புழங்குகிற மொழிகள் மாறிக்கொண்டிருந் தாலும், என்னிடம் கதை கேட்கிற இரவுகளை இன்னும் உலகம் பறித்துவிடவில்லை அவளிடமும் என்னிடமும் இருந்து. அவள் என்றோ யாருக்கோ சொல்லப்போகிற கதைகளில் என்சொற்களும் நிச்சயம் இருக்கும் என்றே நினைக்கிறேன்.

எழுதியவை மூலமே நான் சாம்ராஜ் போன்றவர்களையும் உங்களைப் போன்றவர்களையும் அடைய முடிந்திருக்கிறது. எழுதாது இருந்திருந்தால், மனிதர்களை எதன் மூலம் அடைய

முடிந்திருக்கும் எனக்கு, அதுவும் என் தொட்டால் சுருங்கும் இலைகளுடன்? தெரியவில்லை.

எல்லோர்க்கும் அன்புடன்
கல்யாணி. சி.

627007
28.01.08

அன்புமிக்க நோபிள்,

வணக்கம்.

நீங்கள் அப்படியொன்றும் பதில்களை எதிர்பார்க்கிறவராக இருக்கமாட்டீர்கள் என்று முதலிலேயே எனக்குத் தோன்றி விட்டது. 'எதிர்பார்ப்பதை மட்டுமல்ல, எதிர்பாராதவர்க்கும் நிறைவேற்றுகிற பொறுப்பு உனக்கு உண்டல்லவா' என்று மீண்டும் எனக்கே தோன்றியதால் இந்தக் கடிதம்.

என்னுடைய வண்ணதாசன் கதைகள் தொகுப்பையும், கிருஷ்ணன் வைத்த வீட்டையும், இவ்வளவு நெருக்கமாக வாசித்தவர் நீங்களாகத்தான் இருக்கும். சாம்ராஜும் இப்படி வாசிக்கிறவர்தான். ஆனால் என்மீது அவருக்கு ஏற்கனவே உண்டாகிவிட்ட அபிமானத்தின் இடைஞ்சல் அல்லது சாய்வு, எல்லா வரிகளையும் ஒருவித பரவசத்துடன் வாசிக்கிற மனநிலையை அவருக்குச் சற்றேனும் அளித்திருக்கும். உங்களுக்கு அந்தத் தொந்திரவு கிடையாது என்பதால் உங்களின் அபிப்பிராயங்கள் எனக்கு முக்கியமாகின்றன. அவை நேர்மையானவை என்பதால் அதுகுறித்த சிறு மகிழ்ச்சியையும் நான் அடைகிறேன்.

மற்றப்படி அ. ராமசாமியின், ஜெயமோகனின் அல்லது இன்னொருவரின் சொல்லாடல்களை நான் மனதிற்குள் செலுத்துவதேயில்லை. நாற்பத்தி ஆறு ஆண்டுகளின் படைப்பியக்கத்தில் எதுவும் புதிதில்லை. என் வாழ்வின் ஊடாக நான் அறிந்ததை, எனக்குத் தெரிந்த வகையில் சொல்லிவிட்டுப் போகிறேன். உன் கரகக் குடம் உனக்கு. என் கரகக்குடம் எனக்கு. யாரும் யார்குடத்தையும் எடுத்து ஆடமுடியாது. திரிச்சூர் ஆனிப்பூரத்திற்குச் செண்டை வாசிக்கிற மாரார் கைப்பிரம்பை வாங்கி, சிங்கிகுளம் கணேசன் செட்டில் நையாண்டி மேளம் வாசிக்கிறவர் உபயோகப்படுத்த முடியாது. எனக்குக் குதிகாலில்

செருப்புத் தேய்கிறது. உங்களுக்குப் பெருவிரல் பக்கம் குழி விழுகிறது. வாசல் பெருக்கிக் கழுவிவிட்ட தண்ணீரை தெருநாய் நக்கிக் குடிக்கிறது. தாமிரபரணி ஆற்றுக் கல்மண்டபத்தில் இன்னொரு வெள்ளாட்டுக் குட்டி அசையாமல் ஓடுகிற தண்ணீரைப் பார்த்துக்கொண்டு படுத்திருக்கிறது. எல்லாம் அப்படித்தான்.

முடிகிறவரை மூச்சு. எழுதுகிறவரை எழுத்து.

அன்புடன்
கல்யாணி. சி.

627007
16.05.09

அன்புமிக்க நோபிள்,

வணக்கம்.

ஓட்டுச் சாவடிப்பக்கம் எட்டிப்பார்க்க மனமில்லாத, இந்த மாதச்சம்பள மனிதர்கள் எல்லாம் வெகுசிரத்தையாக எட்டு மணிமுதல் NDTV, Timesnow, CBN என்று உற்றுப் பார்த்துக்கொண்டு இருக்கையில், நான் உங்களுக்குக் கடிதம் எழுதுவதே உகந்ததென நினைக்கிறேன்.

வழக்கம்போல எதிர்ப்பக்க வெட்டவெளியில் செவலைப் பசு மேயவந்துவிட்டது. தந்திக் கம்பத்தின் அதே இடத்தில் தூக்கம் கலையாத அலகுடன் மீன்கொத்தி தனித்திருக்கிறது. மீன் வியாபாரிகளுக்கு வியாபாரம் ஒன்றும் குறைச்சலில்லை. இன்னும் கொஞ்சம் வெயில் ஏறும்போதுதான், புங்கைமரக் கிளை அடர்த்திக்குள் உட்கார்ந்திருக்கிற காக்கைக் குஞ்சின் 'குஞ்சுக் குரல்' கேட்கும். ஒருவகையில் மே மாதத்தின் இந்த தினத்தின் சிலேட்டை, வெயில், நடமாட்டமின்றிச் சுத்தமாகத் துடைத்து வைத்திருக்கிறது, இந்தியாவின் சுகதுக்கங்களை நிர்ணயிக்கப் போகிறவர்களின் பெயர்கள் எழுதப்பட என.

உங்கள் கடிதம் எப்போதும் தருகிற ஆறுதலை நேற்றும் தந்தது. கலை இலக்கியம் அரசியல் எல்லாம் தாண்டி, எங்கள் வாழ்க்கையில் அவ்வப்போது வந்து சென்று எங்களை ஆற்றுப் படுத்துகிற, எங்களுக்கு இளைப்பாறுதல் தருகிற கிறிஸ்துநாதன் நீங்களும் ஒருவராகிறீர்கள்.

காலம் காலமாக வரலாறு, முன்வரிசைத் தளபதிகளின் பெயரையும், தலையானங்கானத்து செருவென்ற பாண்டியர்களின் பெயர்களையும் தானே பதிவு செய்யும். காலாட் படைகளின் பட்டியல் என்றைக்குக் கணக்கில் வந்தது. நான் காலாள். திகைத்து நிற்கிற சந்தியில் திசை சொல்லிவிட்டு நகர்கிற ஒரு மைக்கேல் பாளையக் கிழவன். நீங்கள் அமிழ்ந்து குளிக்கிற ஆற்று நீரோட்டத்தில் மிதந்து செல்லும் செம்பருத்தி. உங்களின் கால் ஜோடுகளின் விரல் பதிவுகளிலும், குதிங்கால் குழிவிலும் படர்ந்திருக்கிற தெருப்புழுதி. கான்டீனில் ஒரு பட்டர் பிஸ் கட்டை முக்கி நீங்கள் சாயாக் குடிக்கிற நேரத்துக்குள், உதிர்ந்த துணுக்குகளை இழுத்துச் சொல்லும் சிற்றெறும்பு. இதற்கெல்லாம் அப்ரிஷியேஸன், டிப்ரிஷியேஷன் உண்டா?

ஊர்ந்து கொண்டே இருக்கும் உயிரின் அழகு.

எல்லோர்க்கும் அன்புடன்
கல்யாணி. சி.

## குப்புசாமி

ஆரணி G. குப்புசாமிக்கு இவை 'என் பெயர் சிவப்பு' மற்றும் 'கடல்' தினங்கள். அவரை மூலப்படைப்பின் மேல் தன் முழு அக்கறையையும் குவிக்கிற மொழிபெயர்ப்பாளராக அறிவீர்கள். அவருக்கும் எனக்கும் இடையே, நீண்ட வருடங்களாக, பெயர்க்க முடியாத ஒரு மொழியில் அவரவர் தனிவாழ்வு சார்ந்த ஒரு தொடர் உரையாடல் நிகழ்ந்து கொண்டே இருக்கிறது. இதற்கு மேல் வழவழப்பு அடையமுடியாத ஒரு கூழாங்கல் போல, அது எங்கள் படுகையில் கிடக்கிறது. ஒரு சில்லு அதிகம் பெயர்ந்தால் மூளியாகிவிடும் என்று நிச்சயமாய் உணரும் ஒரு சிலையை நாங்கள் எங்களுக்கு முன்னிருக்கும் ஒரே கல்லில் செதுக்கிக் கொண்டு இருக்கிறோம். கல்லின் பொறி, கல்லின் தீ வாசம் நாங்கள் அறிந்தவர்களே. போன வருடம், லிங்கம் வீட்டுக் கல்யாணத்திற்குப் போய்விட்டு, அவருடைய வீட்டில் ஒரு இரவு தங்கினேன். குப்புசாமியின் மகனுடைய அறை அது. அவனுடைய கட்டில் அது. மறுநாட் காலை குப்புசாமியின் அம்மாவைப் பார்க்கப் போகும்போது நான் குப்புசாமியின் மகனாக இருந்தேன். இதை எழுதும்போது G. குப்புசாமியாக இருக்கிறேனோ என்னவோ...

———    ———

1/A2 வ.உ.சி. நகர்,
பிச்சைப்பிள்ளை சாவடி,
மதுரை – 625 016
12.2.93

அன்புமிக்க திரு. குப்புஸ்வாமி,

வணக்கம்.

3ஆம் தேதியே உங்கள் கடிதம் கிடைத்துவிட்டது. 'ஸ்வாமியின் நண்பர்கள்' படித்ததில்லை. ஆனால் ஸ்வாமிக்கு மேலும் ஒரு நண்பன் அதிகரித்திருக்க வேண்டும் இதற்குள் என்று தோன்றியது. சில சமயம் மால்குடிதான் ஆரணி. இன்னும் சிலசமயம் ஆரணிதான் மால்குடி இன்னொரு ஊரை அவரவர் ஊராகத்தான் வாழ முயல்கிறோம். முடிகிறபோது! சந்தோஷம்.

பவா நிறைய காரியங்களைச் செய்கிறார். நிறைய மற்றவர்களுக்கே கொடுக்கிறார். நான் பெற்றுக் கொண்டது ஜெய மோகனின் திசைகளின் நடுவே. அப்புறம் நீங்கள். திசைகளின் நடுவேயோ, திசைகளுக்கு அப்பாலோ, தப்ப முடியாது திசைகளிலிருந்து. திசை முடிவில் தெரிவதெல்லாம் ஆகாயம் நீலநிறம்.

எல்லா இடங்களுக்கும் போகவேண்டும் போலத்தான் இருக்கிறது. யார் கூப்பிட்டாலும் வந்துவிடத்தான் தோன்றுகிறது. சில சமயம் பத்துப் பதினைந்து வயதிற்கு முன்னால் இந்த அழைப்பு வந்திருக்கலாகாதா என்று ஏங்குகிறது. இன்னும் பத்துப் பதினைந்து வயதிற்கு அப்புறம் போனால் இதைவிடச் சரியானவனாகப் போய்ச் சேருவேன் என்றும் தோன்றுகிறது. ஒரே சமயத்தில் இரண்டும் தோன்றுவதுதானே பிரச்னையின் சுவாரசியம்.

ஆரணியிலிருந்து திருவண்ணாமலைக்கு, உங்களுடைய வரியின் மடியில் உட்கார்ந்துகொண்டு, ஏற்கனவே ஒருதடவை வந்துவிட்டது போலிருக்கிறது. கண்டறியாதவை கண்ட நிலை. நீங்கள் ரொம்பவும் அழகாக எழுதியிருக்கிறீர்கள். உணர்வின் அழகு எழுத்தின் அழகாகி நிற்கிறது.

பவா செல்லத்துரை கூட மே மாத வாக்கில் எப்படியாவது வாருங்கள் என்று எழுதியிருக்கிறார். தமிழ்ச்செல்வன் அப்போது வரக்கூடும் என்கிறார். அப்படியொரு சந்தர்ப்பத்தில் எனக்கு வரமுடிந்தால் எவ்வளவு நன்றாக இருக்கும்.

திருமணஞ்சேரி, வைதீஸ்வரன் கோவில் வரிசைப்படி மதுரைக்கும் வாருங்கள்.

33524 அல்லது 38464இல் அலுவலகத்தில் என்னைக் கூப்பிட்டு வந்திருக்கிற தகவல் சொல்லுங்கள். வந்து பார்க்கிறேன். சௌகரியப்பட்டால், ஒருநடை வீட்டிற்கும் இரண்டுபேருமாக வாருங்கள்.

பிப்ரவரி 3ஆம் வாரம் என்று எழுதியிருக்கிறீர்கள். கூப்பிடு தூரம்தானே அது. அநேகமாக நாம் நேரிலேயே பேசிக் கொள்ளலாம் மறுமுறை.

எல்லோர்க்கும் அன்புடன்
கல்யாணி. சி.

மதுரை - 16
25.6.93

அன்புமிக்க GK

வணக்கம்.

அந்த நேரம் ரொம்ப முக்கியமானது. கேட்கத் துவங்கும் போது இருந்த வெளிச்சம், கேட்டு முடிக்கும் போது இருட்டில் கரைந்துவிட்டிருந்தது. சர்பத் டம்ளரில் எஞ்சிய பனிக்கட்டி மாதிரி நான் திடமாகவும் திரவமாகவும் எஞ்சிக் கொண்டிருந்தேன். ஆவியாக முடியாமல். ஒருவேளை செளரஸ்யா கேட்டிருந்தால் அப்படி ஆகியிருக்கும். இன்னும் கேட்கவில்லை. அது இன்னொரு நாளுக்கு அல்லது பொழுதிற்கு; தருணத்திற்கு; கணத்திற்கு.

இன்னும் எஞ்சிநிற்பது சுரேஷின் புல்லாங்குழல்தான். சுகந்தன், வசந்தி துரையின் குரல்கள் நன்றாக இருக்கின்றன. நீண்டு, கம்பி, சஞ்சரித்து விம்முகையில் மனதைத் தொடுகின்றன. ஆனால் ல, ழ, ன, ண என்பது போன்ற உச்சரிப்புச் சிக்கல்களைத் தாங்கமுடியவில்லை. இதுபோன்ற நிகழ்ச்சிகள், நிகழ்த்துபவர்களும், பங்கு கொள்பவர்களும் ஒன்றாக ஒருவருக்கொருவர் முகம் பார்த்து இருக்கும்போது, உண்டாக்க முடிகிற அலைகளையும் நெகிழ்ச்சிகளையும், இதுபோன்ற ஒலிநாடாக்களில் பெற / உணர முடியவில்லை. கரிசல் குயில்களின் நாடா ஒன்றைக் கேட்கும் போது, இப்படி நான் உணரவில்லை என்பதையும் சொல்ல வேண்டும்.

அப்புறம் இன்னொன்று.

இவ்வளவு தூரம் எனக்காக இவ்வளவு ஏன் சிரமப்பட்டீர்கள், செலவழித்தீர்கள். இதை நான் பெற்றுக்கொள்ள மட்டுமே முடிகிறவனாகவும், திருப்பி வேறு ரூபத்திலாவது செலுத்த முடியாதவனாகவும் இருக்கிறேன். வந்த விபரத்திற்கு இரண்டு வரிகள் எழுதமுடியாமலும், கேட்டு ரசித்துப் பகிர்ந்து கொள்ள முடியாமலும் ஆக நாங்கள் போய்க் கொண்டிருக்கையில், நான் இப்படிப் பலதிசைகளில் இருந்து பெற்றுக் குவித்திருக்கிற பரிவின் பரிமாணம், அளவு ஒருவிதக் குற்றஉணர்வுக்குள் என்னைத் தள்ளுகின்றன.

உங்கள் சோப்புடப்பாவை நான் பார்த்துக் கொள்கிறேன். என் புத்தக அடுக்குகளுக்கு இடையில் அவ்வப்போது இடம்

மாறிக் கொண்டு இருக்கிறது. கிளைகளில் மாறி அமர்ந்து கொள்ளும் சிறுபறவை போல.

பவா. செல்லத்துரையின் முகம் பார்க்க முடிந்தது சுபமங்களா மூலம். ஏற்கனவே கேட்டும் உணர்ந்தும் வரைந்து கொண்ட முகம் ஒன்று இருக்கிறது.

எல்லோர்க்கும் அன்புடன்
கல்யாணி. சி.

## கிருஷி

ராமகிருஷ்ணனுக்கு நானும் 'சார்வாள்' தான். நீங்களும் 'சார்வாள்' தான். எல்லோரையும் அப்படித்தான் கூப்பிடுவார். சில சமயம் 'ஸாரே' என்று கூப்பிடும் போது ஒரு மலையாளியின் குரல் அவருக்கு வந்துவிடும். ஆளே தாடியும் தோளில் மாட்டின பையுமாக, அப்போது தான் புனலூர், ஆரியங்காவு வழியாக செங்கோட்டை பாசஞ்சரில் வந்து இறங்கி, ஒரு டீ குடிக்க நிற்பது போலத்தான் இருப்பார். அவர் கோவில்பட்டியில் இருக்கும் போது, நிறைய கடிதங்கள் வரும். அவர் கையெழுத்து, இளசை அருணா கையெழுத்து எல்லாம் அவ்வளவு முத்து முத்தாக இருக்கும். காயிதம் வந்த உறையைத் தூரப் போடவே மனசு வராது. தீப்பெட்டிப் படம் சேர்க்கிற மாதிரி அவரும் என்னுடைய கடிதங்களை ரொம்ப காலம் வைத்திருந்திருக்கிறார். செல்வி நகர் வீட்டில் வைத்து ஒவ்வொன்றாகக் காட்டினார். ஒரு தபால் அட்டையின் பின்பக்கத்தில், ஏழெட்டுப் பெண்கள் பொட்டுத் துணி இல்லாமல், தன்னை மறந்து வட்டமாக நின்று ஆடுவதை நான் வரைந்திருந்தேன். எனக்கே அதன் அழகு ஆச்சரியமாக இருந்தது. என்னுடைய 69ஆம் வருட மாடுகளின் கோட்டோவியங்களும் அவரிடம் பத்திரமாக இருந்தன. அடுத்தவர்களையும், அடுத்தவர்களுடையதையும் இப்படிப் பத்திரமாக வைத்திருப்பதற்கு எவ்வளவு பெரிய மனசு வேண்டும்!

குக்கட்பள்ளி ஹவுஸிங் போர்ட் காலனி
ஹைதராபாத்
08.11.01

அன்புமிக்க கிருஷி,

வணக்கம்.

எப்படியும் நான் வருவதற்குள் கிடைத்துவிடும் உங்களுக்கு. தீபாவளி வாழ்த்தைக் கூடச் சொல்ல முடிகிற தினமாக இருக்கலாம். பண்டிகை தினங்களை ஒட்டிக் காலம் காலமாகப் பெய்துவருகிற மழையின் ஒரு துளியாய் சிறு நினைவாய் இது அமையுமெனில் பாக்கியம். பரமன் முகவரி இன்னொரு பாக்கியம்.

நமக்கு முகவரிகள் தேவை. பரமனுக்கு முகவரி தேவை யில்லை. முகம் மட்டும் போதும். பராசக்தி பில்டிங்கின் மரம் வெட்டப்பட்ட பின்பு காணாமல் போன அடைக்கலாங் குருவிகள் பூராவும் அவன் ஒரே முகத்துக்குள் சிறகடிக்கின்றன. மனிதர்கள் முகம் பறவைகள் வந்து தங்கவும், கூடுகட்டவும் குஞ்சு பொரிக்கவும், பறந்துபோகவும் அனுமதிக்கிறபடிதான் இருக்கவேண்டும். பரமன் அப்படி என்று தோன்றுகிறது.

வெவ்வேறு மனநிலைகளில் இந்த மூன்று நாட்களும். காற்று லேசானது போலத் தோன்றுவது. ஆனால் லேசுப்பட்டதில்லை. கடல் தாங்காது காற்றை. அழுத்த அழுத்த அலைகளின் உயரம் எகிறும். மணலை அரித்துக் கரை கரையும். நுரை விசிறும்.

ஒரு கட்டுக்குள் வரமறுக்கிற கால் – உபாதை தொடர்ந்து எதிர்மறையாக வதைத்துக் கொண்டே இருக்கிறது. உடல் வதை எனில் பொருட்டில்லை. உன் உடலும் அவன் உடலும் அவள் உடலும் பொருட்டெனக்கு. என் உடல் எனக்குப் பொருட்டல்ல. ஆனால் மனம் எனக்கு அப்படியில்லை. வெள்ளத்தனையது எல்லாம் எனக்கு உள்ளத்தனையது. முள் முறுகாமல் தட்டு வாடாமல் என் மனத்தராசு அந்தரத்தில் தொங்கிக் கொண்டே இருக்கப் போய்த்தான் நான் நீரை அளப்பதுமில்லை. நெருப்பை நிறுப்பதுமில்லை. காய்தலும் உவத்தலுமின்றி, காட்டரளிச் செடிபோல பூத்தலும் உதிர்த்தலுமாகவே போய்க் கொண்டிருக்கிறது என் தினங்கள். நான் யார்வீட்டு முற்றத்தில் மரமாக நின்றாலும், நான் துளிர்க்கையில் என் இலையும் ஒரு பூ. நான் பூக்கையில் பூவும் ஒரு இலை. சிறுவர்களும் சிறுமியரும் பறிக்கிற நேரத்தில் பூவரசம் பூ அழகா, பூவரச இலை அழகா. நம் ஊரில் கொய்யாப் பழங்கள் விற்கிறது போல ஹைதராபாத்தில் சீத்தாப்பழம் விற்கிறார்கள். திருநெல்வேலியில் ராமையன்பட்டியில் நான் கொய்யாவாக விதைக்கப் பட்டிருக்கிறேன். குக்கட் பள்ளியில் சீத்தாவாக. பறவைகளின் எச்சம் போடப் போட நான் பரவிக் கொண்டிருப்பேன்.

இப்படியெல்லாம் பைபாஸ் ரோட்டில் வாகனம் விரட்டு கையில், தார்ச்சாலைக்கு இரண்டு ஜான் உயரத்தில் அலைகிற கானல் அலைகள்போல, என் வெவ்வேறு வெப்பங்கள் அலைந்து கொண்டிருப்பினும், என் வீட்டைத் தினந்தினமும், உங்கள் வீடுகளை நினைக்கிற தினங்களிலும் அலைந்து கொண்டுதான் இருந்தேன் இதுவரை.

எனக்கு யானைக்குட்டி வாங்கித் தருவதாகச் சொன்ன, நானும் நிஜமாகவே சின்னவயதில் அப்படியே நம்பிக்

கொண்டிருந்த அழகப்பக் கொத்தனாரின் ரச மட்டத்தின் பாதரசக் குமிழ்போல, என் தரை சமதளமாகவும், என் வெளி சமவெளியாகவுமே இருந்தது இதுவரை.

நான் சிகரங்களுக்குப் பிரயாசைப்பட்டதில்லை. ஆனால் இனிமேல் பாதாளங்களில் உருட்டப்பட்டுவிடுவேனோ என்று பயம் வந்துவிட்டது.

வீடு ஒன்றே கால் லட்சம் கொடுத்தால்தான் காலி செய்வேன் என்று சொல்கிற வன்முறையை எதிர்கொள்ள முடியாத மனம்.

இதுவரை காணாத கெட்ட / துர்ச்சொப்பனங்களால் தடைப் பட்டு விழிக்கிற இரவுகள் கடந்த மூன்று தினங்களிலும். இதுவரை கேள்விப்பட்டிருக்காத, வர்ணிக்கக் கூடாத அளவில் பயமுண்டாக்குகிற முகங்களும், முகங்களுடையவர்களுமாகக் கனவில் வந்து போவது ஒருபுறம். கனவு கனவாகக் காற்றோடு போகாமல், விழித்த பிறகும் துரத்துகிறது எல்லாம் ஆச்சரியமாக இருக்கிறது.

சார்மினார் எக்ஸ்பிரஸ் தூக்கத்தில் துரத்திய கனவுகள் என்னுடனே எழுந்துவந்து, கழிப்பறையில் என்னுடனேயே சிறுநீர் கழித்தன என்றால் மிகையில்லை. இன்றைய பகலில் கூட, இதிலிருந்து விடுபடவேண்டும் விடுபடவேண்டும் என்று இரண்டு மூன்று நாட் கனவுகளின் கருப்புச் சிலந்தி வலையில் சிக்கிக்கொண்டிருக்கிறேன். எட்டுக்கால்கள் அமுக்கி என்னை உறிஞ்சுமுன் தப்பித்து விடவேண்டும் என்று எனக்கே உரிய பிரார்த்தனைகளையும் கவனக்குவிப்புகளையும், தியான முறை களையும், நிலைநிறுத்தல்களையும் பிரயோகித்துப் பிரயோகித்துத் திமிறிக் கொண்டிருக்கிற நிலையில் இதை எழுதுவதுகூட, இன்னொருவகை எதிர்நீச்சல்தான்.

குழந்தைகளிடம் ஒன்றிவிடுகிற, பிரம்பை ஒருநாள்கூட உபயோகித்தறியாத உங்களைப் போன்ற ஒரு ஆசிரியரின் வகுப்பில் ஒரு சாக்பீஸ் துண்டாக, கரும்பலகையாக மாற்றிக் கொண்டு இதிலிருந்து நான் விடுபட நினைக்கிறேன். ரஞ்சித் அடுக்குகிற நாகலிங்கப் பூக்களில் நானும் இப்போதும் ஒரு பூ. 'ஸார் இருக்காங்களா' என்று கேட்டால் 'வெளியே போயிருக் காங்களே' என்று துவங்குகிற பதிலின் கனிவில் இப்போது நானும் ஒரு சுருதி.

இந்த முதலிரு கவிதைகளையும் ஊரிலிருந்து புறப்படுகிற சமயம் கிடைத்த, கலாப்ரியாவின் கடிதத்தை ஒட்டியும், சங்கரியின் கடிதச் செய்தியாக என் பேத்தி நான் அனுப்பிய காக்கை

இறகும் கையுமாக அலைகிறாள் என்ற சந்தோஷத்திலும் எழுதியவை.

மற்றவை அனைத்தும் நான் அரக்கோணம் போய்த் திரும்பின நினைவுகளில், ஓடும் ரயிலில் இடைஇடையே எழுதியவை. உங்களுக்கு அனுப்பாமல் யாருக்கு அனுப்ப அதை.

சென்னையில் ராமச்சந்திரனுடன் தொலைபேசினேன். இளையபாரதியுடன் ஒருமணிநேரம் இருந்தேன். பாண்டியராஜன், ரவிசுப்ரமணியனுடன் சிலநிமிடங்கள் தொலைபேச்சு. இந்த அளவிலேயே மனம், எங்கள் பெருமாள்புரம் வீட்டுமுன்னால் இருக்கிற லெச்சை கெட்ட மரம் போலப் பசுமையாகிவிட்டது.

குமுதத்தில் வேறு கவிதை வந்துவிட்டதா. இரண்டு வருடங் களுக்குப் பிறகு அச்சில் உயிர்த்த வரிகள். இவையெல்லாம் சென்னையிலேயே இருந்திருக்கலாமோ என்றுகூட நினைக்க வைக்கிறது. ஆனால் சிறிதுகூட அவசரப்பட்டுவிட்டேனோ என்று நினைக்கவில்லை. ஏன் தெரியுமா. நான்தான் அவசரப் படுவதே இல்லையே.

பேத்திக்கு எங்கள் முகம் மறந்துவிட்டது. ஜுன் ஜுலையில் என்னோடு அவ்வளவு தூரம் நீட்டிக் கொண்டு இருந்தவளின் நினைவுகளைப் புதுப்பிக்க வேண்டிய நிலை. கூடி விளையாடவும், கொஞ்சவும் குழந்தைகள் எதுவுமற்ற பக்கத்து வீடுகள். சங்கரிக்கும் பேச்சுத் துணைக்கு யாருமில்லை. தமிழ்பேசுகிற குடும்பம் மருந்துக்கு ஒன்றுகூட இல்லாத தனிமை. மருமகனுக்கும் அலுவலகத்தில் அதே அ–தமிழர் நிலை. இதற்குமுன்பு பரிச்சயமற்ற கணினிச் சூழல்.

மூன்றுபேருமே பெங்களூரை மட்டுமல்ல, ஒரு நல்ல வசந்தத்தை விலையாகக் கொடுத்திருக்கிறார்கள். சங்கரி வள்ளியைப்போல, செம்புலப் பெயல் நீர். எல்லா மனிதரிடமும் அவளால் அகல் விளக்கேந்தி நிற்க முடியும். அவளுக்கும் அர்ச்சனாவுக்கும் இது பொன் கூண்டு.

நாங்கள் வந்திருப்பது பழம்கொடுக்கவும், தானியம் கொடுக்கவும், சற்றுக் கதவைத் திறந்து வைத்த மாதிரி.

அப்பாவுடன் பேசிக் கொள்ளுங்கள் முடிகிறபோதெல்லாம்.

பரமன் எனக்கு எழுதவில்லையே கல்யாணி என்பான்.

பரமன் எழுதியவன்தானே கல்யாணியும்.

எல்லோர்க்கும் அன்புடன்<br>
கல்யாணி. சி.

## கனகதூரிகா

நான் முதலில் பார்க்கும்போது செல்வி.கனகலட்சுமி. இப்போது திருமதி. "நமது நம்பிக்கை'க்காரி. மரபின் மைந்தன் முத்தையாவின் செல்ல வளர்ப்பு. களங்கமே அற்ற சிரிப்புடன், உயரம் காரணமாக என்னை அண்ணாந்து பார்க்கிற முகம் அவருக்கு. 'இருள் தின்னும் இரவுகள்' என அழைப்புமையங்கள் பற்றிய களம் சார்ந்த முதல் தமிழ் நாவலை எழுதியிருக்கிறார். இரண்டாம் நாவலின் நான்காம் அத்தியாயம் ஐந்து நாட்களுக்கு முன் மின்னஞ்சலில் வந்திருக்கிறது பெங்களூருவில் இருந்து.

அன்புமிக்க கனகதூரிகா,

வணக்கம்.

நிச்சயம் இதற்கு முன்னுதாரணங்கள் இருக்கும். என்னைப் போல, இப்படி மருத்துவமனையின் முழுக் கருப்பு இரும்பு இருக்கைகளில் இருந்தபடி, நம் பெயர் சொல்லி அழைக்கப் படுவதற்கு முந்திய காத்திருப்பில், யாராவது யாருக்காவது கடிதம் எழுதியிருப்பார்கள்.

இந்தப் பதினொன்றே கால்மணியை விடவும் பிந்திய நிசியாகக்கூட அது இருக்கலாம். சரியாகத் துடைக்கப்படாத மழைக்காலக் கார்க்கண்ணாடி மாதிரி சற்றுக் கலங்கிய மங்கலாகத் தெரிகிற பிறை அப்போது நட்சத்திரங்களிடமிருந்து போதிய தெளிவைப் பெற்றுவிடக்கூடும். இருள் என்பது குறைந்த வெளிச்சம் என நம்மைப் போல நிலாவுக்கும் தெரிந்திருக்கும்.

வந்து உட்கார்ந்தவுடன் உங்களுக்கு எழுதத் துவங்கிவிட்டேன். இன்னும் என்னைச் சுற்றி, என் அருகில், முன்பின்னில், இடது வலதில் இருக்கிற முகங்களில் கவனம் குவியும் முன்பே உங்களுடைய மின்னஞ்சல் முகவரியின் குரலுக்குக் கீழ்ப் படியலாயிற்று. இரவு ஒரு மணி ஆகலாம் என் முறை வருவதற்கு. அதற்கான நரம்பியல் முன்னனுபவங்கள் ஏற்கனவே உண்டு

என்பதால் Robin Sharmaவுடைய 'The Greatness Guide, மற்றும் Buddhism: Plain and Simple, Notes to myself ஆகிய மூன்று புத்தகங்களுடன், கடிதம் எழுத இந்த All Time Letter - Padஐயும் எடுத்து வைத்துக் கொண்டேன்.

பத்து நிமிடங்கள் சாம்ராஜீடன் செல்பேசிவிட்டேன். உமாவின் வோடபோன் தொடர் உரையாடலில் காத்திருக்கச் சொன்னது. 'ஐந்து நிமிடம்' என்ற குறுஞ்செய்திக் கெஞ்சல் வேறு. நான் Silent profileக்கு மாற்றிவிட்டே இந்த இருக்கையில் இடம்பிடித்தேன். இந்த வரிக்கு முந்திய ஏழாவது வரியிலேயே சட்டைப் பைக்குள் மின்மினிப் பூச்சி வெளிச்சம் பறக்கிறது. இப்போது பேச்சைத் துவங்க இயலாது. பேனா முனையின் போக்குவரத்தை ஸ்தம்பிக்க வைப்பது, இந்த நெரிசல் நேரத்தில் உகந்த காரியமில்லை.

முத்தையா தன்னுடைய விமான நிலைய மின்னஞ்சலில் 'தலையைத் துவட்டுங்கள், அருவி நீங்குங்கள்' என்கிறார். நதியெனில் கூடக் கரையேறிவிடுவேன். அருவி திரும்பத் திரும்ப அழைக்கும் நீர்மையுடையது. அவ்வளவு பெரு வீழ்ச்சியையும் பேரிரைச்சலையும் மீறி அதன் தன்மை நம்மைத் தழுவிக் கொண்டேயிருக்கும். நம்மைச் சிக்கெனப் பிடிக்கும் அருவியின் கைகளும் விரல்களும்.

நான் பாரதீய வித்யாபவனில்தான் இந்த எட்டு நாட்களும் நின்றேன். அது ஒருவகை ஆனந்த அருவி. நேற்றும் இன்றும்தான் அதிலிருந்து வெளி வந்து நிற்கிறேன். ஆனால் தலை துவட்ட வில்லை. அந்தக் காரியத்தை வெயில் செய்யும். வெயில் துவட்டும். சற்று உடலின் ஈரம் உலர்கையில் அருவியை ஏறிட்டுப் பார்த்தால் போயிற்று. அருவி கூப்பிடும். அருவி ஒரு மோகினி அல்லது யட்சி. தவிர்க்க முடியாத காட்டுப்பூ அழைப்பு அது. பாரதீய வித்யா பவன் அல்ல. கோவையின் அழைப்பு செண்பகப்பூப் பொட்டலம் பிரித்து உச்சிக்கு ஏறுகிறது.

இந்த விருது சார்ந்து, ஆனால் விருதை மீறி ஏதோ ஒன்று என்னை நிறைத்திருக்கிறது. முற்பகல் நிகழ்வின் மூன்று மணி நேரத்தில், கண்கள் கசிகிற அளவு சிரித்துச் சிரித்து இதுவரையற்ற மகிழ்ச்சியில், அத்தனை பேரும் என்னைச் சூழ, நான் இருந்தது தான் அந்த நிறைவின் ஆதியந்தம்.

இந்த நிறைவு முத்தையாவிடம் துவங்கி முத்தையாவிடம் முடிகிற ஒன்று. சின்னு முதல் சின்னுவரை போல, ஒருவகையில்

இந்த மூன்று தினங்களும் முத்தையா முதல் முத்தையா வரை என்று அமையும்.

நான் முத்தையாவுடன், ரமணனுடன், விஜயா வேலாயுதம் அண்ணாச்சியுடன் உங்களுடன் இருக்கவேண்டியவன். ரவீந்திரனின் கள்ளமற்ற சிரிப்பைக் கண்டு, ஜெயந்த ஸ்ரீயின் குரலைக் கேட்டு, ஜீவானந்தத்தின் ஓவியம் ரசித்து சித்தாபுதூரில் திரிய வேண்டியவன்.

நெல்லையில் இருந்துகொண்டு, தில்லையில் திரிய முடியாதா என்ன ?

எல்லோர்க்கும் அன்புடன்,
கல்யாணி. சி.

## சீனுராமசாமி

கூடல் நகருக்கும் தென்மேற்குப் பருவக்காற்றுக்கும் இடையில் அவருடைய கவிதைத் தொகுப்பின் மூலம் அறியவந்தவர். அவருடைய ஒவ்வொரு அழைப்பும் அவற்றின் வெவ்வேறு பொழுதுகளும், பேச எடுத்துக் கொள்ளும் நீண்ட அவகாசங்களும், இடையில் பொங்கும் அவருடைய சிரிப்பும் என்னை அவருடன் நெருக்கமாக உணர வைத்திருக்கின்றன. ஆழ்வார்பேட்டையில் ஒரு உறவினர் வீட்டில் நான் இருந்தபோது, வந்த அவரது அழைப்பும், அந்த உறவினர் வீட்டின் சாளரத்திற்கு அப்பால் விரிந்திருந்த பெருமரம் முழுவதையும் உலுக்குவது போல இருந்த அவர் குரலின் கலக்கமும், அவரை மேலும் நெருக்கமாக்கியது. அதன் பின் அவர் பேசவே இல்லை. நானும்தான்.

627007
02.08.09

அன்புமிக்க சீனுராமசாமி,

வணக்கம்.

உங்கள் தொகுப்பை எனக்கு அய்யப்ப மாதவன் அனுப்பி யிருக்கக்கூடும். ஆனாலும் இந்தக் கடிதத்தை உங்களுக்குத்தான் எழுதத் தோன்றுகிறது. அதுதானே முறையும்.

தற்செயலாக இந்த தினம் நட்புக்குரியது என்று குறுஞ் செய்திகள் மூலம் அறிகிறேன். இப்படிப் பட்டியலிடப்படுகிற எந்த உறவு தினங்களையும் கொண்டாடுவதன் மூலம் AIRTEL, AIRCEL நிறுவனங்களுக்கு லாபம் சம்பாதித்துக் கொடுக்கிறோமே தவிர (இன்று ஒவ்வொரு குறுஞ்செய்திக்கும் ஐம்பது பைசாவாம். என் தம்பி மகள் சொல்கிறாள்), அது எந்த உறவெனினும், தினமெனினும் சற்று நஷ்டமே அமைகிறது. கொச்சைப்படுவதும் ஒருவகையில் நஷ்டப்படுவதுதான். ஆனாலும் இந்த உச்சரிப்பு தினத்துடன், மெய்யாகவே உங்களுக்கு எழுதுவது, அதன் சடங்கற்றதன்மையுடன் பொருந்துகிறது.

உங்கள் திரைப்படம் 'கூடல்நகரை' நான் பார்த்ததில்லை. சாம்ராஜ் அதைப் பார்க்கச் சொல்லி, நீங்கள் மதுரைக்காரர், பரஸ்பரம் அறிந்தவர்கள் என்று சொல்லியிருக்கிறார்.

குங்குமம் அல்லது குமுதத்தில் தேன்மொழியின் பேட்டியை ஒட்டியே உங்கள் பெயர் எனக்குப் பதிவாகியிருந்தது. நாங்கள் C. 24, C காலனி முகவரியில் முன்பிருந்த வருடங்களில், எனக்கு எழுதிக் கொண்டும், எங்கள் குடும்பத்தினருடன் பேசிக்கொண்டும் இருந்தார். ஈர நிலத்திற்குப் பாடல்களோ உரையாடல்களோ எழுதிய நேரத்திற்குப் பின் தொடர்பில்லை. (அது ஈர நிலமில்லை. கண்களால் கைது செய். அதற்கு அவர் திரைப்பாடல் எழுதி, பாடல்களையும் எனக்கு அனுப்பியிருந்த ஞாபகம்).

ஒருவகையில் அது முன்கதைச் சுருக்கம். அல்லது இன்னொரு கதை. இந்தக் கடிதம் உங்கள் கவிதைகள் பற்றி அல்லவா.

For Review என்று தவறுதலாக ரப்பர்–ஸ்டாம்ப் குத்தி எனக்கு அனுப்பியிருக்கிறார்கள்.

நான் View செய்கிறவனாகவும், அப்படி நான் View செய்த சிலவற்றுள் சிலவற்றை, என் மனம் Re-View செய்ய அனுமதித்த படியும் இருக்கிறேனே தவிர review செய்கிறவனே அல்ல.

அந்தக் கருநீல ரப்பர் குத்தல் உண்டாக்கிய மனத்தடையுட னேயே உங்கள் தொகுப்பை வாசிக்கத் துவங்கினேன். எந்தவிதத் தங்குதடையற்று வாசித்து முடிக்கும்படி உங்கள் வீட்டை நீங்கள் திறந்தே வைத்திருக்கிறீர்கள். ஒரு வீட்டைப் பற்றி உரையாடு கையில், உரையாடலின் மறுமுனையில் உள்ளவன் வேறொரு வீட்டைப் பற்றிய நினைவுடன் பதில் சொல்லவோ, பதில் சொல்லாதிருக்கவோ செய்வதால், குறைந்தபட்சம் இரு வீடுகள் பற்றிய உரையாடலாகிவிடுகிறது. ஒரு வீடு இருவீடுகளாகி, சில வீடுகளைப் பல வீடுகளாக்கிவிடுகிற விந்தையையும் வித்தை யையுமே கலை முயன்று பார்க்கிறது. மலையின் அழகு மலை சார்ந்தது. அதை ஏறி முடித்தவர் வெற்றி அல்லது ஏறமுடியாதவர் தோல்வி சார்ந்தது அல்ல. வீடு என்பதும் அப்படியொரு வகையில் வீடு சார்ந்ததே. வீடு எனக்கு சன்னல் காற்றெனில், கி. ராவுக்கு ஐப்திக் கதவு. எதையெல்லாம் திறந்து வைத்தால் நல்லதோ, அதையெல்லாம் மூடிவைக்க நேர்வதே நம் ஹிம்சை. நம்முடைய அத்தனை இம்சைகளுக்கும் நடுவில், எப்போதாவது, நமக்குப் பிடித்த வகையில் அதைத் திறந்து வைக்கிறோம். யாரோ

ஒருவர் சங்கருக்குக் ‘கதவற்ற வீடு’ என்று ஒரு கவிதை எழுதுகிறார். நீங்கள் வீட்டைப் பற்றிய உரையாடலைத் துவங்குகிறீர்கள். நானோ, அய்யப்பனோ, செழியனோ, தர்ஷணாவோ, தியானாவோ ( ஆ... பியானோ மாதிரி தியானா என்ற பெயர் விரல்களின் கீழ் கருப்பு வெள்ளைப் பற்களில் இசைகிறது) எதிரே இருக்கிறோம். எதிராளி அற்ற உரையாடலும் உண்டு. சில சமயம் அதுதான், எதிராளியைவிட அதிகம் தர்க்கிக்கிறது. நமக்குக் குருட்டு எண்பத்தெட்டும், நான்கு பக்க மலைகளையும் நாமே ஏறும் தாயக்கட்டங்களும் சொல்லிக் கொடுக்கப்பட்டிருக்கின்றன. நிசித் தனிமையில் கணினித் திரையில் சீட்டாடுகிற நண்பரையும், மதுவருந்திக் கொண்டே ஒற்றையாளாகப் பகடையாடுகிற நபரையும் நாம் சந்தித்து, அவர்களின் தனிமையைக் கௌரவிக்கும் பொருட்டு, அவர்களைத் தனிமையிலே விட்டு, இன்னொரு தனியனாகத் திரும்பியிருக்கிறோம். அந்த இரவுகளில் தரையில் சரிந்தலைந்த மர இலைகளின் நிழல்பாவைக் கூத்தில், இன்னொரு சகுனி சதுரங்கத்திற்கு அழைத்திருப்பான். இன்னொரு பாஞ்சாலியின் தீட்டுக்கறைபடிந்த துணிபற்றி மு. சுயம்புலிங்கம் வெக்கையான வரிகளை எழுதிக் கொண்டிருந்திருப்பார்.

நிசியெனினும், பகலெனினும், வெயிலெனினும் பனியெனினும், அந்தந்தப் பருவங்களுக்கு ஏற்ப நாம் துளிர்த்துக் கொண்டிருக் கிறோம். நம்முடைய சருகுகளைக் குவித்து, நம்முடைய கண்களில் கனலூட்டி, நம்முடைய விரல்களை நீட்டி, நம்முடைய குளிரில் விறைத்த கைகளை இதப்படுத்திக் கொண்டிருக்கிறோம். நமக்குக் கைகள் அவசியம். நேற்றுச் செய்யமுடியாது போனவைகளை, நாளை செய்து முடித்துவிட நம் கைகள் அத்யாவசியம். இப்படி நிசி நெருப்பில் விறைப்புத் தளர்த்திய பின், நாளை வரும்வரை, உறக்கமற்ற இந்த இரவை உறங்காது தீர்க்கவேண்டுமே. அதற்குத்தான் இப்படிக் கவிதைகள் எழுதுகிறோம். தொடர் சிகரெட்போல, அடுத்தடுத்த மது மிடறுகள் போல, கவிதைகளின் சங்கிலிகள் தொடர்கின்றன. பால் கவர் போடுகிற, நம்மைப் போன்றே நிசியறிந்த இன்னொரு பையனின் கழுத்திலோ, பால் கவிச்சில் தன் வெயிலுணர்ந்து மீசையசைக்கத் துவங்குகிற ஒரு சாம்பல் பூனைக்குட்டிக்கோ, பாதிச் சுருள் அவிழ்த்து சூல்முடி நீட்டும் செம்பருத்திக்கோ அந்தச் சங்கிலியைச் சூட்ட நினைக் கிறீர்கள். சூட்டுமுன் சலவை காணாத நீலக் கால்சட்டையுடன் நீங்கள் உறங்கிவிடுகிறீர்கள். ஏற்கனவே பிய்ந்து போயிருக்கிற கோரம்பாயிலிருந்து குச்சி உருவிக் கொண்டிருக்கிற அணிலை உங்கள் தூக்கம் பார்த்துக்கொண்டிருக்கிறது. உங்கள்

கவிதைகளைக் காற்றுச் சேகரித்து காலி பியர் போத்தலின் கீழ் வைக்கிறது. அய்யப்ப மாதவன் சீட்டுக் கட்டைக் கலைத்தடுக்கு கிறார். 'ஒரு வீட்டைப் பற்றிய உரையாடல்' என்று ஆழி செந்தில் நாதன் சொல்லி, எல்லோருடனும் வேறொரு உரையாடலைத் துவக்குகிறார்.

வேறு ஒன்று ஆக்குவதற்கும் ஆவதற்கும்தானே ஆடுகிறோம் அல்லது உரையாடுகிறோம்.

உங்கள் தொகுப்பு எனக்குப் பிடித்திருக்கிறது ராமசாமி. என்னைப்போல, பேசுவதற்கு அதிகமில்லாத, கேட்பதற்கே லாயக்காகவும் தயாராகவும் இருக்கிறவனுக்கு, நேர்படப் பேசுகிற உங்கள் மொழியும், அந்த மொழியினூடாக நேர்மையுடன் இயங்கும் மனதும் நிச்சயம் பிடித்துத்தான் போகும். உங்களுடைய மகளின் வருகையை மட்டுமல்ல, உங்களின் வருகையைக் கொண்டாடவும் புளியம்பூக்கள் பூத்திருக்கும். குதிரைவண்டிக் காரன் எனில் குதிரையிடம் புலம்புவது தவிர்க்க முடியாதது. தேரடிக் குதிரை வண்டி ஸ்டாண்டைத் தாண்டும்போது கடிபட்ட புல் வாசனை, கழிக்கப்பட்ட லத்திகளின் வாசனையையும் தாண்டி, குதிரைக்காரனின் புலம்பல்களின் வாசனையை, எதிரே உள்ள பித்தளைப் பாத்திரக்கடையில் பெயர்வெட்டுகிற மன்னார் குளத்துக்காரரின் சின்னச்சுத்தியல் அறியும். நீங்கள் காலங்களை நம்புகிறவர். எனவே குதிரைகளை நம்பவில்லை. 'இரவு மனம்' மிக முழுமையான ஒரு கவிதை. எந்தச் சர்வதேச மொழியிலும் என்னைப் போன்ற எளிய வாசகனைச் சென்றடையும். 'அவளான குறிப்புகள்' கூட அப்படித்தான். மளிகைக் கடையில் இருந்து திரும்புகையில் பள்ளிக்கூடப் பிள்ளைகளுக்குப் பழங்களைத் தருகிறவளைவிட நான் எந்த உயர்ந்த கவிதையையும் எழுதிவிட முடியாது. வெற்றிகரமான கலைக்கும், சோர்ந்த கலைஞனுக்கும் இடையில் என்னை வசீகரிப்பது கலையைவிட கலைஞனின் முகம்தான். கவிதையைவிட அந்தத் தக்காளிப் பழங்கள்தான்.

வாசல் கதவைத் தட்டும் சத்தம் ஒரு பறவையின் சிறகசைப்பாக உணர முடிந்தவர்கள் பாக்கியவான்கள். அவர்களுடைய நள்ளிரவுகள் சாசுவதமாக இதுபோன்ற அம்மாக்களால் நிரம் பட்டும். அவர்கள் வெளிவாங்கும்போதெல்லாம் அவர்களின் கடல் உள்வாங்குவதைத் தவிர்க்கவே முடியாது. கரையேறும் அலைகளை அல்ல, உள்வாங்கும் அலைகளைக் கணக்கில் எடுப்பவனே கலைஞன். அவன் நுரையிடம் ஏமாறமாட்டான் ஒருபோதும்.

ஈரம் உங்களை ஆழமாகப் பாதித்திருக்கிறது.

துருவ ஈர்ப்பு, உனது துரோகத்தை, என் சித்திரத்தைப் பற்றி போன்ற கவிதையின் தடயங்களை அழிக்காமல் விட்டதன் மூலம், யாரின் நடமாட்டம் சார்ந்தது அவை என என்னைப் போன்ற வர்களை யூகிப்பின் சுலபத்தில் நிறுத்தியிருக்கிறீர்கள்.

நீங்கள் எதையும் சாத்துவதில்லை. மனம், வீடு எதுவெனினும் – 'வாழ்வின் தாகத்தை அருந்தக் கற்றுத் தந்து' அமரராகிவிட்ட உங்களின் ராமசாமித் தாத்தாவுக்கும் திறப்புதான் அரிச்சுவடியாக இருந்திருக்கும்.

வாழ்த்துக்களுடன்
கல்யாணி. சி.

• இந்தக் கடிதத்தை எல்லாம் மறந்து, தூரப் போட்டுவிட்டு 'வந்த ஜோலியைப்' பாருங்கள். திரைப்படம் எடுங்கள் சீனு.

## R. பாலு

எனக்கு இரண்டு பாலு உண்டு. இவன் R. பாலு என்கிற பாலசுப்ரமணியன். என் மனைவி வழிச் சீதனமாகக் கிடைத்தவன். நாங்கள் இருவரும் பரஸ்பரம் ஒருத்தருக்கொருத்தர் 'மாப்பிள்ளைகள்'. வசீகரன். சதா ஆனந்தம் பொங்கும் முகமும் மனமும். என்னுடைய முதல் தொகுப்பு, 'கலைக்க முடியாத ஒப்பனைகள்' அச்சாக்கத்தின் கடைசித் தவணைச் செலவு இவன் தந்த பணத்தில்தான். இந்த ரூபாயைத் தவிர வேறுவகைகளிலும் நிறையக் கடன்பட்டிருக்கிறேன். 'பாலு மாமா' என்றால் எங்கள் மகளுக்கும் மகனுக்கும் அப்படிப் பிடிக்கும். அவனை யாருக்குத்தான் பிடிக்காது?

627007
14.05.09

அன்புமிக்க பாலு,

வணக்கம்.

மல்லிகைப் பூ வாசம் அடிக்கிறது. இப்போது பூத்த மல்லிகை இல்லை. நேற்றுப் பூத்தது. நேற்றுச் சூடியது. நேற்றிரவு யார் கூந்தலிலோ வதங்கி, இதழ் கருத்து, வாடாமல் வாடிக் கொண்டிருப்பது. முதல் நாளில் விசேஷ வீடாக இருந்த வீட்டுப் பட்டாசல் அல்லது இரண்டாம் கட்டு ஜன்னலில் தொங்குகிற மாலை வாசனை.

எங்கிருந்து வருகிறது என்று தெரியவில்லை. எனக்குள்ளே இருந்துகூட இருக்கலாம். வெளியே இருந்து வருகிற வாசனைகளை உள்ளே இருந்து வருவதாக எத்தனையோ தடவை உணர்ந்திருக்கிறேன். நிசியில் மலர்கிற பூந்தோட்டம் ஒன்று உள்ளே மலர்ந்து கொண்டிருக்கிறது. எப்போதாவது மலரும் நந்தவன வாசனையில் சிலிர்க்கிறது என் நாசியில் எட்டிப் பார்க்கும் நரைமுடி.

எழுந்திருக்கும்போது கட்டிலைப் பார்த்தேன். சங்கரிக்கு உறக்கம் முழுதாகக் கலையவில்லை. அர்ச்சன் ஆழ்ந்து உறங்கிக் கொண்டிருக்கிறது. தாறுமாறாகக் கலைந்த போர்வை, ஒழுங்காகப் போர்த்தப்பட்ட போர்வையை விட, அந்த எட்டு வயதின்மேல் அழகாகக் கிடக்கிறது. கண்ணைத் திறக்காமலேயே சங்கரி. அர்ச்சனின் உள்ளங்கையை எடுத்துத் தன்னுடைய கன்னத்தில் வைத்துக் கொள்கிறாள்.

ஒரு காலை இதைவிட அழகாகத் துவங்க முடியாது.

இந்தப் பத்திருபது நாட்களில் இரண்டு மூன்று தினங்களின் அதிகாலையில் தூங்குகிற அவளுடைய தலையை வருடி நீவியிருக்கிறேன். ஓரிரு முறை அவள் விழித்துக் கொண்டுகூட இருந்திருக்கலாம். இது அப்பாவின் கை என்று தெரிந்தும் ஒரு பாசாங்குத் தூக்கத்தில் இருந்திருக்கலாம். இதுபோன்ற பாசாங்குகள் அருமையானவை.

முன் எப்போதையும் விட, இப்போது நான் அவளுக்கு அப்பாவாக உணர்கிறேன். அர்ச்சனுக்குப் பொறாமை உண்டாக்குவது போல், விளையாட்டுக் காட்டி சங்கரியின் உச்சிமுகர்ந்து முத்தமிட்டேன். இந்த உச்சி முகரல், இந்த முத்தம் அவளுக்கு இந்த வாழ்வின் மீது அதிக நம்பிக்கையைக் கொடுத்திருக்கும்.

நீ எப்போதெல்லாம் பேசுகிறாயோ அப்போதெல்லாம் உண்டாகிற சிரிப்பையும் மலர்ச்சியையும், என்னுடைய இந்த உச்சி முகரல் அவளுக்குத் தந்தால் போதும். உன்னிடம், மற்றவர்களின் சந்தோஷத்திற்கென்றே வாசிக்க என ஒரு மந்திரப் புல்லாங்குழல் இருக்கிறது. ஏசுவைப் போல, கண்ணனைப் போல உன்னிடம் ஒரு ஆயன் இருக்கிறான். தலைப்பாகையில் மயிற்பீலி செருகின ஆயன். புல்லிலும் பூவிலும் மோதிரம் செய்து விரலில் அணிந்திருக்கிற வசீகரன். ஒருவேளை நான் ஆயர்பாடி. அல்லது நீ ஏறி அமர்ந்திருக்கிற ஒரு விருட்சம் நான். எனக்கு இசைக்கவோ, உன் ஆநிரையைத் தாலாட்டவோ தெரியாது. ஆனால் என் கிளைகளின், என் இலைகளின் அசையும் நிழல் என் பசுக்கள் மேலும், கன்றுகள் மேலும் விழுந்து கொண்டே இருக்கும். என் அசையும் நிழலே என் இசை. என் வருடும் குரல்.

நேற்று எல்லோரும், (எல்லோரும் என்றால் அர்ச்சன், சங்கரி, அம்பை மீனா, வள்ளி, அன்னம்மா, கீதா மற்றும் நான்) போய் வேலம்மாவைப் பார்த்துவிட்டு வந்தோம். முதன்முதலாக இப்போதுதான் அவளைப் பார்த்த சங்கரிக்கும், அன்னம்மக் காவுக்கும், மீனாவுக்கும் அவளை ரொம்பப் பிடித்துப் போயிற்று.

'பத்தாங் கிளாஸ் படிக்கிற புள்ளை மாதிரி இருக்கா'

'இதைவிட அருமையான பொண்ணு எங்கே கிடைக்கும்'

'வள்ளியக்கா அருமையான பொண்ணாப் பிடிச்சுட்டாங்களே'

'பேச்சு சத்தமே கேட்கமாட்டேங்கு. எங்கே நாம 'தொண டையைக் காட்டுதமோண்ணு நானும் மெதுவாப் பேச ஆரம்பிச்சிட்டேன்'

இப்படியாக, எளிய, நிறைவான வார்த்தைகளையே திரும்பத் திரும்ப எல்லோரும் பேசிக் கொண்டிருந்தார்கள். இந்த வீட்டின் சுவர்களைத் தொடும்போது, நேற்றிரவு ஒரு வெது வெதுப்பான சந்தோஷம் தெரிந்தது.

நான் எல்லோரின் கைகளையும் தோள்களையும் தொடுவதாக நினைத்துக்கொண்டு, நிஜமாகவே உள்ளங்கை முழுவதும் படரும்படி, இந்த வீட்டின் வெதுவெதுப்பான சுவர்களைத் தடவிக் கொடுத்துக் கொண்டிருந்ததை யாரும் பார்த்திருக்க முடியாது.

இது எல்லாவற்றையும்விட, வள்ளி நேற்றிரவு அசந்து தூங்கினாள். இடையில் பாத்ரூம் போகக்கூட எழுந்திருக்கவில்லை. இன்று காலையில் ஆறு ஆறேகாலுக்கு அவளைத் தொட்டு 'என்னம்மா, உடம்புக்குச் சரியில்லையா' என்று கேட்கிற அளவுக்குத் தூக்கம். நிம்மதியாகத் தூங்குகிற மனிதர்கள், அவர்கள் அம்மாக்கள் ஆயினும் அப்பாக்கள், மனைவி, மக்கள், பேரக்குழந்தைகள், நண்பர், தோழிகள் ஆயினும், அழகானவர்கள். என்னால், தூக்கத்தின் மூலம் மனிதர்களை அழகாக்குகிற இப்படிப்பட்ட இரவுகளை, மேலும் தர முடிந்தால் போதும்.

நேற்றுத்தான் தங்கராஜுடன் கொஞ்சம் இருக்க முடிந்தது. மே5 இன் புகைப்படங்களையும், கவிதைத் தொகுப்பையும் பார்க்கச் சந்தோஷமாக இருந்தது. முழுவதுமாக வாசிக்கா விட்டாலும் முழுமையாக வாசித்துவிட்டதுபோல இருந்தது. போகிறபோக்கில் வாசித்த வரிகளின், வார்த்தைகளின் இடையிலிருந்து, வேறொரு முழுமையான ஞாபகம் சில சமயம் சிறகுகளையும், சில சமயம் அலைகளையும் அடித்துக் கொண டிருந்தன. எப்போதோ சென்ற ஒரு கேரளக் கோவிலின் சன்னிதான வெளிச்சத்தில் உதிர்ந்து கிடந்த ஒற்றைப் பூவின் ஞாபகம் வந்தது. கனவா நனவா என்று உறுதிகூற முடியாத என் சிறுவயது நினைவுகளில் ஒன்றாகத் தங்கியிருக்கிற ஒரு எலுமிச்சைத் தோட்டமும், ஆற்றங்கரையும், தெள்ளத்தெளிந்த பளிங்கு நீரில் ஓடின சிறுமீன்களும் நேற்று மீண்டும் தெரிந்தன. அந்த

விழாவைச் சொல்கிற ஃப்ளெக்ஸ் போர்டில் தலைசாய்த்து நிற்கிற அந்தக் கல்மண்டபத் தூண் நான்தான் என்று தோன்றியது. புகைப்படங்களில் மற்றெல்லாவற்றையும் விட, கணேஷுடனும், ஐஷ்வர்யாவுடனும், ஜெயராமனுடனும் இருக்கிற புகைப்படம் எனக்கு ரொம்பப் பிடித்திருந்தது. எவ்வளவு அருமையான மனுஷி. கணேஷ் எவ்வளவு அருமையான மனிதர். ஷாமும் ஐஷுவும் எவ்வளவு அழகான பிள்ளைகள்.

இன்று காலை முத்துசாமிக்குப் பிறந்த நாள் வாழ்த்துச் சொன்னேன். நடைப் பயிற்சிக்கு முன்பே, இந்த தினத்தின் முதல் ஞாபகமாக, முத்துசாமி பிறந்தநாள் வந்துவிட்டது.

நடந்துவிட்டு வந்ததும் சொன்னேன். என் உடல் முழுவதும் வியர்வை. வியர்வையால் தொடுக்கப்பட்ட ஒரு மாலையை ஏந்திக் கொண்டே, என் குரல் அவருக்கு வாழ்த்துச் சூடுவதை அவர் நிச்சயம் அறிந்திருப்பார். வெற்றி பெற்றவர் அவர். வெற்றி பெற்றவர்கள், தன்னைவிட மற்றவர்களைச் சரியாக அறிய முடிந்தவர்களாகவே இருப்பார்கள். அவர் என் வியர்வை மாலையை அறிந்ததுபோல, நான் அவர் கையிலிருக்கிற கோவில் விபூதிப் பிரசாதத்தையும், அவர் துணைவியார் நெற்றியிலிருக்கிற குங்குமத்தையும், அவர் மகன் கல்யாணியின் குறைந்த வார்த்தைகளில் நிறைந்து வழிகிற பிரியத்தையும் அறிகிறேன். முத்துசாமி நூறாண்டு வாழ்வார். எல்லா வளமும் நலனும் அவருக்குப் பெருகும். அவர் ஆசீர்வதிக்கப்பட்டவர் என்று தெரியும். ஒரு 'பாலுப்பிள்ளை' கிடைக்கக் கொடுத்து வைத்தவர் ஆசீர்வதிக்கப்பட்டவர் அல்லாமல் வேறென்ன.

நானும் அப்படித்தான். எனக்கு 'பாலு' கிடைத்திருக்கிறானே. நான் நன்றி சொல்லவேண்டியது இறைவனுக்கா, வள்ளிக்கா?

எல்லோர்க்கும் அன்புடன்,
கல்யாணி. சி.

627007
28.07.09

அன்புமிக்க பாலு,

வணக்கம்.

யயாதி கதை மகாபாரதத்தில்தான் வருகிறது என்று நினைக்கிறேன். என்னைவிட கோபாலுக்குத்தான் மகாபாரதம் அத்துபடி. நான் புராணங்களுக்கும் நவீனங்களுக்கும் இடையில் புழுதிக் கால்களுடன் நடக்கிறவன்.

யயாதி என்கிற அரசன் தன்னுடைய மகனுடைய இளமையைத் தனக்குத் தரும்படி கேட்டு வாங்குவான். நான் யாருடைய இளமையையும் கேட்டு வாங்கப் போவதுமில்லை. கேட்க நினைக்கவுமில்லை.

இளமை என்பது உடலின் வீரியம் இல்லை. உடலின் விரைப்பு இல்லை. அது ஒரு அற்புதமான கட்டத்தில், விஷ்ணு புரண்டு படுப்பதுபோல, உடல் சார்ந்த இளமை மனம் சார்ந்த தாகவிடுகிறது. எங்கோ, எப்போதோ, பார்த்த அநேகமாக - நான் சித்திரைத் திருநாள் மருத்துவ சிகிச்சை முடித்துத் திரும்பும் போதாக இருக்கலாம் - பலா மரங்கள் ஞாபகம் வருகிறது. மேல் கிளை தொங்கும். அடிமரத்திலும் தலைப்பிள்ளைச் சூலி மாதிரி ஆகிவிடுகிறது. நல்ல இசையறிந்தவர்களின் தொடர்ந்த சாதகத்தில், திளைப்பில், அனுபூதியில் ராக அடையாளம் தாண்டிய லயிப்புடன் அடித்தொண்டையில், தி.ஜா. பாணியில் சொன்னால், 'கள்ளக் குரலில்' ஏதாவது பாடி தனக்குள் தானே 'சஞ்சாரம்' செய்வதுபோல, மனம் அற்புதமாகச் சஞ்சாரிக்கிறது. வாசலுக்குத் தொங்கவிட்டிருந்த நிலைமாலையின் சம்பங்கிப்பூ வாசனையை ஈரல் குலையில் பொக்கிஷம் போல வைத்துக் கொண்டு நான்கு நாள் தவிக்கிறது. இரண்டு வார்த்தைகள் யாராவது மனதாரப் பேசினால் தரதரவென்று கண்ணீர் வருகிறது. 'காதலாகிக் கசிந்து கண்ணீர் மல்கி' என்று கேள்விப் பட்டிருப்பாய். காதலானால் கசிந்து கண்ணீர் மல்கும் போலத்தான் இருக்கிறது. ஆணெனினும் பெண் எனினும் அணைக்காமல் பேசமுடியவில்லை. கை வேண்டியதிருக்கிறது. தோள் வேண்டிய திருக்கிறது. இந்த வினாடியைவிட, செத்துப்போக அழகான வினாடி இனி கிடையாது என்று உள்ளுக்குள் ஒரு குரல் உச்சரிக்கிறது. எதற்கு இனிமேல் நடக்கவேண்டும் என்று முன்பின்னற்ற ஒரு முழுப்புள்ளியில் நின்றுவிட நினைக்கிறது. நிழலோ வெயிலோ, நிற்கிற இடத்தில் நம் உச்சந்தலையில் ஆலம் பழமோ, ஒரு அதிசயப் பறவையின் எச்சமோ இளஞ்சூட்டோடு விழுந்தால் போதும் என்றிருக்கிறது. நெல்வயல்களைவிட, கரிசல் காட்டு வெப்பவெளிகளுக்கு இடையே, ஒரு சூரியகாந்தித் தோட்டம் ஆயிரம் பூக்களோடு அசையாது நிற்கையில், ரயிலி லிருந்தோ பஸ்ஸிலிருந்தோ குதித்துவிட்டால் என்ன? பயணங்கள் போவதைவிட, பயணங்களை நிறுத்துவதைவிட பயணமே அற்று, ஒரு ஒற்றைச் சூரியகாந்திப் பூவாய், அல்லது அதன் நடுவட்டத்தில் ஒற்றைக் கருப்பு விதையாய் இருந்துவிட முடிந்தால் எவ்வளவு நன்றாக இருக்கும்.

யயாதியைப் பற்றி ஆரம்பித்தவன் சூரியகாந்தி விதைக்குள் போய்க்கொண்டு இருக்கிறேன். இருபதின் இளமையைவிட அறுபதின் இளமையைக் கொண்டாடத் தோன்றுகிறது. இருபது தேர் எனில், அறுபது தேரோடும் வீதியாக நிரப்பித் தள்ளுகிறது. புழு ஊர்ந்தாலும் தரிசனம். புடவையற்றுக் கிடந்தாலும் தரிசனம். ஸ்பரிசித்தலில் இருந்து தரிசித்தலுக்கு நகர்ந்துவிட்ட மனத்தோடு தான் திருவில்லிப்புத்தூர் முலைகளைத் திரும்பத்திரும்பக் கண்டேன். 'கண்டேன்'. கண்டு அறியாதன கண்டேன். கண்டேன் அவர் திருப்பாதம்'. திருப்பாதம், திருமுலை. திருவில்லிப்புத்தூர். இந்த முலை பார்த்தபின் சொப்பன ஸ்கலிதம் ஆகாது, நானே ஸ்கலிதம் ஆனேன், நாளெல்லாம் ஆளே அற்று நான் மட்டும் நின்றால்கூட, கும்பிட்டுக் கொண்டே நின்றிருப்பேனே தவிர, குவித்த விரல்களுடன் கூர்முலை தடவியிருக்கமாட்டேன். என் ஆண்டாள் கருவறையில் அல்ல அந்தக் கல்மண்டபத்தில் இருந்தாள். நான் சூடி அவளுக்குக் கொடுத்தேன். இந்த வாழ்வு, இந்தச் சொத்து, இந்த சுகம், இந்தக் காதல் எல்லாமே, சூடுவதற்கு அல்ல. சூடிக் கொடுப்பதற்குத்தான். ஆண்டாளுக்குப் பார்த்துக் கொள்ளக் கண்ணாடி கிடையாதாம். நந்தவனக் கிணற்றின் அசையாத கண்ணாடித் தண்ணீரில் முகம் பார்த்துக் கொள் வாளாம். நான் சூடின பின், சூடிக் கொடுப்பதற்கு முன் நந்தவனக் கிணறுகளை அல்ல, மனிதர்களின் முகங்களைப் பார்க்கிறேன். அது உன்னுடையதாக இருக்கலாம். வள்ளி யுடையதாக இருக்கலாம். தங்கராஜுடையதாக இருக்கலாம். சரசா மச்சினி உடையதோ, அர்ச்சன் உடையதோ ஆக இருக்கலாம்.

நான் முகம் பார்ப்பேன். சூடிக் கொடுப்பேன்.

அன்புடன்,<br>
கல்யாணி. சி.

627007<br>
29.07.09

அன்புமிக்க பாலு,

வணக்கம்.

நேற்று எழுதினது போதவில்லை. பாதிக் கனவில் விழித்தது போலிருக்கிறது. உச்சந்தலை நனைந்து உடல் நனைவதற்கு முன் மழை நின்றுவிட்டது போலிருக்கிறது. 'இங்க வந்து

பாருங்களேன்' என்று அடுக்களையில் இருந்து வள்ளி கூப்பிட்டு, நான் போவதற்குள் புங்கைமரக் கிளையில் உட்கார்ந்திருந்த கிளிக்கூட்டம் பறந்துபோய்விட்டது போல இருக்கிறது. ஆனாலும் என்ன, பறந்துபோன பின்னும், பறந்த கிளிகளை இருந்த கிளிகளாய்ப் பச்சைக் கிளைகளில் பார்க்கிற மனம் இருக்கிறது. மடக்கித் தார்சா நடைப்பக்கம் வைத்த குடைக் காம்பிலிருந்து, மழையென்ன நதியே பெருகுவதை உணர்கிற ஈரம் இருக்கிறது. கலந்து கரைகிற பெண்ணின் உச்சி வகிட்டில் மினுமினுக்கிற மணல்பரலில் கரைகாணாக் கடலின் அலை பொங்குவதன் அழகை வணங்க முடிகிறது. சந்திப்பிள்ளையார் முக்குக் காந்தி சிலைப்பக்கம், காலுக்குச் செருப்பில்லாத பாதத்தில் எரிகிற சிகரெட் துண்டு அப்பிக் கதறின பள்ளிக்கூடப் பையனின் வலி, இப்போது செருப்புப் போடும்போதும் எனக்கு எப்போதாவது வருகிறது.

'இருக்கும் இடத்தைவிட்டு, இல்லாத இடம்தேடி, எங்கெங்கோ அலைகிற' ஞானத்தங்கமாக்கிவிட்டது வாழ்வும் வயதும்.

ஞானமோ, அஞ்ஞானமோ, பொன்னோ, புழுதியோ பிறிதொன்றைப் பார்க்கும் பிழையில்லாத மனம் வர ரொம்ப காலம் ஆயிற்று. குற்றாலம் பெரிய அருவியில் நான் நுரைத்துப் பொங்கி வீழ்கிற தண்ணீர்ப் பாளத்தையும்விட அருவிப் பாறையில் அடுக்கடுக்காகச் செதுக்கப்பட்டிருக்கிற சிவலிங்கங்களை விடாமல் தரிசிக்கத் துவங்கி வெகு காலமாயிற்று. செண்பக தேவி அருவித் தடாகத்தில் குப்புறக் கிடந்த உடம்பின் மீது குத்திக் குத்திப் புரட்டிக்கொண்டு மூங்கில் கழியால் திருப்பி முகம் பார்க்க முயன்றவரின் ஞாபகம் வருகிறது. அது ஏதோ ஒரு ஆணின் முகமா? மரணம் என்ற பேருண்மையின் முகம் என்று பிடிபட்டு நாளாயிற்று. ரத்தினச் சித்தப்பா வீட்டு லீலாச் சின்னம்மை, என்னுடன் வேலை பார்த்த அழகிய நம்பி, சாத்தூர்ச் சாலை விபத்தில், ஒரு பிளாஸ்டிக் பொம்மைபோல ஒரு ஒரு காலும் ஒருஒரு திசைக்குத் திரும்ப, ஒரு பிள்ளையார் சதுர்த்திக்கு மறுநாள், ஒரு வியாழக்கிழமை, ஒரு செப்டம்பர்5 இல் கிடந்த டாக்டர் ஆறுமுகம் எல்லோரும் மரணத்தின் அகில் புகையாகச் சுழன்று கொண்டிருக்கிறார்கள். சமீப காலமாக, முதியவர்களின் மரணத்திற்கு நான் அழுவதில்லை. எங்கள் அம்மா இறந்ததற்குக் கூட அழுத ஞாபகமில்லை. மரணம் விடுதலை. இந்த வாழ்வின் பரிபூரணம் அது. டீச்சர் போட்ட Very goodகளையும், வீட்டுப் பாடங்களையும், கற்று முடித்த கசடதபறக்களையும், வல்லின மெல்லின இடையின எழுத்துக்களையும் மரணம் அழித்து,

சுத்தமான சிலேட் ஆக்கிவிடுகிறது. காலம், உலகத்தின் எந்தக் கடைசி மொழியிலும், அதன் மேல் இனி கவிதை எழுதலாம். அத்தனை சுத்தம்.

சுத்தம் என்பது தூசு தும்பு அற்று இருப்பதா? எல்லாத் தூசும் தும்பும் காற்றும் கசடும் அதன்போக்கில் உள்ளே வந்து, அதன்போக்கில் வெளியேற அனுமதித்து, எல்லா வாசலையும் ஏகமாகத் திறந்து வைப்பதுதான் சுத்தம். உடலுக்கு ஒன்பது வாசல். ஒன்பது வாசலையும் எண்பது வாசலாக்கி வதைக்கிறது வாழ்வு. ஒரே வாசலாக்கிக் கொண்டாடுகிறது மரணம். குளிப் பாட்டும் போது பார்த்தால், குடலில் எந்தக் கவளமும் தங்காமல், மலமாக வெளியேறி விடுவதைப் பார்க்கலாம். நாசியிலிருந்து பார்க்கலாம். நாசியிலிருந்து குதம் வரை நமசிவாய என்னும் நாதம். எல்லாக் கோபுரங்களுக்கும் கீழ், மரணத்தின் தெப்பக் குளத்திற்கு வழிகாட்டுகிற சுரங்கப் பாதையின் வடிகால்கள்.

நாம் தெப்பம் பார்க்கையில், காந்திமதித் தாயார் மொண்டு மொண்டு குளித்துக் கொண்டிருப்பாள். கங்கையோ, காவிரியோ, பொருநையோ அவள் தோள் தழுவி, தாமிர முலை தழுவி, உந்திச் சுழி விழுந்து, ஓம்கார முக்கோணத்தில் வழிந்து கொண்டிருக்கும்.

நாம் தெப்பக் குளத்தின் படிக்கட்டுகளில் அமர்வோம். நம் நகக்கண் அழுக்குகளை மீன்கள் சுத்திகரிக்கட்டும். பாலுவுக்கு நீச்சல் தெரியுமெனில் நீராழி மண்டபம் வரை நீந்தித் திரும்பு. எனக்குத் தெரியாத நீச்சலை உன்னிடம் ரசிக்க முடியாதா என்ன. மாறிமாறி அர்ச்சனா அடித்த 'Swimming Pool' கால்களிலிருந்து தெறித்த ஈரத்தை எந்த வெள்ளிப் பன்னீர்ச் செம்பும் என்மீது தெளிக்கப்போவதில்லை. நான் இறங்கவே இறங்காத நீலக் கடல்களில், நான் பார்க்கவே பார்க்காத கடல்கன்னிகள், பௌர்ணமியின் பால் நிலவில் பாசிப் பாறைகளில் உடல் தளர்த்திப் பாடிக் கொண்டிருப்பார்கள். இடுப்புக்குக் கீழே, எல்லாவற்றின் முடிவில் அசைகிற துடுப்பில் விசிறுகிற உப்பு நீரை என் உதடுகள் நக்கிக் கிடக்கும். அந்தக் கணம் இசைக்கு உப்புருசி.

இன்றைக்குக் காலையில் நடக்கையில் போகிற வழியில், டெலிவரி வார்டில் ஏந்தின பிள்ளை மாதிரி, ஒரு காக்கைச் சிறகு கிடந்தது. அதைக் குனிந்து எடுத்துவராத குற்றஉணர்வு, இதை எழுதும்போதுகூட எனக்குண்டு. மண்ணில் உதிர்ந்து

கிடக்கிற நவ்வாப் பழம் பொறுக்காத, ஏரோப்ளேன் பறக்கையில் ஏறிட்டுப் பார்க்காத, குட்ஸ் வண்டி போகையில் பெட்டிகளை எண்ணாத, ஜன்னலோரப் பெண்ணின் சிகை காற்றில் அலைவதைக் கண்டு களிக்காத, போன மாதம் வைத்த மருதாணி, நகவளர்ச்சியில், ஆரஞ்சுப் பிறையாக அசையும்போது முத்த மிடாத, பயணத்தில் நம்தோள்மீது இத்தனை நாள் சுமக்கும் வாழ்வின் பாரம் தாங்குகிற களைப்பில் சாய்ந்து விழுகிற பாட்டை யாவின் முதுமை வாசனையைப் பொறுத்துக் கொள்ளாத, செம்பட்டைத் தலையோடு சவுரிமுடி விற்றுக்கொண்டு வெயிலோடு போகிற குளுவச்சியின் இடுப்புத் தொட்டிலில் எட்டிப் பார்த்து இந்த உலகை வேடிக்கை பார்க்கிற அற்புதக் குழந்தைக்கு என் ஆண்மார்பு சுரக்காத வாழ்க்கையில் மரணத்தைத் தவிர என்ன மிச்சமிருக்கும்.

எதையும் சேகரிக்காமல், எதையும் சேமிக்காமல் இதோ இந்த 63 வரை நான் சென்று கொண்டிருக்கிறேன். ஒரு பழுத்த இலைபோல, என் கிளையில் நேற்றுப் பூத்த பூ போல, என் மீது சூட்டப்பட்ட மலர்க் கிரீடங்களும், என்மீது துப்பப்பட்ட எச்சில்களும் தானாக இடம்பெயர்ந்து காணாமல் போகும். எங்கு இருந்தோ வந்தவை, எங்கெங்கோ போய்விட, இங்கிருக்காமல் நான் போய்க் கொண்டிருப்பேன்.

'நின்று கொண்டிருப்பதைவிடச் சென்று கொண்டிருக்கலாம்' என்று இருபது வருடங்களுக்கு முன்பு நான் எழுதிய ஒரு கவிதை முடியும்.

நான் சென்று கொண்டிருக்கிறேன், நின்று கொண்டிருக்க முடியாமல். ஆனாலும்கூட, என் எதிரில் ஆண்டாள்களும், கோமதிகளும் வந்து, ஆறடித் தாயாராக அருள்பாலித்துக் கொண்டிருக்கிறார்கள். அந்த சிவசைலத்துக்காரி பரம கல்யாணியும் ஆறடிதான்.

தாயாய் தாரமாய் நிற்க அவர்களால்தான் முடியும். எனக்குத்தான் கடைசிவரை தொட்டில் எது, கட்டில் எது என்று தெரியாது போல. பாலூட்டும் அம்மை முலையிலும் பற்குறி இல்லாமலா?

அன்புடன்
கல்யாணி. சி.

# தேவதேவன்

*கைவல்யம் இயற்பெயர். ஜெயமோகனுக்கு இவரும், இவருக்கு ஜெயமோகனும் ஒருவித பிரியமான ஞானத்தகப்பன்கள். நாஞ்சில் நாடன் பெண்ணுடைய கல்யாணத்தில் சமீபத்தில் பார்த்தேன். அவர் என்னைப் பார்த்தாரா என்பது சந்தேகம். அப்படியொரு இமைக்காத சிலையாக அமர்ந்திருந்தார். 'குளித்துக் கரையேறாத கோபியர்கள்' காலத்திலிருந்தே இந்த மோனம் உண்டு. இது நம்மிடமிருந்து விலகல் அல்ல. அவருடனே அவர் ஒன்றுதல். 89-91இல் நான் தூத்துக்குடியில் வேலை பார்த்த சமயம் சற்று அடிக்கடி சந்தித்ததுண்டு. அவர் வீட்டு மொட்டைமாடியில் ஒரு கனல் மெத்தை போல உதிர்ந்து கிடந்த குல்மோஹர் பூக்களை இன்னும் மறக்க முடியவில்லை. இதை எழுதும் இப்பொழுதில், நான் ஒரு குல்மோஹர் மரத்தின் கீழ் நிற்கிறேன். மரத்துடன் நான் மட்டும், என்னுடன் மரம் மட்டுமேயான நிற்றல்.*

C 24, C காலனி
பெருமாள்புரம்
627 007.

அன்புமிக்க கைவல்யம்,

வணக்கம்.

இந்தக் காகிதம்போல இந்த 28 வருடச் சொச்ச வேலைக் கிடையில் எண்கள் மட்டுமே பதிந்து போய்விட்ட மனத்தின் பின்பக்கத்தாளில்தான் நான் எழுதுவதற்கான நோட்டுத் தைத்துக் கொள்கிறேன். தைத்த நோட்டுக்களைவிட, சமீபத்தில் இப்படி உதிரிச் சுதந்திரத்துடன் இருக்கிற தாள்கள் அணுகச் சுலபமாக இருக்கின்றன.

அன்றைக்கு உங்களைப் பார்ப்பதற்கு முன், நாங்கள் சென்னையிலிருக்கும்போது இருதயமாற்றுச் சிகிச்சைக்குள்ளான, படாதபாடெல்லாம்பட்டு மரணத்தின் விளிம்பு தொட்டு மீண்ட, இன்னும் மருந்தின் பக்கவிளைவுகளால் கண்கள் தீவிரமாகப் பாதிக்கப்பட்டிருக்கிற 36, 37 வயது உறவினரையும் அவரது

குடும்பத்தையும் பார்த்துவிட்டு வந்திருந்தேன். கல்லெறிதலில் பாசி விலகின தண்ணீர் நேரத்தில் அந்தக் குடும்பம் இருந்ததைப் பார்த்த மனதுடன் உங்களுடனும் சற்று இருக்க முடிந்தது. உங்கள் சாந்தம் ததும்புகிற துணைவி, வீணைபடிக்கிற அம்ருதா, கிடாரின் அடையாளத்தில் தன்னை மீட்டிக்கொண்டு வெளி யேறியிருந்த உங்கள் பையன் என்று உங்கள் வாழ்வு, முற்றிலும் உங்கள் வாழ்வாகவே உங்களைச் சுற்றி மலர்ந்தும் உதிர்ந்தும் கிடந்தது. கிளை தாழ்ந்து ஒளிதேடும் பூமரமாக உங்கள் இருப்பு.

திரும்பிவந்த ஐம்பது கிலோமீட்டர் தூரத்திலும், அந்த உறவினரும், நீங்களும் என் மனத்தைத் துடைத்துவைத்துவிட்ட முழுமையின் வெறுமையும், வெறுமையின் முழுவதுமாக, என் வாகனத்தின் அம்பில் என்னையே தைத்துக்கொள்ள விரும்புவது போல விரைந்து கொண்டிருந்தேன். வாழ்ந்துவிடவும் சம்மதம். செத்துவிடவும் சம்மதம். எதிர்கொள்ளத் தயார் நிலையில், சூரியன் வல்ல நாட்டுப் பொத்தைக்கும், V.M. சத்திரத்துக்கும் வலப்புறத்தில் கசிய, மெல்ல மெல்லத் திருநெல்வேலியின் ஞாயிற்றுக்கிழமைப் போக்குவரத்துக்குள் என் தடத்தை வகிர்ந்து திரும்பினேன்.

நேற்று உங்களது கடிதம்.

என் வீட்டில் குடியிருப்பவர் பெயர் திரு......................... சொற்ப வயதுதான். M.A, படித்தவர் என்று சொல்கிறார்கள். Ex Serviceman. தேவர் என்றாலும் தேவரின் புற அடையாளங்களான மீசையோ, புல்லட் வாகனமோ, கரை வேட்டியோ கிடையாது. .............. என்ற பெயரில் பாளை பஸ் ஸ்டாண்ட் பக்கம் அலுவலகம் வைத்திருக்கிறார். Real Estate என்கிற நிலம் சம்பந்தமான விற்பனையும் கொள்முதலும்தான் அவர் தொழில். நல்ல மனிதர்தான். நமக்குத்தான் நல்லபடியாக அமையவில்லை. State Bank Colony - 3rd Schemeஇல் *114*ஆம் எண் வீடு எங்களுடையது. *5* வருடங்களுக்கு மேலாக இவர்தானிருக்கிறார். வாடகைப் பாக்கியோ வேறு தொந்தரவுகளோ இதுவரை இல்லை. நிலத்தடி நீர்கொஞ்சமும் இல்லாததால், நான் இதை விற்றுவிட்டுச் சிறியதாக வேறு இடத்தில் கட்டிக்கொள்ள நினைக்கிறேன்.

காலி பண்ண மறுக்கிறார்.

விற்றால் நானே வாங்கிக் கொள்கிறேன் என்கிறார். விற்கிற விலையைச் சொல்லியாயிற்று. பதில் சொல்லாமல் இழுத் தடிக்கிறார்.

சண்டை போட்டு வம்பு செய்தாலாவது மூன்றாவது நபருக்குத் தலையிட வசதியாக இருக்கும். சத்தம் காட்டாமல் ஜோலியைப் பெருக்குகிறதாகச் சொல்வார்கள் இல்லையா அந்த வகை இம்சை இது.

வந்து ஏழு மாதமாகிறது. தீரவில்லை. இது தீர்ந்தால்தான் எழுத மனது ஓடும்.

'புல்வெளியில் ஒரு கல்' தொகுப்பிற்குப் பிறகு 'நார்சிச,(ஸ்) வனம்' மற்றும் 'அலிபாபாவும் (ே) மார்ஜியானா'வும் படிக்கையில், மீண்டும் எனக்கு உங்களது கவிதைகளே பிடித்திருக்கிறது.

உங்களுடைய எழுத்து வாழ்க்கையைத் துறப்பது எளிதாகி விடுகிற அளவுக்கு – இந்தக் கவிதைகள் தாண்டி – அலிபாபாவும் மார்ஜியானாவும் உங்களைத் தயார் நிலையில் வைத்திருக்கிறது என்பது, இதுவரை எழுதிய எல்லாத் தொகுப்புக்களுக்கும் – பத்தா பதினொன்றா – பின்னர் நீங்கள் எய்தியிருக்கிற இடம் என்றே தோன்றுகிறது. முக்கிமுக்கி நம்மால் கழற்ற முடியாத நம்முடைய பேனாக் கழுத்து இன்னொரு இளம்கையில் மொட்டென்று திறப்பதுபோல, இதுவரை மனம் செய்த பிரயாசை களையெல்லாம் தாண்டிய நிலையில், உங்களையறியாது நீங்கள் தாண்டிய உயரங்களை மீறி, இந்த 'இம்' உங்களுக்கு ஆசுவாசமாக இருக்கலாம் ஒருவேளை. இந்த Discovery Channel காரர்களோ அல்லது National Geographic channelலோ நிச்சயம் ஒரு மண்புழுவின் துளைவிடங்களைப் படம் பிடித்திருக்கக்கூடும். அப்படி அவர்கள் பிடித்திருப்பார்கள் எனில் அது உங்களுடைய நாடகம் போல, மண்ணுக்குக் கீழ் ஆயிரம் பின்னல்களும் ஊடாடல்களும் (ஊடுருவல்கள் அல்ல) ஆக, வாழ்வே ஒரு எளிய ஆதங்கமாக, இருந்திருக்கும் அல்லது இருக்கும் என்று தோன்றுகிறது.

உச்ச உணர்வுகளையும், உச்சச் சிலிர்ப்புகளையும் அந்தந்தத் தருணங்கள் தீர்மானிக்கின்றன. ஒன்றைப் போன்று இன்னொன் றில்லாத தனித்தனித் தன்மையுடன் உச்சம் தன் இலை துளிர்த் துகிறது. பூ மலர்த்துகிறது. இலையும் பூவுமற்ற அகராதிகளில் இன்னொன்றாக அது அச்சடிக்கப்பட்டிருக்கும். மிகச் சாதாரணச் சொற்களின் இதழ்களுக்குள் மதுரம் தேங்கி நம் சுருட்குழலை வசீகரிக்கலாம். உலகம் சிறகடிப்புக்களை மட்டுமே அதிகம் கவனத்தில் கொள்கிறது. சிறகடிப்புகள் ஓய்ந்த நிலையில் இலை, பூ, பட்டாம்பூச்சி எல்லாம் ஒன்றாகிவிடலாம்.

எல்லாம் ஒன்றாகிவிடவும் அல்லது ஏதுமற்றதாகிவிடவும்தான் உலகம் தொடர்ந்து முயல்கிறது. யாதுமாகி நிற்பதும், ஏதுமற்ற தாவதும் வேறு வேறு அல்ல.

•

சுற்றுப் புறச் சூழல்பற்றிய உங்களின் அக்கறையில் சிறுபகுதி எனக்கும் உண்டு. என்வீட்டை, என் சுற்றத்தை நான் மாசின்றி வைத்துக் கொள்கிறேன். என்னால் நகராட்சி லாரியுடன் இதற்கு மல்லுக்கட்டவே முடியாது. தனிமனிதனைப் பொருட்படுத்தாத அளவிலேயே இன்றைய சீர்கேடுள்ள நிர்வாக அமைப்புக்கள் இருக்கின்றன. இன்னொரு அமைப்புக்குள் பொருத்திக் கொள்ள முடியாதபடியே, நம்முடைய மன இயக்கம் இருக்கிறது. நித்தம் ஒரு கோலமிட்டு, நித்தம் ஒரு பூச்செடி வளர்த்து, நித்தம் ஒரு பாட்டிசைத்துக் கொண்டிருங்கள்.

நல்லவை எதுவும் ஒரே இடத்தில் தேங்காது.
அலைகள் அனைத்தும் அழுத்தத்தில் உண்டானவையே.
எல்லாம் ஒளிமைய நாட்டம்.
ரத்தம் நம் பச்சையம்.

எல்லோர்க்கும் அன்புடன்
கல்யாணி. சி.

## N. ஜெயபால்

வெறும் ஜெயபால் இல்லை. N. ஜெயபால். நாற்பதாண்டு கால நண்பர். என்னுடைய ஸ்டேட் வங்கி சகா. அவருடைய மனைவி குளோரியை 'GL' என்று கூப்பிடுவார். என்னை "கல்யாணி சார்" என்று. அவருடைய அழைப்பில் கூடுதலாக ஏதோ ஒன்று இருந்து நெருக்கம் உண்டாக்கும். தன் ஊதியத்தின் கடைசிக் காசு வரைக்கும் நியாயம் செய்ய உழைப்பார். கதை, கவிதைகள் எழுதமுடியும். இவரிடம், தனியாக தொகுப்புப் போடும் அளவுக்கு என் கடிதங்கள் உண்டு. நெருக்கமானவர்களுக்குத் தானே அவ்வளவு எழுதுவோம்.

03.08.03
627003

அன்புமிக்க ஜெயபால்,

வணக்கம்.

இதோ உங்களுடைய 'பொன்குஞ்சு'.

ஆனால் நீங்கள் காக்கை அல்ல. அல்லது எங்களைப் போலவே நீங்களும் காக்கை.

'காக்கை கரவா கரைந்துண்ணும் ஆக்கமும்
அன்ன நீரார்க்கே உள'

நேற்று முன்தினம் உங்களுடன் உணவருந்தியபிறகு ஒரு காகத்தைப்போல நட்சத்திரங்களுக்கிடையே மனம் பறந்து இருட்டிலிருந்து திரும்பியது.

'காக்கை உகக்கும் பிணம்' என்பார்கள்.

நான் வேப்பம்பழங்களை உகந்து கொண்டிருக்கிறேன். வேப்பம் பழங்களை வெறுக்க முடியாதது போலக் காகங்களையும் வெறுக்க முடியாது.

RK Laxman வரைந்த / வரைகிற காக்கையைப் பார்த்திருக்கிறீர்களா. என்னைப் போல அழகானது அது.

பேனா சரியாக எழுதவில்லை. ஆனாலும் இதை வைத்தே எழுதி முடித்து விடுகிறேன். என்னால் முடிந்தவரை கரம் கூப்பி வணங்குகிறேன். 30 ரூபாய் வேட்டிகள் எட்டு எடுத்திருக்கிறேன் போனவருடம். சாப்பிடலாமா 'ம்மா என்றுதான் என்பசி கேட்கிறது. சங்கரி தன் மகளை அம்மா என்றே கூப்பிடச் சொல்கிறாள்.

அவரவர் அந்தப்புரங்களில், ஏராளமான அல்ல போதுமான புள்ளியில்லாத கல்வி கிடைக்கும்போது தொலைக்காட்சிகள் நள்ளிரவில் அம்மி அரைக்காது. குழந்தைகளின் விருப்பமாக இருப்பதுதான் கொடுமை. அர்ச்சனாவுக்குப் போனவருடம் பிடித்த பாடல் 'கண்ணுக்குள்ள கெழுத்தி வெச்சிருக்கா சிறுக்கி' நைட்டிகள் ஒரு சௌகரியமான இரவு உடை. அது ஹவுஸ்கோட் மட்டுமே. பால்பூத் வரை அது அணியப்படுவது, மடிகனத்த பசுக்கள் சில செய்கிற தவறு. மொத்தமாக மூடப்பட்டிருப்பதை திருட்டுத்தனமாக மனம் திறந்து பார்க்கிறது. முழுவதுமாகத் திறந்து கிடப்பதை மனம் மூடிவிடத் தவிக்கிறது. மும்தாஜ் சேலை கட்டினால் அழகாகத்தான் இருக்கக்கூடும்.

இப்போது பாஞ்சாலிகளின் காதலர் வரிசையில் துச்சாதனனும் இருக்கிறார்கள். ஆரஞ்சுத் தோல் தானாக உரியாவிட்டால்தான் நாம் உரிக்கிறோம். அடுத்த கம்பார்ட்மெண்டுக்குத் தெரியாமல் நாம் ஆரஞ்சு தின்றுவிட முடியாது. வாசனையை இறைவன் தருகிறான். வாசனை ஒரு அழைப்பு அல்ல, பாதுகாப்பு. தொட்டுப் பேசுவது சகஜமாகிவிட்டது. இனிமேல் தவறான இடங்களில் தொடமாட்டார்கள். குழப்பங்கள் கூடிவருவதற்குக் காரணம் பெண்கள் பெண்களாகவும் ஆண்கள் ஆண்களாகவுமே இருப்பது என்கிற ஆதிக்காரணம்தான். மார்பும், கருப்பையும், பிறப்புறுப்புக்களும் இதே இடத்தில் இருக்கிறவரை இதே குழப்பங்களும் இருக்கும். படிப்பு இதற்குக் காரணமல்ல என்பதே என் கருத்து.

ஒரு செல்போனை எப்படி இயக்குவது என்பதே எனக்குத் தெரியாது. முன்பு, வெகு முன்பே 'ஹலோ, ஹலோ' சுகமா?' பாடல் இருந்தது. இடையில் அழகன் படத்தில் அந்தப் பாடல். இப்போது இப்படி.

அப்புறம் இன்னொன்று. செய்ய வாய்ப்பற்றவர்கள், பேச மட்டுமே முடியும். காற்றில் அலைகிறது ஆயிரம் கோடி மகரந்தம். ஒரே ஒரு துகளுக்காகத் தன்னைத் திறந்து வைத்திருக்கிறது

கொய்யாமரத்தின் சின்னப்பூ. செல்போன் பேச்சும் மகரந்த அலைச்சலும் ஒன்றுதான். மௌனம் எப்போதும் விலைமதிப் பற்றதுதான். வழக்கு ஒழிவதும் வழக்குக்கு வருவதும் தவிர்க்க முடியாதவை. இது காலம் சம்பந்தப்பட்டது. மான அவமானம் சம்பந்தப்பட்டது அல்ல. கடிகாரத்தில் ரோமன் எண்கள் உள்ளதை விரும்புகிறவர்கள் இன்னும் இருக்கிறார்கள். ஆடியிறுதி அன்றைக்கு என்னுடைய பூட்டையாச்சி கிண்டிக்கொடுக்கிற ‘குமியாணம்’ இன்றைக்கு எப்படிக் கிடைக்கும். நிலக்கோட்டை தேசிகன் டிம்பர்ஸ் வீட்டுக்காரர்கள் சுட்டுக்கொடுத்த ‘ஓலைக் கொழுக்கட்டை’யை எங்களுக்கு யார் தருவார்கள்? நேற்று என் காலையுணவு நூடில்ஸ். இரவு ராஜா ஸ்வீட்ஸ் உணவகத்தில் ஏதோ ஒரு ‘கச்சோடி’ என்கிற வடக்கத்திய உணவு. என் சாப்பாட்டுத் தட்டுக்களை வேறு யார் யாரோ பரிமாறி நிரப்பு கிறார்கள். என் சுவையுணர்வுகளை, என் உள்ளாடைகளை MNCக்கள் தீர்மானிக்கின்றன. என் கலவி நீடிக்க வேண்டுமா என ஆணுறைக் கம்பெனிகள் அக்கறைப்படுகின்றன. நான் நின்று கொண்டில்லை. சென்றுகொண்டு இருக்கிறேன்.

இந்த வாழ்வின் பாதையில் கைகாட்டி மரங்கள் உண்டா? ‘செட்டிகுரிச்சி 13KM’ என்கிறது போன்ற மைல்கற்களை எங்கேனும் கண்டதுண்டா? எப்போதுமே நான்/நாம் எங்கோதான் போய்க் கொண்டிருக்கிறோம்.

Destination என்பதன் வேர்ச்சொல் Destiny தானே. விதி என்பது விதிக்கப்பட்டதா/படுவதா. ஊழ்வினை உறுத்து வந்து ஊட்டுமா. இடுக்கமான வாசல்களில் உட்பிரவேசிப்பதற்குமுன் எதற்கு இந்த அகலஅகலமான புறவழிச்சாலைகள். நேற்றும் அதற்கு முன்பு எத்தனையோ தினங்களும் 60–70 என்று அதிக வேகமாக ஓடிவருவது எல்லாம் வீட்டை நோக்கி என்றாலும் மரணத்தை நோக்கித்தானே. முடிந்தவரை மனிதனாக இருக்கிறேன். மனிதனைத் தேடுகிறேன். தேடுவதெல்லாம் கிடைத்துவிடுமா?

நானும் வள்ளியும் தேடுவது எல்லாம் ஜெயபாலையும் குளோரியையும்தான்.

அன்புடன்<br>
கல்யாணி. சி.

## K.K. ராஜன்

எட்டையபுரம் ராஜன் என்றால் உங்களுக்குக் கதாசிரியராகத் தெரியும் இவர், வ.உ.சி கல்லூரிக் காலத்தில் எங்களுக்கு ராஜன் அண்ணாச்சி. என் வணிகவியல் சகா சி.தங்கசாமியும் இவரும் ஒரே ஊர்க்காரர். எங்களுக்கு ஒரு வருஷம் சீனியர். ஆள்பார்க்க ஜோராக இருப்பார். படிப்பிலும் கெட்டி. ஆட்டுக்குட்டி மாதிரி நாங்கள் அவர் பின்னாலேயே போவோம். திருச்செந்தூர்க் கடற்கரையில் இப்போதும் அவருடன் நிற்பது மாதிரி இருக்கிறது. விலங்கியல் படித்து பேராசிரியராக ஓய்வு பெற்ற அவரிடமிருந்து ஒவ்வொரு டிசம்பரிலும் 'சாகித்ய அக்காதமி'யைத் திட்டி மதுரையிலிருந்து ஒரு கடிதம் வரும். எனக்கு விருது கொடுக்க வில்லை என்ற கோபமாம்.

C 24, C காலனி<br>
பெருமாள்புரம்<br>
627 007<br>
09.10.99

அன்புமிக்க K.K. ராஜன் அவர்களுக்கு,

வணக்கம்.

நாங்கள் மேற்கு மாம்பலத்தை விட்டுக் கிளம்பிவந்து, முழுதாக மூன்று மாதங்கள் ஆகிவிட்டன.

அம்பாசமுத்திரத்தில் ஒருவருடம் கழித்து வீடு மாறினோம். சென்னையில் போஸ்டல் காலனியிலிருந்து ராஜு நாயக்கன் தெருவுக்கு வர ஆறுமாதங்களாயிற்று.

பெருமாள்புரத்தில் ஒரே மாதத்தில் C 26 இல் இருந்து C 24க்கு. 'மாற்றப்படாத வீடு' என்று தேவதேவன் தன் கவிதைத் தொகுப்பு ஒன்றிற்கே பெயர் வைத்திருப்பார்.

ஒருவகையில் அது சரி.

எந்த வீட்டில் நான் இருந்தாலும் அது எனக்கு 21E சுடலை மாடன் கோவில் தெரு வீடுதான்.

ஒவ்வொருவரும் அவரவர் பால்ய வீடுகளைச் சிறுதேர் போலக் கடைசிவரை நம்முடன் இழுத்துச் செல்கிறோம்.

•

இழுத்துச் செல்கிறோமா, இழுக்கப்பட்டுச் செல்கிறோமா என்று கேள்விகள் வருகிறதாகவே வாழ்வு இருக்கிறது.

எனக்கு ஒரு நவம்பர் எனில் உங்களுக்கும் ஒரு நவம்பர் போல. சென்னையில் இருக்கும்போது நல்லபடியாகத் திருமணமாகிப் பெங்களூரில் குடியேறி, உரிய நேரத்தில் கருவுற்றுத் தலை தீபாவளி கொண்டாடிய சங்கரிக்கு ஏழாம் மாத நிறைவில் திடீரென்று வலி வந்து, குழந்தை பிழைக்குமா, சங்கரியே பிழைப்பாளா என்றாகி, விஜயா மருத்துவமனையில் சிஸேரியன் செய்து, ஒருநாள் மட்டுமே இன்க்யூபேட்டரில் சிசு இருந்து கண்மூடியது 97 நவம்பர் 13 இல்.

நவம்பர் 14 குழந்தைகள் தினத்தில் நாங்கள் கமலா தியேட்டருக்குப் பின்னுள்ள இடுகாட்டில் குழந்தையைப் புதைத்துவிட்டு வந்தோம்.

நவம்பர் 1/1977 சங்கரி பிறந்த அன்று கனத்த மழை. அதேபோல நவம்பர் 14ஆம் தேதி இரவும் மழை.

உங்களுடைய மகன் இப்போது எப்படி இருக்கிறார்? எங்களுக்கு நிகழ்ந்ததைவிட உங்களுக்கு நிகழ்ந்திருப்பது மிகக் கொடுமையான ஒன்று. தேறுதல்கள் எல்லாம் வெறும் வார்த்தை களாகவும், சம்பிரதாயங்களாகவுமே முடிந்துபோய், தினம் தினம் கண்ணெதிரில் அனுபவிக்கிற நிஜத்தின் வதை பெரிதாகி நம் விதியை அடைக்கும்.

நீங்களும், உங்கள் துணைவியும் இவ்வளவு காலமாக இதை எதிர்கொண்டுவருவதே, மனவலுவினால்தான். காற்று வந்து நிரம்பிக் கொள்வது மாதிரி, இதுபோன்ற சமயங்களில் ஏதோ ஒரு தைரியமும் நம்பிக்கையும் நம்மை வந்து நிரப்பிக் கொண்டே இருக்கும்படியாக இயற்கை சமன்செய்ய முயல்கிறது.

சுயவெறுப்பும், பச்சாதாபமும், ஒரு தப்பும் செய்யாத நமக்கேன் இந்தத் துன்பம் என்ற கேள்வியும் திரும்பத் திரும்பத் துரத்தி, இதுவரை நமக்கிருந்த சில அடிப்படை நம்பிக்கைகளைத்

தகர்க்க முற்படும். மேலும் எதையும் தகர்ந்து போக அனுமதிக்காது இருங்கள். ஒரு காகிதம் போல மிகச் சுலபமாகப் பறந்து போக முடியாதபடியான சீருடனும் சீர்குலைவுடனும் வாழ்வெனும் மேஜை இருக்கிறது. ஏதோ ஓர் கவலையின் அல்லது சந்தோஷத்தின் கூழாங்கல் நம்மை நம் மேஜையிலேயே வைத்திருக்கிறது. ஒரு பெரும் சூறை அல்லது நிலநடுக்கம் வந்தால் ஒழிய, நம் காகிதங்கள் இடம்பெயர்வதே இல்லை.

ஏழெட்டுப் புத்தகங்கள் எழுதிவிட்டாலும் கூட, என்னுடைய அனுபவ உலகம் கனமற்றதுதான். உங்களுக்கு ஆறுதல் சொல்ல, எந்தத் திடமான சொற்களுமற்றது என் மொழியின் எல்லை. ஆயினும், என்னுடைய வஉசி தினங்களில், உங்களின் தோற்றத் திலிருந்தும் நடமாட்டத்திலிருந்தும், நெருக்கமான நட்புணர் விலிருந்தும் நானும், என்னைப் போன்றவர்களும் சுவீகரித்துக் கொண்ட ஒருவித அன்பின் வற்றாத நீர்மையுடன் இப்போது நான் உங்கள் பக்கத்தில் இருக்கிறேன்.

என்னால் இப்போது ஏதாவது உங்களுக்குப் பருகத்தர முடிந்தது எனில், அது ஏற்கனவே உங்களிடமிருந்து அள்ளி வைத்திருந்த ஆற்றுத்தண்ணீராகத்தானிருக்கும்.

நீங்கள், தங்கசாமி, வஜ்ரவேலு, பாலசுந்தரம் இப்படி இன்னும் ஓரிரண்டு பேர்கள் இன்னும் நல்ல ஞாபகங்களின் அழியாத கோலத்துடன்.

ராஜுவுக்கு வேலை கிடைத்து இப்போது காக்கி நாடாவில். நானும் துணைவியும் மட்டும் தாமிரபரணி இன்னும் ஓடிக் கொண்டு இருக்கிற இந்த நாற்றுப்பச்சை நாடாவில்.

மதுரை முகவரியை எழுதுங்கள்.
தொலைபேசி எண்ணுடன்.
இப்போதைய எங்களுடைய முகவரி
C 24, C காலனி
பெருமாள்புரம்,
திருநெல்வேலி 627 007.
தொலைபேசி : 0462 – 531275.

உங்கள் செல்வனின் உடல்நலம் முன்னேற்றமடைய எங்களின் பிரார்த்தனைகளுடன்.

கல்யாணி. சி.

627 007
03.05.07

அன்புமிக்க அண்ணனுக்கு,

வணக்கம்.

உங்களுடைய யானை நேற்றுவரை அப்பாவிடம்தான் இருந்தது. யானையைக் கட்டி அல்லது கட்டாமல் தீனிபோட அப்பாவுக்குத்தான் முடியும். மேலும் உரையாடல்களில் விருப்பமுடைய யானையாக இருந்தால் அப்பாவுக்கு ரொம்பத் தோது. அப்பாவின் உற்சாகத்தில் யானைக்கு தென்னங்கீற்று, ஈத்தங் குருத்து எல்லாம் சுத்தமாக மறந்துபோகும். நிச்சயமாக மதம்பிடிக்காது, அப்பாவிடம் இடது வலது பிரச்னைகூடக் கிடையாது. அமெரிக்க வெள்ளையானைகள் பற்றி அறிந்து கொள்ளும் முகாந்திரமும் உண்டு. யானையிடமே யானைக் கதைகளைச் சொல்லிக் கேட்கச் செய்துவிடுகிற தத்துவபலம் அப்பாவுக்கு உண்டு. யானை தும்பிக்கையை உயர்த்தி 'லால் சலாம்' போட்டுக் கொண்டிருந்தது நான் போனபோது.

ஒரு நண்பர்கூடக் கேட்டார். 'இந்த வீட்டுக்கு வந்து இரண்டு மூன்று வருஷம் ஆகப்போகிறது. இங்கே எல்லாம் வரக் காணோம். இப்பவும் அது சுடலைமாடன் கோவில் தெரு வீட்டு மச்சுப்படியேறித்தான் போகிறது எப்படி? கூட்டமாக இருந்தது என்றால் குடும்பத்தோடு இங்கு வந்திருக்கும். அது ஒற்றை. மேலும் ஏற்கனவே அந்த வீட்டிற்கு 'வந்துபோய்' பழகின ஒன்றுதான். மேலும் ஏற்கனவே 'காதல் மடப் பிடி' இழந்த யானை ஒன்று அப்பா ரூபத்தில் அங்கேயே இருக்கிறது. 'வாங்க தோழர்' என்று பிளிறுவது கேட்டிருக்கும். அல்லது யானைக்கு ஊஞ்சல் ஆடக்கூடத் தோன்றியிருக்கலாம். அந்தக் குறுக்குவாட்டு நிலைக்கண்ணாடியில் முதுகு பார்த்துக்கொள்ள நினைத் திருக்கலாம். 'பொட்டல்புதூரும் இந்த ஊரும் என்ன தொள்ளாயிரம் மைலா' என்று தோன்றியிருக்கும். 'இந்தப் பக்கமா ஒரு ஜோலியா வந்தேன். அப்படியே எட்டிப் பார்த்துட்டுப் போலாம்னு வந்தேன்' என்று துதிக்கையால் மூச்சுவிட்டுக் கொண்டு ஏறியிருக்கும். என்ன இருந்தாலும் வயசாளி இல்லையா.

எங்களுடைய எதிர்த்த வீடு, பூட்டையாத் தாத்தா உடையது. பூட்டையாத்தாத்தா பிள்ளையார் பக்தர். பட்டாசலில் மாடத்தில் பிள்ளையார் இன்றைக்கும் இருக்கிறார். சிவராத்திரியன்று சிவனுக்குக்கூட அல்ல, பிள்ளையாருக்கும்தான் பூஜை. நான்கு வேளைகள் நடக்கும். நாற்பது ஐம்பது வருடங்களுக்கு முன்பு பிள்ளையாருக்கு வெள்ளி அங்கி செய்து சார்த்தின ஞாபகம்

இன்னுமிருக்கிறது. வெள்ளியின் நிறமும், வெள்ளியங்கியின் உட்புறக் குழிவின்மேல் படர்ந்திருந்த தங்கப்பூச்சு மஞ்சளும் இன்னும் நினைவிலிருந்து மங்கவில்லை. இன்னும் எங்கள் குடும்பத்துப் பையன் – அந்த வீட்டில் தற்போது இருக்கிறவர் – பிள்ளையார் பூஜை செய்து வருகிறார். 'பிடியதன் ஒரு உமை கொளமிகு கரியது...'

அந்த விகடன் கட்டுரையும் புகைப்படங்களும் நிறையப் பேருக்கு என்னை ஞாகப்படுத்தியிருக்கிறது. அதுகூட அவ்வளவு முக்கியமில்லை.

திருநெல்வேலிக்காரர்களுக்குத் தாமிரபரணியையும், வேறு ஊர்க்காரர்களுக்கு அவரவர் ஆற்றையும் கல் மண்டபங்களையும் ஞாபகப்படுத்தியிருக்கிறது. பலருக்கு அவர்கள் கண்ட கனவுகளை ஞாபகப்படுத்தியிருக்கிறது.

ஆற்றையும் கல்மண்டபங்களையும் கனவுகளையும் ஒரு கட்டுரை ஆயிரம் பேருக்கேனும் நினைவுபடுத்தும் எனில் அது எவ்வளவு அருமையானது. இதுதான் என் பேறு.

உங்கள் அழகுக்கு என்ன குறைச்சல்? அந்தப் பழைய சினிமாப் பாடல்போல, 'உங்கள் அழகென்ன, அறிவென்ன, மனம் என்ன, குணம் என்ன' என்று பெண்குரலில் பாடிக்கொண்டே போகலாமே. இருபது வயதிலும் சரி அறுபது வயதிலும் சரி, மெருகு ஏறிக்கொண்டே அல்லவா போகிறது உங்களுக்கு. இந்திய யானையுடன் நூலாசிரியர் என்று போட்டிருக்கிறீர்கள். இந்திய யானையுடன் இந்தியச் சிங்கம் என்பதல்லவா சரியாக இருக்கும். எட்டயபுரத்துக்காரர் என்று அந்த மீசையைப் பார்த்தாலேயே சொல்லிவிடலாமே.

அம்மாவுடன் பேசியாயிற்று. உங்களுடனும் பேசியாயிற்று. பையன் பெண் எல்லாம் நன்றாக இருக்கிறார்கள் என்றும் தெரிந்து கொண்டோம்.

இப்படிப் பேசவும், தெரியவும்கூட இந்த விகடன் பக்கங்களே ஒரு காரணமாக இருந்தது என்பது நல்லவிஷயம்.

'மீண்டும் அந்தக் கனவு வந்தது' என்று தலைப்பிட்டிருந்தார்கள்.

கனவு மட்டுமா, நனவுகளும் மீண்டும் வரும். நாம் எல்லாம் சந்திப்போம்.

எல்லோர்க்கும் அன்புடன்
கல்யாணி. சி.

627 007
03.01.09

அன்புமிக்க K.K. ராஜன் அண்ணனுக்கு,

வணக்கம்.

ஒரு வாரத்திற்குப் பிறகே, இவ்வளவு கோபமா. இப்படி ஒரு சாபமா தமிழின் மூச்சு நின்று போகும்படி.

இன்று நேற்றா நடக்கிறது இந்தக் கூத்து. மற்றெல்லா மொழிகளையும் விடத் தமிழில்தான் இதுபோன்று எல்லாம் அதிகம் நிகழும் என நினைக்கிறேன். நீங்கள் கோபப்படுகிற மாதிரி ஆரம்பித்தால், இந்த விருது விஷயங்களைப் பொறுத்த வரை, நம் உடம்புதான் கெட்டுப் போகும். என்னை விடுங்கள்.

வண்ண நிலவனுக்குக் கொடுத்தார்களா. பூமணிக்குக் கொடுத்தார்களா. அவர்களாவது சமீப காலங்களில் எழுதவில்லை. தொடர்ந்து தீவிரமாக எழுதி இயங்கிக் கொண்டும், ஒன்றுக்குப் பின் ஒன்றாகப் புத்தகங்கள் பதிப்பிக்கப்பட்டும் வருகிற நாஞ்சில் நாடனுக்குக் கொடுத்திருக்கலாம். தொ. பரமசிவன் போன்ற நுட்பமான தமிழறிஞருக்குக் கொடுத்திருக்கலாம். அல்லது இப்போது எழுதி முன்னிற்கிற ஜெயமோகனுக்கோ ராம கிருஷ்ணனுக்கோ கொடுத்திருக்கலாம். வாசந்தியின் பெயர்கூடக் கடைசிச் சுற்றுப் பரிசீலனையில் இருந்ததாகச் சொல்கிறார்கள். அவருக்குக் கூடக் கொடுத்திருக்கலாம்.

அயல் மொழிக்குச் செல்கையில், கைகொட்டிச் சிரிக்கும்படி நம்முடைய கலை, இலக்கிய, பண்பாட்டுச் சூழலில் எவ்வளவு. மூக்கைப் பொத்துகிற அளவுக்கு முடை நாற்றம் எடுத்து அதிககாலம் ஆனதால், அரசியல் பற்றிப் புதிதாய்ச் சொல்ல ஒன்றுமில்லை. பரிந்துரைக்க யாருமற்ற, இதற்காகத் தொடர்ந்து முனைந்து, தாழ்வாரச் சேவகம் பண்ணாத, உள்ளே வெளியே என்று இலக்கிய மங்காத்தா விளையாடாத, தான் உண்டு தன்பேனா உண்டு என்றில்லாமல், குலே பகாவலி படத்தில் மாதிரி விளக்கணைத்துப் பகடையாடத் தெரியாத, எழுதுவதுடன் என் பணி முடிந்தது என இருக்கிற யாருக்கும் தமிழில் லேசில் எந்த விருதும் கிடைக்காது.

மனைவி வழி, துணைவி வழி வாரிசுகளாக இருக்க வேண்டும் அல்லது நம்மீது தாயினும் சாலப் பரிந்து ஊட்டுகிற GOD FATHERகள் இருக்கவேண்டும். இல்லாவிட்டால் காட்டுத் துளசி மாதிரி, சாயுங்காலம் தொழுவுக்குத் திரும்புகிற, மேய்ச்சல் முடிந்த

காராம் பசு ஏதாவது ஒன்றால் கடிபட்டுக் காற்றில் வாசம் கலந்து, வெட்டவெளி ஆவாரம்பூவாக விரிந்துதிர வேண்டியதுதான்.

இதில் வருத்தப்பட ஒன்றுமேயில்லை.

நான் சின்ன வயதில் எல்ஜி பெருங்காய டப்பாவில் வளர்ந்த வண்ணத்துப் பூச்சிப் புழுவெல்லாம், எருக்க இலைகளையே உணவாகக் கொண்டன.

சப்பாத்திக் கள்ளியின் மஞ்சள் பூமேல் வெயில் விழாமல் இல்லை. உரக்குழிகளின் பக்கத்தில் படர்ந்திருக்கிற பூசணிப் பூவின் பளீர் நிறம் பறிக்கத்தான் மார்கழிப் பனியில் காதுமறைத்துத் துண்டு கட்டின திருப்பாவைகள் அலைந்து கொண்டிருக்கிறார்கள்.

சூடப்படாவிட்டாலும் பூ பூதான்.

சூடிக்கொடுப்பதற்கும் உங்களைப் போல யாராவது எங்களுக்கு இருப்பார்கள் நிச்சயம்.

அன்புடன்
கல்யாணி. சி.

## அ. வெண்ணிலா

அ. வெண்ணிலா / மு. முருகேஷ் தம்பதியை யாருக்கும் தெரியாமல் இருக்க முடியாது. வந்தவாசியை தமிழ் இலக்கிய வரைபடத்தில் தவிர்க்க முடியாத ஊராக, நிலை நிறுத்துவது லேசில்லை. அதில் வெண்ணிலாவின் பங்கு அதிகம். அம்பை தான் தன் கணவரை விஷ்ணு, விஷ்ணு என்று பெயரால் குறிப்பிடுவார். வெண்ணிலாவும் அப்படித்தான். முருகேஷ், முருகேஷ் என்று அவர் கூப்பிடுவதை, ஒரே ஆண்டில் நானும் அவரும் சிற்பி விருது வாங்கிய சமயம் பார்த்தோம். என்னை விட சங்கரியம்மாவுக்கு அதில் ஆச்சரியம். 'என்ன, முருகேஷ், முருகேஷ் என்று கூப்பிடுதாங்க?' என்று என்னிடம் கேட்டதும், 'முருகேஷை முருகேஷ் என்று தான் கூப்பிட முடியும்' என்று சொன்னேன். என்னை 'அப்பா' என, எழுதுகிறவர்களின் மத்தியில், இவர்தான் முதலில் அழைத்தார். சந்தோஷமாகத்தான் இருந்தது, இருக்கிறது.

---

நிலா,

அப்போதெல்லாம் பழைய புத்தகங்களை வாங்க, முழுப் பரீட்சை லீவில் அலைவோம். யாரிடம் புத்தகங்கள் காது மடங்காமல் நன்றாக இருக்கும், யார் பைண்ட் பண்ணிய புத்தகங்கள் வைத்திருப்பார்கள், யார் பாதி விலைக்குக் கொடுப்பார்கள் என்றெல்லாம் ஒரு கணக்கு இருக்கும். நான் நன்றாக (அது ஒரு காலத்தில்) படித்ததால், என் புத்தகங்களை வாங்க இரண்டு மூன்றுபேர் அலைவார்கள்.

இந்த நோட்டுப் புத்தகங்களையும் பாடப் புத்தகங்களையும் முகர்ந்து பார்க்கிற கட்டை மூக்குக் கருப்பனாகவே நான் இருந்திருக்கிறேன். தமிழ்ப் புத்தக வாடை, கணக்குப் புத்தக வாடை என்று நான் மட்டுமே சொல்ல முடிகிற வாசனைகள் என் புத்தகப் பைக்குள் உண்டு.

சில சமயங்களில் ஏதாவது ஒரு நோட்டுக்கு அல்லது ஒரு பாடப் புத்தகத்திற்கு ஒரு அட்டைக்குப் பதிலாக இரண்டு அட்டைகள் வாய்த்து விடும். அந்த அதிர்ஷ்டத்தை அடிக்கடி

நான் அடைந்து வந்தேன். என் முகம் நிச்சயம் நிரம்பித் தளும்பி வழிந்திருக்கும் அப்போதெல்லாம்.

எங்கள் புத்தகங்களுக்கு அப்பா அட்டை போட்டுக் கொடுத்தது இல்லை. நாங்களேதான் போட்டுக்கொள்வோம் அல்லது எங்கள் அம்மாத்தாத்தா போட்டுக் கொடுக்கிறதுண்டு. எனக்கு அட்டை போடுகிற, நோட்டு தைக்கிற, பைண்ட் பண்ணி முத்தையா பிரஸ்ஸில் கட் பண்ணி வாங்கி வருகிறதில் எல்லாம் கணபதி அண்ணனும் நடராஜ மாமாவும் ஒத்தாசை.

நான் சங்கரிக்கு ரொம்ப அழகான ப்ரவுன் பேப்பர் அட்டை போட்டுக் கொடுத்திருக்கிறேன். அழகழகாக மிக்கி மவுஸ், டொனால்ட் டக் எல்லாம் போட்டுக் கொடுத்திருக்கிறேன். இப்போது அர்ச்சனுக்குக் கூட. என் விரல்கள் கொடுத்து வைத்தவை.

எனக்கு பிற்காலத்தில் கணக்கு வரவில்லையே தவிர, அந்தக் கால கணக்கு நோட்டின் குறுக்கு வசமும், அதில் இழுக்கப் பட்டிருக்கிற இரண்டே இரண்டு சிவப்புக் கோடுகளும் ரொம்பப் பிடிக்கும். நீங்களும் முருகேஷும் புத்தகங்களை விடவும் அருமையான புத்தகங்களாக இருப்பீர்கள் என்று எனக்குத் தெரியும். அவர்களின் புத்தகங்களுக்குப் போடப்படுகிற அட்டைகள், ஒட்டப்படுகிற லேபிள்கள், அதில் நாம் எழுதுகிற அவர்களின் பெயர்கள் எல்லாம் அவர்களை நம்மோடும் புத்தகங்களோடும் மேலும் மேலும் ஒட்டி உறவாட வைக்கும்.

உறவை விடப் பெரிய அறிவு உண்டா?

குழந்தைகளுக்கு எங்கள் நல்லாசிகள்.

எல்லோர்க்கும் அன்புடன்<br>
கல்யாணி. சி.

அன்புமிக்க நிலா,

வணக்கம்.

சற்றுத் தாமதமாக, ஆனால் ஒரு நீண்ட கடிதம் உங்களுக்கு எழுதினேன். எழுதி முடித்து, கல்யாணி.சி என்று தட்டெழுதி, 'send' என்பதற்குப் பதிலாக, 'discard'ஐ அழுத்திவிட்டேன். அத்தனை வரிகளும் மாயமாகி விட்டன கண்ணிமைப்பதற்குள், விரல் நகர்வதற்குள்.

துயரங்களுள் மிகப் பெரிய துயரம் அது. என்ன எழுதினோம் என்பது கூட ஞாபகம் இராது. இருந்தாலும், அதே சொற்களுடன், அதே மன இசைவுடன் திரும்பக் கிடைக்காது. அதே கிளையில், அதே பறவைகள் உட்கார்ந்தாலும், அதே மாதிரியா உட்காரும்? பக்கத்துப் பறவை இடம் மாறியிருக்கும். இடப் புறச் சிறகில் உரசின இலையும் துளிரும் இப்போது வேறொன்றாக இருக்கும். இந்த மரத்திலிருந்து பார்த்த இன்னோர் மரமும் விழுதும் இங்கிருந்து பார்க்க வேறு தோற்றங்கொண்டிருக்கும்.

ஆமாம். நிலா. ஒரே ஆற்றில் இரு முறை குளிக்க இயலாது.

ஒரு அழகான, பொருத்தமான பெயரை வைத்துவிட்ட பிறகு, எதற்கு இன்னொரு பட்டப் பெயர் என்று அப்பாவும், மூழுவும் நினைத்திருக்கலாம். இல்லாவிட்டால் அம்புலிக் குஞ்சு, நிலாப் பிஞ்சு என்று ஆயிரம் பெயர் அவர்களுக்குத் தெரியாமலா இருக்கும்?

இதையெல்லாம் விட, பள்ளிக்கூடத்தில் உங்கள் டீச்சர்மாரோ, உடன்படித்தவர்களோ பட்டப் பெயர் வைக்காமலா விட்டிருப் பார்கள், முண்டக் கண்ணி, ஒல்லிக் குச்சி என்ற காரணப் பெயர்களுக்கு உரிய காரணங்கள் இல்லாத நடமாட்டம் யாருக்கு உண்டு பள்ளிக் கூடங்களில். இந்த அம்மாச்சியும் அப்பாத் தாத்தாவும் முத்துக் குளிக்கிற மாதிரி, செல்லப் பெயர்களால் தானே உங்களைக் குளிப்பாட்டியிருப்பார்கள்.

முருகேஷ் எழுதியிருக்கிற இத்தனை ஆயிரம் ஹைக்குக்களில் உங்களுக்கான செல்லப் பெயர் ஒளித்துவைக்கப் பட்டிராத மூன்று வரிகள் இல்லாமலா போகும்?

வேனில் காலம் முடிந்து சாரல் துவங்கிவிட்டது.

தென்மேற்குப் பருவக்காற்று தேனியில் மட்டுமல்ல, திருநெல்வேலிப் பக்கமும் வீசுகிறது. மனம் புரண்டு படுக்கிறது. எழுந்திருக்கும்போதே இன்றைக்கு ஏதேனும் எழுதியே தீரவேண்டும் என்று தோன்றுகிறது. பெய்கிற மழையை, அலையடிக்கிற நயினார் குளத்தை, தூரத்துக் கோபுரத்தை, தெருவின் கோடியில் உயரமான கீரைச் சாக்கைச் சைக்கிளில் வைத்து மிதித்துக்கொண்டு வருகிற பெண்ணை, முட்செடியில் சிக்கி, அலைக்கழிகிற பாலித்தீன் பையின் மேல் விழும் வெயிலை எல்லாம் பார்க்கும் போது வேறு ஏதாவது செய்யத் தோன்றுமா? மனம் அப்படி, நிறைவில் செயலற்றுப் போகும் சில தருணங்களுள்

ஒன்றாக இந்தத் தினங்களும் அமைந்து, வேறு எதையும் செய்யாமல் நகர்ந்துவிடுகின்றன. எழுத வேண்டிய கதைகளின் முதல் வரி தள்ளிப்போய்க் கொண்டே இருக்கிறது. வானம் வசப்படுவது போலத்தான் வரிகள் வசப்படுவதும். தொடச் சொல்லி, தொடுகைக்கு அப்பால்.

முருகேஷ் அந்த நீள நோட்டில், தனது நீள் கவிதைகளை எழுதத் துவங்கி விட்டாரா? நீங்கள் என்ன எழுதினீர்கள்? வாசித்தீர்கள்? வாசிப்பும் படைப்பும்தான் நம் காலச் சுவடுகள். எழுதுங்கள், எழுதி எழுதி மேற் செல்லுங்கள் நிலா.

குழந்தைகளுக்கு எங்கள் அன்பைச் சொல்லுங்கள்.

விசாரிப்பை விட, அவர்களைத் தொட்டுப் பேசவே விரும்புகிறேன்.

தொடுகைதான் ஆதி மொழி.

எல்லோர்க்கும் அன்புடன்,
கல்யாணி. சி.

அன்புமிக்க வெண்ணிலாவுக்கு,

வணக்கம்.

நீங்களும் முருகேஷும் எங்கள் வீட்டிற்கு வந்ததின் சந்தோஷம் இன்னும் தீர்ந்துவிடவில்லை. தீராநதி என்பதை ஒரு படிமமாக நாம் நம் வெவ்வேறு அனுபவங்களுக்கும் நிகழ்வுகளுக்கும் உணர்வுகளுக்கும் பொருத்திக்கொள்வோம். அதைக் கூடச் செய்யாவிட்டால் அப்புறம் நாம் என்ன கவிஞர்கள்?!

பிள்ளைகளும் வந்திருந்தால் சந்தோஷமாக இருந்திருக்கும். சங்கரியும், அர்ச்சனாவும், ஆதியும் வராத வெறுமையை அது நிரப்பியிருக்கும். கோடைவிடுமுறையில் குழந்தைகளின் குரல்களை எதிரொலிக்காத தாத்தா வீட்டுச் சுவர்களுக்கு எவ்வளவு வருத்தம் இருக்கும் தெரியுமா. ஒவ்வொரு தினத்தின் தேதித் தாளைக் கிழிக்கும் போதெல்லாம் இன்றைக்கும் யாரும் வரமாட்டார்களா என்ற ஏக்கமான குரல் சன்னமாக அந்த நாளிடமிருந்து ஒலிக்கிறதைக் கேட்கிறோம். இனி அடுத்த வருட முழுப் பரீட்சை லீவுதான். நோட்டுப் புத்தகம், பேனாவையெல்லாம் பிள்ளைகளுக்கேதான் வாங்கினேன். அந்த டெய்ரி மில்க் வாங்கும்

போது எனக்குக் கிடைக்கும் காக்காக் கடி சாக்லெட் துண்டு ஞாபகம் இருந்தது. அது கிடைக்காமல் போனது இழப்புதான்.

21. E. சுடலைமாடன் கோவில் தெருவில் நாம் பார்த்திருந்தால் இன்னும் நிறைவாகவே இருந்திருக்கும். எந்தையும் தாயும் மட்டுமல்ல, நானும் சங்கரியம்மாவும் மகிழ்ந்து குலாவி இருந்த வீடு அது. சங்கரி, ராஜு எல்லோரும் அங்கேதான் பிறந்தார்கள். என் எத்தனையோ கதைகளின் கவிதைகளின் பேறுகாலம் அங்கேயே நிகழ்ந்தது. பராமரிக்கப்படாமல், கைவிடப்பட்டிருக்கிற அந்த வீட்டில் படிந்திருக்கும் புழுதியெல்லாம் என் மீது படிகிற, எங்கள் தாம்பத்தியத்தின் மீது படிகிற புழுதியாக இருப்பதால் நான் அப்பா இருக்கிற அறைதாண்டி அதிகம் நடமாடுவதில்லை. முக்கியமாக மச்சுப் படி ஏறுவதே இல்லை. அந்த அறையில் இப்போது அடர்ந்திருக்கும் புழுக்கம் ஏற்கனவே ஆஸ்த்மாவின் தொந்தரவால் கிழிந்திருக்கிற என் நுரையீரல்களுக்கு ஒவ்வாது போகும் இல்லையா? மேலும், எல்லாப் புழுதியையும் துடைத்து விடுதல் என்பது என் சாத்தியத்திலும் இல்லை. ஆனால் மண் வாசனை போல, புழுதி வாசனையையும் மனம் நுகரத் தவிக்கத்தான் செய்யும். நுகர்ச்சியின் துன்பங்களை நாம் அல்லது நான் எழுத முயல்வதில்லை. பேருந்து முதுகுகளில் படிந்த புழுதியில் இடப்படுகிற சுருக்கு ஒப்பங்களைப் போல, அந்த மச்சு அறையின் தளச் செங்கலில் உங்களுடைய , முருகேஷுடைய, குழந்தைகளுடைய புழுதிச் சுவடுகள் கிடந்தால் அருமையாகத்தான் இருக்கும்.

எதைப் பற்றியும் யாரைப் பற்றியும், படைப்புலகத்தில் அல்லது படைப்பாளிகள் உலகத்தில், கவலைப்பட அவசியமில்லை நிலா. நீங்களோ, நானோ, பாவண்ணனோ, சமயவேலோ, ஏன் சுகுமாரனோ கடைசி வரை உரிய அளவுக்குக் கவனிக்கப் படவே மாட்டோம். தன்னை முன்னிறுத்தும், தன் மேல் வெளிச்சம் பீச்சும், தன்னைத் தானே சந்தைப்படுத்தும் "கெட்டிக்காரத்தனம்", அதற்கான ஊடகபலம், அதிகார மையம், அரசியல் சார்பு உடையோர்க்கே அது சுலபமாகக் கைகூடும். நமக்கல்ல.

நான் வாழ்ந்த வாழ்வை, நான் புரிந்துகொண்ட வாழ்வை, மனிதரை எனக்குத் தெரிந்த வகையில், முடிந்தவரையில் சொல்லிக்கொண்டே போவேன். என் வாழ்வை என்னால் புறக்கணிக்க ஒருபோதும் இயலாது. என் மனிதரின் மீதான என் அங்கீகாரத்தைப் பதிவுசெய்ய என் எழுத்து தவிர, வேறு எந்தக் கரும்பலகைகளும் என்னிடம் இல்லை. நான் பொறுக்கி

யெடுத்திருக்கும் துண்டு சாக்பீஸ்கள் நான் எழுதித் தீர்க்கும் அளவுக்குப் போதுமானவையே. என் ஆசிரியர்கள் எனக்குக் கற்றுக் கொடுத்த வரிவடிவங்களை நான் இதுவரை சிதைக்க முற்பட்டதில்லை. என் 63 வருடத் தளர்விலும் என் கையெழுத்தை இந்தக் கணினியோ அல்லது பால் பாயிண்ட், ஜெல் பேனாக்களோ அதிகம் கெடுத்துவிட முடியவில்லை. என் சாயலில் சில மனிதரும், என் கையெழுத்தின் சாயலில் சில கையெழுத்துக்களும் உலகில் இருப்பார்கள்/இருக்கும். யாருடைய சாயலோ, யாருடைய கையெழுத்தோ என்னிடம் எஞ்சியது போல.

போதும் வெண்ணிலா.

நான் போய்க்கொண்டே இருப்பேன்.

வாழ்த்துக்களுடன்,
கல்யாணி. சி.

## மரபின் மைந்தன் முத்தையா

*மரபின் மைந்தன் முத்தையா என்றால் சட்டென்று தெரியும். 2, ராஜீ நாயக்கன் தெரு, மேற்கு மாம்பலத்தில் இருக்கும்போது முன்னுரை கேட்டு வந்தவர். நான் மறுத்து விட்டேன். இப்போது இவருடைய பின்னுரைகளை நான் கேட்டுக் கொண்டிருக்கிறேன். கோவையில் அவர் புழங்குகிற இடங்களும் மனிதரும் தனி. ஆனால் நான் புழங்குவதற்கு ஒரு கனிவான, பத்திரமான இடத்தை எனக்குத் தருபவர். மிகப் பல சமயங்களில் அவர் அழைப்பு அல்லது குரல் எனக்குத் தேவையாக இருந்திருக்கிறது. சமீபத்தில் லாலா மாரியப்பன் 51வது பிறந்த தின வாழ்த்தாக ஒரு நல்ல மரபுக் கவிதை எழுதியது அவரின் தூண்டுதலால்தான். எனக்குப் பிடித்த ஒரு கவிதையை நான் எழுதும் கணம் திரளச் செய்பவர் எனக்கு முக்கியமானவரில்லையா.*

627007
23.04.06

அன்புமிக்க முத்தையா,

வணக்கம்.

இது கிளை மேலாளர்களுக்கானது. நான் உபயோகிக்கக் கூடாது, அலுவலகத்தில் கூட வேறொரு படிவத்தைத் தேடும் போது, கட்டுக்கட்டாக அடுக்கி வைக்கப்பட்டிருந்தது. மதுரைக் காரன் சொல்வதுபோல 'ஆட்டையைப் போட்டுட்டேன்'. நல்ல தாட்களும் நல்ல கட்டுமானங்களும் ஒருவித தவிர்க்கமுடியாத அழைப்பைத் தன்வசம் கொண்டிருக்கின்றன, 'There is a call in her eyes' என்று நிழலான அர்த்தத்தில் சொல்வது போல.

வங்கியில் மிகமோசமாகப் பராமரிக்கப்படுகிற அறைகளில் ஒன்று இந்த stationery. எவ்வளவு காலமாக, உபயோகிக்காமல், இனிமேல் உபயோகிக்க லாயக்கற்று, காலாவதியாகி, பழுப்படித்து பழுப்படித்து அடுக்கடுக்காக எத்தனை கணக்குப் புத்தகங்கள், படிவங்கள். அதிலும் கணினிமயமானபிறகு, அச்சடிக்கப்

படுவதற்குச் சம அளவில் சேதாரமாக அடுக்கப்படுகிற வெள்ளைக் காகிதங்களைக் கணக்கெடுத்தால் ஆச்சரியமாக இருக்கும். ஒவ்வொரு Printer அருகிலும் மலைமலையாகச் சேதாரத்தாட்கள். கடைநிலை ஊழியர்களின் பிள்ளைகளுக்கு Rough note தைப்பதற் காகலாம். அனுமதிக்கப்பட்டால் என்னைப் போன்றவர்களுக்கு எழுது – பொருளாகக்கூட. அம்பாசமுத்திரம் மேலாளரிடம் அனுமதி பெற்று, அச்சகத்திலிருந்து வருகிற நாராயணனிடம் பிரத்யேகமாகச் சொல்லி, அப்படி மூன்று Pad பெற்றுக் கொண்டேன். இரண்டு தீர்ந்துவிட்டது. ஒன்றை ஆசையாக வைத்திருக்கிறேன். இது கண்ணில் படாமல் இருந்தால், அதுதான் உபயோகத்திற்கு வந்திருக்கும்.

உங்களுக்கு 'நலம், நலமறிய ஆவல்' போல, ரவீந்திரனுக்கு தபலா போல அழைத்தவருக்குச் சுருதி சேர்த்துவிடுகிற அந்தச் சில நொடிகளில் நம் மனநிலை செம்மையாகிறதாகக் கூடத் தோன்றுகிறது. இன்று ரவீந்திரனுடன் பேசும்போது மகிழ்ச்சியாக உணர்ந்ததற்கு அந்தத் தபலா இசை காரணமாக இருக்கலாம்.

அவருடன் பேசியவுடன் நான் உங்களுக்குத்தான் எழுத வேண்டும் என்று நினைத்தேன். முக்கியமான தூண்டுதல் சைலப்பன் – ஞானி உரையாடல். அப்புறம் ரவீந்திரன். 'அலுவலகத்திற்கு வந்தேன். ஆனால் கவிதைகளைச் சரியாக வாசிக்கவில்லை' என்று சொன்னது.

சைலப்ப மாமாவை என்னுடைய இரண்டாவது தங்கச்சிக்குப் பார்த்தோம். எனக்குப் பார்த்த பெண்களில் ஒன்றுதான் சைலப்ப மாமாவின் அண்ணன் துரை மாமாவுக்கு முடிவானது என்று ஞாபகம். சைலப்ப மாமாவுக்கு ஒரு தம்பி உண்டு. பதினாறு பதினேழு வயதிலேயே வீட்டைவிட்டுப் போய்விட்டான். ரொம்ப அழகாக இருப்பான். கொஞ்சம் சேட்டை அதிகம். வண்ணநிலவன் எழுதிய சிறுகதைபோல எவ்வளவோ 'ஆதி ஆகமம்'கள். பழைய ஏற்பாடுகளுக்கும் புதிய ஏற்பாடுகளுக்கும் இடையில் கிடக்கிறது வாழ்வின் சுவிசேஷங்கள்.

சைலப்ப மாமாவின் அம்மா – புலியூர் ஆச்சி இன்னும் தன்னந்தனியாகத் தன்னுடைய பூர்வீக வீட்டில் இருக்கிறாள். சுடலைமாடன் கோவில் தெருவில் எங்கள் அம்மாவும் – அப்பாவும், அந்தப் புலியூர் ஆச்சியும்தான் மூத்த குடிகள். இன்னும் அடுத்தவர்களுக்குக் கைமாறாத வீடுகளாக இருக்கிற சொற்ப வீடுகளுள் இவையும் இரண்டு.

புலியூர் ஆச்சி, சீரங்கத்தாச்சி, மஞ்சாச்சி வீடு எல்லாம் வாய்க்காலில்தான் போய் முடியும். புளியம் பிஞ்சு பறிப்பதற்கு, தாத்தாவுடன் பசுமாடு குளிப்பாட்டுவதற்கு, அல்லிப்பூ (அல்லிப் பூதான் அப்போது தாமரைப்பூ) பறிப்பதற்கு எல்லாம் அங்கேதான் போகவேண்டும். இல்லாவிட்டால் வடக்கு வளவு சம்பந்தம் தாத்தா வீட்டுக்கு. சம்பந்தத் தாத்தா வீட்டுக்குப் பின்னால் நெட்டை லிங்க மரம் இருக்கும். நெட்டலிங்கக் கொட்டையின் எடையற்ற வசீகரம் எனக்குப் பிடிக்கும். வளரவளர அந்த மரத்தைத்தான் அசோகமரம் என்றார்கள். பேட்டை ரோட்டில் மில்லுப்பிள்ளை வீடு கட்டியபோது முகப்பில் இரண்டு அசோக மரங்கள் வைத்தார்கள். நிலக்கோட்டையில் பெரியார் காலனியில் குடியிருந்த வீட்டில் நான் எழுதுவதற்கு உபயோகித்த முன்னறையில் இருக்கும்போது, பின்னிரவுகளில் அதே அசோக மரங்களிலிருந்து கொட்டைகள் விழுந்துகொண்டிருக்கும், 'என்ன பண்ணிக்கிட்டிருக்க முருகா, தூங்கலையா' எனறு ஆச்சி கேட்பதுபோல.

என் கதைகளைப் பற்றிச் சொன்னதை விடுங்கள். ஞானி எனக்கு முக்கியமானவர். லில்லி தேவசகாயம் விருதுபெற வந்த போதுதான் அவருடைய கைகளைப் பற்ற ஆரம்பித்தேன். அடுத் தடுத்த இரண்டு மூன்று முறைகளிலும், அவருடைய உள்ளங் கைகள் சொல்வதையே கேட்டுக் கொள்கிறவனாக இருக்கிறேன். எல்லோருடனும் உரையாடல் சாத்தியமில்லை. கற்றிலன் ஆயினும் கேட்டல். மிகப்பல இடங்களில் என் நிலை அதுதான்.

அனுப்பிய கவிதைகள் நன்றாக இல்லை என்று தோன்றுகிறது. நன்றாக இருந்திருந்தால் ஒரே வாசிப்பில் ரவீந்திரன் மனதில் பதிந்திருக்கும். அலுவலக நேரத்தில், மின் ரயில் நிலையங்களில் ஓடும்போது பார்க்கிறவர்களில் – அவர்கள் படிகளில் ஏறிக் கொண்டிருப்பார்கள், நாம் இறங்கிக் கொண்டிருப்போம் – நம் மனத்தில் வெகு நாட்களுக்குப் பதிந்து கிடப்பது அந்த முகங்கள் அழகாக இருப்பதினால்தானே. மேற்குமாம்பலம் ரயில் நிலையத்தின் பிள்ளையார் கோவிலோ / அம்மன்கோவிலோ தாண்டுகிற திருப்பத்தில் ஒரு மழை நாளில் பார்த்த, பந்து பந்தான மல்லிகைப் பூக்களும் பிரப்பங்கூடையும் இன்னும் இதை எழுதுகிற நேரத்தில் காட்சிப்படுவது அதன் அழகால் அல்லவா. அஜயன் பாலாவும், யூமாவாசுகியும் நானும் அந்த ரோட்டோர வியாபாரியிடம் சப்போட்டாப் பழம் வாங்கிச் சாப்பிட்டபோது, விள்ளலில் பிளந்த சதைப் பற்றுக்கிடையில்

மினுமினுத்த கருப்பு விதையின் அழகுடன் என் கவிதைகள் இருந்திருந்தால் ரவீந்திரனுக்கு ஞாபகம் இருந்திருக்கும்.

ஏற்கனவே ரவீந்திரனிடம் சொல்லியிருக்கிறேன். மீண்டும் சொல்கிறேன். பிரசுரிக்கிறதற்கான லாயக்கிருந்தால் மட்டும் பிரசுரியுங்கள். நான் அனுப்பியது அச்சாகவில்லையே என்ற வருத்தம் எனக்கிருக்காது. நான் புரிந்துகொண்டிருக்கிறேன் உங்களையும், என்னையும், எழுத்தையும்.

தொகுத்து வைத்திருப்பவற்றை வாசித்துப் பார்த்துக் கொண்டிருக்கிறேன். திருப்தியாக இல்லை. திருப்தியடைகிறமாதிரி மீண்டும் எழுதமுடியாது என்றுதான் முடிவுக்கு வரவேண்டிய திருக்கிறது. என்றாலும் பாரதிக்கு விரைவில் அனுப்பி வைப்பேன். பாரதி அரசியலைவிட்டு வெளியே வர மே 13க்குமேல் ஆகும். அதுவரை ஏன் அவர் மேஜையில் அது காத்துக்கிடக்க வேண்டும். 'பைய' அனுப்பலாம் என்றும் இன்னொரு யோசனை.

எல்லோர்க்கும் அன்புடன்
கல்யாணி. சி.

06.05.06
627007

அன்புமிக்க முத்தையாவுக்கு,

வணக்கம்.

மழை இன்னும் பெய்திருக்கலாம்.

நேற்று இதைவிடப் பெய்யும்போது அலுவலகத்தின் பதினெட்டாம் படியில் நின்று மழை பார்த்துக்கொண்டிருந்தேன். சாலை வெளிச்சங்களூடே மழைத்தாரை சாய்ந்து விழுவதை மழை முடியும்வரையல்ல, ஆயுள் முடியும்வரை பார்த்துக் கொண்டேயிருக்கலாம். விரைகிற வாகனங்கள், விரைகிற மனிதர்கள் எல்லோரும் மழையால் மேலும் உயிர்ப்படைய, ஒரு நீர்ப்பூச்சிபோல, தரையிலிருந்து பறக்கிற மழைத்துளிகளின் குதூகல வடிவத்தை யாரும் வரைந்திருக்கிறார்களா தெரிய வில்லை. அரைக் குமிழியாக தரையில் நகர்கிற தண்ணீரில் எத்தனை கப்பல்கள் விட்டாயிற்று. தூங்குகிற தொட்டில் பிள்ளை மாதிரி ஒரு திருப்பத்தில் அந்தக் காகிதக் கப்பல்கள் சாய்ந்து கிடக்கிற சுடலைமாடன் தெரு வாசல் எல்லாம் தொலைந்துபோய், இதோ இந்தப் புறநகர் முட்புதர்களில் சிக்கிக் கிழிபடுகிற ஏழாம் நாள்

நிலவைக் கரையேற்ற முடியாது தடுக்கிற கண்ணாடி ஜன்னல்களுக்குள்ளாகிவிட்டது இன்றைய வாழ்வும், இதனுடைய நீள்வும்.

கி.ரா. மாமா கடிதம் போட்டிருக்கிறார் கட்டுரை எழுதச் சொல்லி. என் பேனா அதற்கு ரொம்ப அருமையாக ஒத்துழைக்குமாம். கதையெழுத ஒத்துழைத்த என் பேனாவை மீண்டும் கண்டுபிடித்துவிட்டால் நன்றாக இருக்கும். இந்த சலூன்காரரைப் பற்றிய கவிதையைக் கூட (அது கவிதையா. எண்பது வயதில் ஆப்பரேஷன் ஆகிக் கிடக்கிற நம் ஆச்சிக்கு நர்சிங்ஹோம் வசதிக்காக உடுத்திவிட்டிருக்கிற நைட்டி மாதிரிக் கஷ்டப்படுத்து கிறதோ) ஒரு கதையாக எழுதியிருக்கலாம். இன்னும் கைவேலையை விட்டுவிட்டு மழை பார்த்துக்கொண்டு நிற்கிற 'நயினார்'கள் இருக்கிறார்கள்.

மழை பார்த்துவிட்டு வருகிற விரல்களும் கத்திரிக்கோல்களும் காத்திருக்கிற என்னைப் போன்றவர்களும் இருக்கிறார்கள்.

விகடன் வந்து மூன்று நாட்களாயிற்று. நான் இன்னும் பார்க்கவில்லை. வீட்டில் வழக்கமாகப் 'போடு'வார்கள். இன்னும் போடவில்லை.

'அதைப் பார்ப்பவர்கள் நான் அப்பா மாதிரி இருப்பதாகச் சொல்கிறார்கள். வயது தெரிகிறது என்கிறார்கள்'. 'நல்லா இல்லை' என்று சொல்லத் தயங்கி, 'பழசெல்லாம் மாதிரி சரியா வரலை ஸார்' என்கிறார்கள்.

நான் அப்பாமாதிரித்தானே இருப்பேன்.

எனக்கும்தான் வயதாகிவிட்டதே.

நன்றாக இருந்ததைப்போல, நன்றாக இல்லாததும்கூட இன்னொரு உண்மைதானே.

Wide Angle ரவிஷங்கர் எடுத்த சுபமங்களா படத்தையே இன்னும் எத்தனை நாள் முகத்தில் தக்கவைக்க முடியும். மீசை நரைத்த இந்த முகத்தை, இப்போது ரவிஷங்கர் எடுத்தால் இன்னும் தீர்க்கமாகத்தானே இருக்கும்.

நௌஷாத் இறந்து போனாராம்.

எனக்கு நாஞ்சில் நாடன் போலவோ, ரவீந்திரன் போலவோ 'இசைக்காதுகள்' இல்லை. ஆனாலும் நான் இன்று நௌஷாத் – ஷாகிர்லுத்யான்வி பாடல்களைக் கேட்கவிரும்புகிறேன்.

நிச்சயம் இந்த நீண்ட மழையிரவில் அல்லது தகிக்கிற கோடை நாள் ஒன்றின் முடிவில், எங்கெங்கிருந்தோ நௌஷாத் பாடல்கள் ஒலித்துக் கொண்டிருக்கும். நிச்சயம் அசோகமித்திரன் யாருடனாவது நௌஷாத் பாடல்கள் பற்றிப் பேசிக் கொண்டிருப்பார். ஒரு நினைவுக் கட்டுரையைக் கூட அவர் இப்போது எழுதிக் கொண்டிருக்கலாம். ஒரு பாடகன் அல்லது பாடகியின் வாழ்வு, அவர்களின் பாடல்கள் ஊடாக எத்தனை பேரால் எத்தனை அமரத்துவத்துடன் வாழப்படுகிறது சுழன்று கொண்டேயிருக்கும் இசைத்தட்டாக.

உங்களுடன் தொலைபேசியதுடன் அது ஓய்ந்துவிட்டது. இப்போது பார்த்தால் பா. நமசிவாயம் சிரிப்பதுபோலச் சிரித்துக் கொண்டிருப்பது தெரியும்.

நகுலன் எழுதியது போல 'ஒன்றும் செய்ய முடியாது' இந்த மனதை வைத்துக் கொண்டு.

கல்யாணி. சி.

627007
10.03.09

அன்புமிக்க முத்தையா,

வணக்கம்

இன்னும் நவீனத்துவம் பின் நவீனத்துவம் அடையாதது என் மனம். எம்.ஜி சுரேஷும் தமிழவனும் கோணங்கியும் என் வாசிப்பின் எல்லைக்கு அப்பாலே இன்னும் இருக்கிறார்கள். ஆதிமூலத்தின் கோட்டோவியங்களில் லயித்த அளவுக்கு, அவருடைய அருவ ஓவியங்களின் வண்ணத்தில் ஒன்ற முடியவில்லை.

மிக எளிய அடிப்படைச் சந்தங்களிலிருந்து வெளியேற முடியவில்லை. புதுமைப்பித்தனும். திருச்சிற்றம்பலக் கவிராயரும் கண்ணதாசனும், ஞானக்கூத்தனும் வைரமுத்துவும், அவரவர்களின் ஒலியுறவுகளுடன் நெருக்கமாக இருக்கிறதன் அடிப்படை கூட அதுதான். கணக்கு வழக்குகளும் தீர்மானங்களும் அறிந்த விரல்களை மட்டுமே அனுமதிக்கும் மிருதங்கங்களையும் தபலாக் களையும் நெருங்கமுடியாமல் என்னுடைய அம்மாத் தாத்தா யாரிடம் சொல்லியோ செய்துகொடுத்த தோல்கொட்டை (அது

தாழைமரத்து மூடு ஒன்றை வெட்டிக் குடைந்து எடுத்தது) இன்னும் கூட வாசித்துக் கொண்டிருக்கிறது மனம். பத்துப் பதினைந்து வருடங்களுக்குமுன், மதுரை எஸ். எஸ் காலனி தேவன் மெடிக்கல்ஸ் முன்னால் நிற்கிறேன். நல்லதற்கோ கெட்டதற்கோ வாசிக்க வந்திருக்கிறவர்கள், எதிர்பக்கம் தீமூட்டிப் பறை காய்ச்சிக் கொண்டிருக்கிறார்கள். தீயில் பதமாகக் காட்டிக் காட்டி அவ்வப்போது கொட்டிப் பார்க்கும் போது உண்டாகிற ஒலி என் நெஞ்சில் சுண்டுகிறது. என்னைப் போலவே அதை ஒரு மனநிலையற்ற பெண்ணும் மிகுந்த குவிப்புடன் கவனித்துக் கொண்டிருந்தாள். அவள் முகத்தில் அலைந்த தீயின் அழகு, அந்தக் கணத்தில் அவளை இந்த உலகின் ஒரே பேரழகியாக்கி யிருந்தது. அவள் பேரழகியாகியிருந்ததன் ஈடாக நான் பைத்திய மாகிவிட்டிருந்தேன்.

இன்னும் கூடத் தெளியாத பித்தத்துடன்தான் உங்களின் 'நீயே சொல் குருநாதா' வை வாசித்துக் கொண்டிருந்தேன். வாசிப்பு ஒரு வகைப் பைத்தியநிலையெனில், அதை அங்கங்கு என்போக்கில் எதுகைமோனைப்படுத்திக் கொண்டதும், இப்போது உங்களுக்கு அனுப்பி வைப்பதும் இன்னொரு பைத்திய நிலையில்தான். உங்களுக்கு அபிராமியும் ஆன்மகுருக்களும் மடிதந்து நிற்கிறார்கள். நீங்கள் அருளிச் செய்கிறீர்கள். உங்களின் உச்சந்தலையில் அவர்களின் அட்சதை அரிசிகள். ஒரு மங்கல மேடையில் சிதறிக்கிடக்கிற அந்த மஞ்சள் அரிசிகளை என் உள்ளங்கையில் பொறுக்கிவைத்துப் பார்க்கிறதுபோல அங்கங்கே பென்சில் குருவி உங்கள் தானியம் கொத்தியிருக்கிறது.

இன்னதெனச் சொல்லவும், விளக்கவும் முடியாத நல்ல மனநிலையை உங்களின் இந்தக் கவிதைகள் எனக்கு அளித்தன. இதை வாசிக்கையில், தோன்றத் தோன்ற எழுதியதை மீண்டும் படித்துப் பார்க்கும்போது, ஒன்றிரண்டு இடங்களில் என் ஆதாரசுருதி இன்னும் கலையாமலே இருப்பது அறியச் சந்தோசமாக இருந்தது. நீங்கள் அல்லது யாரோ செதுக்கிக் கொண்டிருக்கிற சிற்பக் கூடங்களைத் துப்புரவு செய்கிற கிழவனாக நான் இருக்கச் சம்மதம். வருகிற வழியில் கிடந்த காக்கைச் சிறகை எடுத்துக் கொண்டு அர்ச்சனாவின் மூன்று வயதுக் கைகளில் கொடுக்கிற லட்சுமியைப் போல என் வழியில் பொறுக்கியெடுத்துக் கொடுக்க, ஏதேனும் பறவைகள் சிறகுதிர்த்துக் கொண்டுதான் இருக்கின்றன இதுவரை.

Tamil Matrimony இணையதளங்கள், அதன் M நம்பர்கள், புகைப்படங்கள், போன் நம்பர்கள், புகைப்படங்களின் நிராகரிப்

பினால் பதங்கமாகிக் கொண்டிருக்கிற என் தினங்களுக்கு, 6ஆம் தேதி நண்பகலில் இருந்து உங்கள் வரிகள் சிறு விடுமுறை அளித்தன. ஒரு பிரவாகம் போன்ற உங்கள் மனநிலையின் பெருக்கெடுத்த ஓட்டத்தின் படித்துறையில் நான் முங்கிக் குளித்துக் கொண்டேயிருந்தவன். நீச்சல் தெரியாதவனை நீரும் நிராகரிப்பதில்லை, மீனும் நிராகரிப்பதில்லையென உணர்ந்த பரவசத்தில், கல் மண்டபத்தில், தலைதுவட்டாமல் நின்று, வெயிலில் மினுங்குகிற நதியையே பார்த்து வேறொருவனாகி விட்டிருந்தேன். எப்போதுமா நமக்கெலாம் வேறொருவனாக வாய்க்கிறது.

வேறொருவனாகிற சந்தோஷத்தைத் தந்த உங்களுக்கு என் நன்றியும் மகிழ்ச்சியும். இந்தத் திருத்தங்கள் மூலம் நான் உங்களுக்கு எந்த வழியையும் காட்ட நினைக்கவில்லை. அவை என் சொந்த வழியில் விழுந்த சுவடுகள் அவ்வளவே.

இந்த சிவராத்திரி தினத்தில் இந்த 62-63 வருடங்களில் முதன்முறையாக நெல்லையப்பர் கோவிலுக்குப் போய்வர எனக்குத் தோன்றியது. போய்வந்தேன். வேனுவனம் தான் வெள்ளியங்கிரி. மூங்கில் இலைதான் கிருஷ்ணகாந்தம். என் வரிகளும் உங்களுடையது தான்.

வாழ்த்துக்களுடன்
கல்யாணி. சி.

அன்புமிக்க முத்தையா,

வணக்கம்.

ஓஷோவை ஆங்கிலத்தில்தான் படிக்கவேண்டும். அவர் ஆங்கிலத்தில் சொல்லிய பதில்களை, ஆங்கிலத்தில் வாசிப்பதன் மூலம், ஓஷோவை அடைவதில் தடையேதுமில்லாமல் அடைந்த உணர்வுண்டாகும். ஓஷோவின் ஆங்கில உச்சரிப்பைவிட அவருடைய ஆங்கிலத்தில்தான் Osho இருக்கிறதாகத் தோன்றும் எனக்கு.

நான் அம்பாசமுத்திரத்தில் இருக்கையில் ஆர்.சோமுதான் எனக்கு Oshoவை அறிமுகம் செய்தார். எனக்கு ஜென் பௌத்தம் பற்றிய அறிவில்லாமலே, வாசிப்பில்லாமலே ஜென் மனமும் ஜென் அனுபவங்களும் அடிப்படையில் வாய்த்திருந்தன.

நிலக்கோட்டையில் 80 – 85இல் வேலை பார்க்கையில், சித்ராவிடம் ஜென் தத்துவப் புத்தகங்கள் கிடைக்குமா மதுரை நூலகங்களில் என்று கேட்ட நினைவு.

பின் காலத்தில் 91 – 96இல் மதுரையிலிருந்து புறப்படுகையில் சோமு எனக்குக் கொடுத்த Take it easy - II புத்தகத்தை – (அதை அப்போது ஜெயபாஸ்கரன் வாசித்துக் கொண்டிருந்தார்) – தூங்குகிற குழந்தைகளை தோள் மாற்றுகிற மாதிரி, பக்கத்திலிருக்கிற மண்பானையில் தண்ணீர் ‘கோரி’ இடப்பக்கம் உட்கார்ந்து சாப்பிடுகிற உங்களுக்குக் கொடுக்கிற மாதிரி (கொடுக்கும்போது சிந்தின தண்ணீரில் தொடைப்பக்கம் என் வேட்டி நனைந்து – வெள்ளை நீலமாகி நீலம் காய்ந்து மறுபடி வெள்ளையாகும்) தேவன் மெடிக்கல்ஸ் சந்திரனிடம் கொடுத்துவிட்டு வந்தேன்.

தேடித் தேடிப் படிக்கவுமில்லை. திட்டமிட்டுத் திட்டமிட்டு வாழவுமில்லை. அலுவலகம் புறப்படுகையில் பைக்கை உதைக்குமுன் எதிர்த்தவீட்டு அரளிப்பூக் கொத்து அசைவது என்னை அசைக்கிறது. நயினார் குளத்து விளிம்பில் இந்த ஆனிக்காற்றில் திரள்கிற சிற்றலைகள், எப்போதோ நிலவிரவில் பார்த்த கரும்பாறைகள் நெகிழ்ந்து முன்னால் கிடக்கிற தோற்றம் தருகின்றன. படுக்கையில் விழுந்துவிட்ட அம்மாவின் அசைவற்ற கண்களிலிருந்து தலையணையில் வழிகிற கண்ணீர் இரண்டு தினங்களாய் துரத்துகிறது, குளியலறையில் தற்கொலை செய்து கொள்ளும் சாத்தியம் பற்றி யோசிக்கிறவரை. மீண்டும் மீண்டும் காற்றடிக்கிற ஜன்னல் பக்கம் புத்தகங்களுடன் அமர்ந்து பார்க்கிறேன். வாசிப்பின் வழி தவறுகிறது. ஐந்தாம் வரிக்கும் ஆறாவது வரிக்கும் இடையில் காதவழியாகிக் கால் கடுக்கிறது. மின்விளக்குக் குழியில் கூடுகட்டி அசையாதிருக்கிற காட்டுப் புறாவை, நடுநிசிக்கு மேல் அசையாமல் நின்று பார்த்துவிட்டுப் படுக்கிறேன். அலுவலகத்தில் ஆடிட் 18ஆம் தேதிதான் முடிந்தது. 18ஆம் தேதி இரவுதான் எட்டயபுரமும் ரஜனீஷ்புரமும் வாசிக்க ஆரம்பித்தேன்.

அது ரஜனீஷ் – பாரதி என்பதைவிடவும், அதைப் படைத்தது நீங்கள் என்பதும், அதை உங்கள் பொதிகை நேர்காணலுக்குப் பிறகு வாசிக்கப் பிரியப்பட்டு ரவீந்திரனுக்கு எழுதிப் பெற்றதால் யாராவது நண்பர்களுடனிருக்கிற இதத்தை அது தரக்கூடும் என்பதாலும் வாசிக்க ஆரம்பித்தேன்.

புத்தகத்தை மெய்ப்புப் பார்க்கவேயில்லையா யாரும். இவ்வளவு கணினிக் கோப்புகள் வந்த பின்னும், பிழைதிருத்துவது நுனி விரலில் நொடியில் சாத்தியமான பிறகும், இவ்வளவு மோசமான அச்சமைப்பா.

நான் உங்கள் குரலை அதன் இசைமையுடன், கேட்க விரும்பினேன். கிழிந்து போன புகைப்படத் துணுக்குகள் போல, உங்களின் ஆளுமை நிரம்பிய முதல் குரல் என் மேஜையின் மேலும் அருகிலும் சிதறிக் கிடந்தன. சிதறிப் போவதிலிருந்து மீட்டு என்கூடச் சேகரித்துக் கொள்ள, நான் ஏறிய படகுக்குள் கடல்புகுந்து கொண்டது பிழைகளின் துளை வழி. நீச்சல் தெரியாதவனை நீர் துரத்தும் தானே. அடையாளம் வைத்து பாரதிக்குப்போனேன் அப்புறம்.

இன்று அநேகமாக வாசித்து முடித்துவிட்ட நிலை. சங்கரியிட மிருந்து வந்த தொலைபேசியில் விலகி, இதைத் சட்டென்று உங்களுக்கு எழுத உட்கார்கிறேன்.

இப்போதுகூட ஓஷோவின் ஆங்கிலப் பத்தகம் ஏதாவது கிடைத்தால் நன்றாயிருக்கும். பத்துப் பதினைந்து வருடங்களுக்கு முன்பு 14 ரூபாய் விலை அளவில் கிடைத்தன. கணபதி அண்ணனிடம் நிறைய புத்தகங்களுண்டு. இங்கே மாணிக்க வாசகத்திடம் இருக்கும். பொள்ளாச்சி நமசுஅத்தானிடம் இருக்கக்கூடும். இந்த இரவில் சென்னை அடைய முடியாத தூரம். மாணிக்கவாசகம் மயக்க மருந்துகளின் வாசனையுடன் ஏதாவது ஒரு மருத்துவமனையில் இருப்பார். நமசுஅத்தானின் நூலக வரிசையை என் விரல்கள் இதுவரை தொட்டதில்லை. தொட்டால் மலர்ந்து, தொட்டால் சிணுங்கித் தொடர்ந்து கொண்டு இருக்கிறது வாழ்வு.

நாளைக்கு நான் பூக்கிற பூ எந்த நிறத்திலிருக்கும். தெரிய வில்லை. இன்றும் என் புல் பச்சையாகவே இருக்கிறது.

எல்லோருக்கும் அன்புடன்
கல்யாணி. சி.

## பெருமாள் அய்யனார்

கி. ராஜநாராயணன் மணிவிழாவில் காலேஜ் ஹவுஸ் ஹாலில் வைத்து நான் மிகுந்த கூச்சத்துடன் போட்ட முதல்முதல் ஆட்டோக்ராஃப் அய்யனாருக்குத்தான். நிலக்கோட்டை நாட்களில் இருந்து, நேற்று அவர் "வெ.ஸ்ரீராம் நேர்காணல்" வேலை முடித்துவிட்டேன் என்று தொலைபேசுகிறவரை, இன்னும் தொலைந்து போகாமல் இருக்கிறார். பெருமாள் அய்யனாரில் இருந்து இன்றைய பவுத்த அய்யனார் ஆகியிருக்கும் தூரத்தை அவர் தன்னுடையதான அடிப்படையான மேலூர் வினாயகபுர மனத்தோடு தாண்டியிருப்பதற்கு அவருடைய துணைவி முத்துப்பிள்ளையின் பங்கு கூடுதல். செடி மரமாகும் போது எவ்வளவு சந்தோஷமாக இருக்கிறது.

அன்புமிக்க அய்யனார்,

ராமச்சந்திரனுக்கு ஹிந்தி நடிகர் ராஜ் குமாரைப் பிடிக்கும். மீனாகுமாரியைப் பிடிக்கும். கவிஞர் குல்ஸாரைக் கல்யாணம் பண்ணி அப்புறம் விலகிக் கொண்டதே அந்தப் பெண்ணைப் பிடிக்கும். சாரதா என்றால் உயிரையே விடுவார். அசோக்கில் துலாபாரமும், ராயல் டாக்கீஸில் நதி படமும் அவருடன்தான் பார்த்தேன். ஜங்ஷன் ரயில்வே ஸ்டேஷனில், ஒல்லியாய் கருப்பாய் சோகமாய் ஒரு சின்ன வயதுப் பெண், பைத்தியமா இல்லையா என்று சொல்ல முடியாத நிலையில் கொஞ்ச நாள் இருந்தது. பார்க்க சாரதா நினைவு வரும். இரண்டுபேரும் அதைப்பற்றி நிறைய தடவை பேசிக் கொள்வோம். கமால் அம்ரோஹியின் பகீஸா படத்தில் வருகிற ரயில் சத்தம் பற்றி ராமச்சந்திரன் சொல்லிக் கேட்க வேண்டும். ரவியை, பெற்றியை எல்லாம் ரயிலேற்றி அனுப்பிவிட்டு என்னைப் பார்க்க வருவார். அவர் பேசப் பேச, நாம் பார்க்காத பெற்றியை, ரவியை நாம் போகாத ரயில்வே ப்ளாட்பாரத்தில் நின்று வழி அனுப்பியது போலக் கண் கலங்க ஆரம்பித்து விடுவோம்.

சனிக்கிழமை மத்தியானம் பாங்க் லீவு. எப்போது சனிக் கிழமை வரும் என்றுதான் நானும் ராமச்சந்திரனும் இருப்போம். மத்தியானத்திற்கு மேல் கிளம்பி ஒன்பதாம் நம்பர் பஸ் பிடித்து ராஜவல்லிபுரம் போய் விடுவோம். நடுத்தெருவில் உள்ள அவருடைய பூர்வீக வீட்டில்தான் வல்லிக்கண்ணன் இருப்பார். அவருடன் பேசிக் கொண்டிருப்போம். சிலசமயம் செப்பறை வரை நடந்தே போய் ஆறு வரை போய்விட்டு வருவோம். எங்களுக்கு வல்லிக்கண்ணனுடைய பெரிய அண்ணன், கல்யாணி அண்ணாச்சியை ரொம்பப் பிடிக்கும். நாலைந்து நாள் தாடி, சிகரெட், அருமையாக ஒரு அசலான சிரிப்பு, தம்பியைப் பார்க்கவந்திருக்கிறார்கள் என்பதில் எங்களைப் பற்றி ஒரு சந்தோஷம் எல்லாம் அவர் முகத்தில் இருக்கும். இருட்டியும் இருட்டாத கருக்கலில் மறுபடியும் திரும்புவோம். ஆலமரத்தடி பஸ் ஸ்டாப் வரை வல்லிக்கண்ணன் வழியனுப்ப வருவார்.

ராமச்சந்திரன் கதைகள் தாமரை, சாந்தி எல்லாவற்றிலும் வர ஆரம்பித்துவிட்டது. ராமச்சந்திரன் "பொருநை" கையெழுத்துப் பத்திரிக்கையைக் கொண்டுவந்தார். நானும் கோபாலும் அதில் கதை கவிதைகள் எழுதினோம். நான் படம் போட்டேன். ஒரு பிரதி எங்கேயோ இருக்கிற ஞாபகம். கிடைத்தால் புதையல் தான். இதை விட இன்னொரு புதையல் அவர் எழுதிக்கொண்டு வந்து காட்டின 'கடல்புரத்தில்'. பின்னால் 'கம்பா நதி', 'ரெயினீஸ் ஐயர் தெரு' என்று எத்தனை வந்தாலும், கையெழுத்தில் படித்த அந்தக் கடல்புரத்தில் போல வராது. இன்னும் ப்ரேமியும் ரஞ்சியும் சாமிதாஸும் வாத்தியும் ராமச்சந்திரனின் அந்தக் கையெழுத்துப் பிரதியில் இருந்து எழுந்துவந்து ஆழி சூழ் உலகத்திலும் கொற்கையிலும் எங்களுடன் நடமாடிக் கொண்டு இருக்கிறார்கள். எஸ்தர் தொகுப்பு அச்சான நாட்கள் ஆனித் திருவிழாவை விட எங்களுக்கு முக்கியமானவை. அந்தத் தொகுப்புக்கு அட்டைப்பட அமைப்பு என்னுடையது. சோவியத் லிட்டரேச்சரில் வெளியாகியிருந்த ஒரு படத்தை வெட்டி ஒட்டி, அதை வடிவமைத்ததில் எனக்கு இன்றைக்கு வரை சந்தோஷம். புத்தக அடுக்கில் ஒளித்துவைத்திருக்கும் ஒரே ஒரு எஸ்தர் பிரதியை திடீரென்று எடுத்துப் பார்த்துக் கொள்வேன். லயோனல்ராஜ், சுப்பு அரங்கநாதன், நம்பிராஜன், அம்பை பாலன், அய்யப்பன் எல்லாம் கலந்துரையாடுவது போன்ற அந்த முன்னுரையின் குரலும் கணிப்பும் இப்போது கூடப் பின்னுக்குப் போய்விடவில்லை. சிவசு சார் தன்னுடைய 'மேலும்' பதிப்பகத்தின் மூலம் வெளியிட்ட பாம்பும் பிடாரனும் தொகுப்பில் இருந்த

ஏழெட்டுக் கதைகளின் உச்சம் ஒரு அபூர்வமான கலைஞனுக்கே உரியது.

மாதா புங்கடித் தெருவில் வைத்துத்தான் ராமச்சந்திரன் கல்யாணம் நடந்தது. நானும் சங்கரியம்மாவும் போயிருந்தோம். ரொம்ப எளிமையாக விளக்கு முன்னால் வைத்து சந்திராவுக்குத் தாலி கட்டினார். சந்திராவின் தம்பி நடராஜனும் அவனுடைய சேக்காளிகளும் ஓடியாடி உபச்சாரம் பண்ணினார்கள்.

சந்திரா அசல் இல்லை. சொந்தக்காரப் பெண் தான். அந்தத் தேதியில் இருந்து G.1.சின்முத்ரா Appartment தினங்கள் வரை சந்திராவின் பங்கு அபாரமானது. வெறும் S.S.L.C படித்திருந்த சந்திராவுக்கு க்ரியா ராமகிருஷ்ணனின் மனைவி ஜெயா மூலமாக வேலை கிடைக்க ராமச்சந்திரன் தான் காரணமாக இருந்தார். அதற்கப்புறம் சந்திராவின் அகலமான ஆழமான கண்கள் கண்டடைந்த அடுக்கடுக்கான உயரங்களின் அளவை இன்றுவரை தீர்மானிக்க முடியாமலே இருக்கிறது. ஏறி முடித்த பிறகுதானே, மலை உச்சி எது என்று பெயர் சொல்லிக் கொடியேற்ற முடியும்.

இரண்டாயிரமோ இரண்டாயிரத்து ஒன்றோ, ரவி சுப்ரமணியன், பாண்டியராஜ், கோபால், நான் எல்லோரும் எஸ்தர் சிறுகதையை என்.எஃப்.டி.சி மூலம் திரைப்படமாக்க முயற்சி எடுத்தோம். நிதியுதவி கிடைக்கவில்லை. ஆனால் நான்கு பேரும் நான்கு விதமாக எழுதிப்பார்த்த திரைக்கதைகளின் வடிவம் இன்னும் எங்களின் சொந்த மகிழ்ச்சியாக அவரவர் அலமாரி உறைகளில் பத்திரமாக இருக்கிறது. எந்த வரும் நாளிலும் யார் மூலமாக அது திரைப்படமாக எடுக்கப் பட்டாலும் ஒரு மிகச் சிறந்த சர்வதேசத் திரைப்படமாவதற்குரிய ஆழமான சித்திரங்களுடன் எஸ்தர் கதையின் இருட்டு பேசிக் கொண்டிருக்கிறது.

எனக்கு, கோபாலுக்கு, சமயவேலுக்கு எல்லாம் ஒரு தீராத ஆசை. நாங்கள் எங்களுக்குத் தெரிந்த வாழ்வை இன்னும் சொல்லிக் கொண்டிருக்கிறோம். ராமச்சந்திரனும் சொல்ல வேண்டும்.

அன்புடன்,
கல்யாணி. சி.

## எஸ். ராமகிருஷ்ணன்

*ராமகிருஷ்ணனுடைய ஊர் மல்லாங்கிணறு அல்ல, தாதன் குளமோ என்று தான் இப்போதும் தோன்றுகிறது. ராமச்சந்திரன், ராமகிருஷ்ணன் என்ற பெயர்களில் பெரிய வித்தியாசம் ஒன்றுமில்லை. சமீபத்தில் 'நடுவில் உள்ளவள்' கதையை வண்ணநிலவனும், 'மழைப் பயணத்தை' ராமகிருஷ்ணனும் எழுதியதாகவே நம்புகிறேன். நம்பும்படியான எழுத்தையும் மனிதர்களையும் எனக்கு எப்போதும் தந்தபடியே இருக்கும் அவருடைய வேம்பலையில் நான் திரிகிறேன். அவரும் நானும், வெயிலே சாலையாக விழும் ஒரு பாதையில் சற்று முன்பின்னாகப் போய்க் கொண்டு இருக்கிறோம். அதன் ஊடாக ராஜீ நாயக்கன் தெரு வீட்டிற்கு ஒரு மதியம் வரும்போது எங்கள் வீட்டில் சமைத்திருந்த கீரை அவருக்கு ரொம்பப் பிடித்திருந்தது. கையில் வைத்திருந்த குப்ரின் அல்லது குந்தர்கிராஸ் புத்தகத்தை எங்கள் வீட்டில் விட்டுப் போயிருந்தார். அதன் பக்கங்கள் பசியுடன் இருந்தன. பிச்சைப் பிள்ளை சாவடி வீட்டின் மொட்டை மாடியில் கோணங்கியும் அவரும் படுத்துறங்கிய இரவில், தற்செயலாக என்னுடைய அந்த வருடத்தின் பிறந்த தினம் முடிந்திருந்தது. அதற்கு முன்பே அதைக் கொண்டாடிவிட்ட வாசனை அவர்களிடம் அடித்தது. ராமகிருஷ்ணனே ஒரு வாசனை தான், எந்த யாமத்திலும் எந்தத் துயில் இடையிலும்.*

அன்புமிக்க ராமகிருஷ்ணன்,

வணக்கம்.

ஏழெட்டு மாதங்களுக்கு முன்பு சலாகுதீன் ஸார் நாலைந்து அகிரா குரோஸோவா கொடுத்தார். இப்போது கிடைத்திருக்கிற வடிகட்டின தனிமையில் அவற்றைப் பார்க்க ஆரம்பித்தேன். முதலில் தெரு நாய். அது என்னுடைய இன்றைய மன நிலைக்கு மிகவும் சரியாகப் பொருந்துவதால் அதிலிருந்து. 'stray dog' நீங்கள் பார்த்திருப்பீர்கள்.

எல்லாவற்றையும் விட, அகிரா, அவரின் சினிமா மொழி பற்றி எல்லாம் எந்த அடிப்படைப் புரிதலும் அறிமுகமும் அற்ற

புத்தம் புதுப் பார்வையாளனாகவே அந்த திரைப்படத்தின் உள்ளே போய்த் திரும்பினேன் எனினும், எல்லா உயர் கலைஞனும் வரைந்துகாட்டுவது ஒரு பிரபஞ்ச மனிதனின் அடிப்படைச் சாயல்களையே என்ற இடத்தில் நம்மை அல்லது என்னை, அது நிறுத்திவிட்டு நகரும்போது மனம் அடைகிற சலனம் அல்லது அமைதியே, உங்களுடன் பேசத் தூண்டியிருக்க வேண்டும். அந்த 122 நிமிடங்களில், நான் ஒவ்வொரு இடங்களில் மனோரமாவை, தேவ் ஆனந்தை, திலகனை, ரொம்ப முக்கியமாக சாவித்திரியை, அப்புறம் அந்த அம்மாவின் முகத்தில் பெயர் உறுதிப்படாத எம்.எஸ்.திரோபதி, எம்.எஸ்.எஸ்.பாக்கியம் போன்ற பழைய தமிழ்த் திரைப்பட ஏழை அம்மா ஒருத்தியை எல்லாம் கண்டுகொண்டு இருந்தேன். ஒரு படப்பிடிப்பின் வெளிச்சம், காமெரா கோணம், ஒரு குறிப்பிட்ட சம்பவத்தின் கீழ் வருகிற அசைவு, உடல் மொழி எல்லாம் அச்சடித்தது மாதிரி ஒரே மாதிரியாகவே இருக்க முடியும் போல இருக்கிறது.

முராகாமி தன் உயர் அதிகாரியின் வீட்டுக்கு ஒரு பின் இரவில் வருகிறான். அந்தக் காட்சியில், அந்தக் காட்சிக்குத் தேவையில்லாதது எனத் தெரிவதை, மிகத் தேவையானதாக வைத்திருப்பதுதான் அகிராவாக இருக்க வேண்டும். மூன்று பிள்ளைகளும் அப்பா வருவதைப்பார்த்து ஓடிவந்து கட்டிக் கொள்கின்றன. அப்புறம் வாசல் நடையில் உட்கார்ந்து விளையாட ஆரம்பிக்கின்றன. ஒரு பிள்ளை மத்தாப்புக் கொளுத்துகிறது. படியேறும் முன்பு அம்மா வந்து செப்புச் சாமான்களை ஒதுங்கவைத்து வழி உண்டாக்கிக் கொடுக்கிறாள். அந்தக் காட்சியின் முடிவில் குழந்தைகள் தூங்குகிற அறையைக் கொஞ்ச நேரம் அவர்கள் பார்த்துகொண்டே நிற்கிறார்கள். புத்தகம் படித்த கையோடு ஒரு குழந்தை குப்புறத் தூங்குகிறது.

அந்தத் துப்பாக்கியைத் திருடினவன் உதைபட்டு மல்லாந்து விழுகிறான். எல்லாக் காட்சிகளிலும் எல்லாக் கதா பாத்திரங் களையும் திரும்பத் திரும்ப வியர்வையைத் துடைத்துக் கொள்ள வைக்கிற வெயில் அப்போதும் அடிக்கிறது. விழுகிறவனின் கண் கூச்சத்தில் அசைகிறது ஒரு புல்லின் பூவும் அதன் மீது பறந்து அமர்கிற ஒரு தட்டானும்.

இந்த வாழ்வு எப்படிக் கடைசிவரை பயில வேண்டிய ஒரு மொழியாகவே தன்னை வைத்துக் கொள்கிறதோ. அப்படித்தான்

போல நல்ல திரைப்படங்களும். அகிராவின் மொழிப் பயிற்சியில் என் ஆனா ஆவன்னா இந்தத் தெரு நாய்.

இன்று இன்னும் ஒரு அகிராவாவது பார்த்துவிட முடியும்.

அன்புடன்,
கல்யாணி. சி.

அன்புமிக்க ராமகிருஷ்ணன்,

வணக்கம்.

உங்கள் வலைத்தளத்திலிருந்து யு ட்யூபிற்கு நகர்ந்து உங்கள் குரலைக் கேட்டு, அதன் ஒலிப்பு கரைந்துவிடும் முன்பு இதை எழுதிவிட வேண்டும் என்ற ஒரு பரபரப்பில் இதைத் தட்டெழுதத் துவங்கியிருக்கிறேன். இதை, உங்கள் மீது பெரு மதிப்பும், உங்கள் எழுத்துக்களினுடன் மிகு நெருக்கமும் கொண்ட எங்கள் மகன் ராஜுவின் வீட்டில் இருந்து விரல்கிறேன். என் நகக் கண்களை உங்கள் குரல் வேடிக்கை பார்க்கிறது, அட எதற்கு இதெல்லாம் எனும் சிறு நகையுடன். அப்படி நீங்கள் பார்க்கிறீர்கள் என்பதை யுணர்ந்த வெட்கத்தில், அவை சற்றுத் தயங்கிய வேகத்தில் ஒரு அடுத்த சொல்லுக்காக விசைப் பலகையில் வழுவழுத்த எழுத்துக்களைத் தடவுகின்றன. ஏன் என்று தெரியவில்லை, சமீப காலங்களில் உங்கள் நேரடிக் குரல், உங்கள் எழுத்துக் குரலையும் விட என்னைத் தொடர்ந்து ஈர்த்துக் கொண்டும் அழைத்துக் கொண்டும் இருக்கின்றன. ஒரு தேர்ந்த இசைத் தகடு கேட்பது போல உங்களின் பேச்சுக்களின் பதிவை நான் கேட்க விரும்புகிறேன். ஒரு சூதாடியின் தவிப்புப் போலவும், ஒரு முதிர்வயதினனின் காம விழைவெனவும் அது அவ்வப் போது, நான் குடித்துத் தீர்த்து வைத்திருக்கிற காலி தண்ணீர் பாட்டிலை எடுத்து அண்ணாந்து அதன் நகரும் தலைகீழ்ச் சொட்டுக்களைப் பார்த்து, தாகம் மறந்து, அதன் நகர்வில் திளைப்பது போலவும் ஒரு நிலையைத் தருகிறது. நிச்சயம் நான் ஒரு புதிய கள்ளனாவேன். உங்கள் பேச்சுக்கள் அடங்கிய தகடுகள் ஒரு நாள் களவு போகும் வாய்ப்பு மிக அதிகம். இப்போதே ஒரு முதல் தகவல் அறிக்கையை நீங்கள் தயாரித்து வைத்துக் கொள்ளலாம்.

பொங்கலுக்கு முன் தினத்திலிருந்து தொடர்ந்து மூன்று தினங்கள் தெக்கோட்டில் இருந்தேன். நிஜ வாழ்வில் ஒருபோதும்

சந்திக்க இயலாத தருணங்களையும் சில அபூர்வமான மனிதர்களையும் நீங்கள், ஒரு வினோத கலவையில் தந்துகொண்டே போகிறீர்கள். இது ஒரு வகையில் எல்லா தேர்ந்த படைப்பாளிகளும் செய்வதுதான் எனினும், உங்கள் எழுத்துக்கள், வண்ணநிலவன் உண்டாக்கியது போன்ற , ஒரு தனிப்பட்ட மன நெருக்கத்தை, நெருக்கடியைக் கூட, தொடர்ந்து தருகின்றன, இதில் என் கோளாறின் பங்கும் இருக்கக் கூடும். இல்லாவிடில், எனக்கு ஏன் சின்ன ராணியை விட, ஜிக்கியைப் பிடிக்க வேண்டும். அதிலும் ஜிக்கியின் பூர்வ கதையும் அம்மாவும் அப்பாவும், டோலியின் கழிப்பறைச் சாவும் சின்ன ராணியின் கடற்கன்னி வாழ்வை விட எவ்வளவு அவலமானது. அழகரின் கதையை முன் வைத்து அழகர் அல்லாதவர்களின் கதையைத் தானே எப்போதும் நாம் சொல்ல முயல்கிறோம். இந்த அல்லாத, நீங்கலாக என்பதன் கீழ் வரும் வரிகளின் சாட்சியம் தானே படைப்பின் மீதாகத் தீர்ப்புச் சொல்லவைக்கிறது. எட்டூர் மண்டபத்து அக்காவையும், ஏலனையும் லகொம்பேயையும், தனித் தனியாக அவர்களைப் பற்றிய பகுதிகளை மட்டும் மீண்டும் படிக்க இருக்கிறேன் ஊருக்குப் போன பிறகு. ஊர் வேறு ஒரு 'துயிலை' வாசிக்கத் தரும்தானே. ஆனால், ராஜு நான் போன பின், அலமாரியில் இதை விட்டு விட்டுப் போயிருக்கிறேனா என்று தேடுவான். ஏமாற்றமாகத் தான் இருக்கும். பிள்ளைகளுக்கு ஏமாற்றங்களைத் தராத அப்பாக்கள் இருப்பார்களா ?

நன்றாக இருங்கள். குடும்பத்தினர் அனைவர்க்கும் எங்கள்

அன்புடன்
கல்யாணி. சி.

## ஸ்ரீதேவி சரவணன்

இன்றைய தினசரியைப் புரட்டுகிறேன். செய்திகளில் பெரிய ஆர்வம் எப்போதுமே இருப்பதில்லை. செய்தியை விடப் பெரும் செய்திகளுடனும் தினசரியை விடப் பெரும் அடர்த்தியுடனும் இந்த வாழ்வும் தினமும் இருக்கின்றனவே. ஆனால் ஒரு சிறு ஆச்சரியம் விரலின் நுனியில். நான் புரட்டிய பக்கத்தில் ஒரு சிறுமியின் தலையில் ஒரு பச்சைக் கிளி உட்கார்ந்திருக்கிற படம். ஒரு நொடியில் முன்பிருந்து முப்பது வருடங்களுக்கு முந்திய ஒரு காட்சியை கூடுதல் புகைப்படமாக ஞாபகம் அதே பக்கத்தில் அச்சிடுகிறது. திருநெல்வேலி ஜங்ஷன் பஸ் ஸ்டாண்டில், ஒரு நரிக் குறவ இளைஞன் தன் தோளில் ஒரு மலை அணிலை வைத்துக் கொண்டு திரிகிற தோற்றம் அது. ஒருவேளை ஸ்ரீதேவி தான் அந்தச் சிறுமி. பச்சைக் கிளியும் அவராகவே இருக்கலாம். அந்த நரிக்குறவ இளைஞன், மலை அணில் எல்லாம்கூட அவர் தான் இந்த நொடியில். இதற்கு முன்பு நாங்கள் குடியிருந்த வாடகை வீட்டை, ஒரு கட்டத்தில் ஸ்ரீதேவி தன்னுடைய பென்சிலில் எழுதிய ‘கடிதங்களால் நிரப்பியிருக்கிறார். ஸ்ரீதேவி, ஸ்ரீதேவி சரவணகுமார், யாழினி அம்மா என எல்லா வரிகளையும் அவர் இன்னும் அந்தப் பென்சில் முனையால் அழகழகாக எழுதி வருகிறார். சமீபத்தில் யாழினிக்கு நானும், எனக்கு யாழினியும் அவரவர் முதல் கடிதங்களை எழுதிக் கொண்டோம். ஆனால், பென்சிலால் அல்ல.

சேலம்
627007
12.09.02

அன்புமிக்க ஸ்ரீதேவிக்கு,

வணக்கம்.

வீட்டில் பெய்கிற மழை, கல்லூரி வகுப்பறையிலிருக்கும் போது பெய்கிற மழை, மருத்துவமனைக்கட்டிலில் படுத்துச் சிகிச்சைக் குள்ளாகிறவர்க்கு நாம் துணையிருக்கும்போது பெய்கிற மழை, காட்டில் பெய்கிற மழை, கடலில் பெய்கிற மழை, பயணம் செய்யும் ரயில்பெட்டிகளின் அரக்குச் சிவப்பை நனைத்து நனைத்துப் பெய்கிற மழை, மயானத்துக்கு செல்கிற

வழியில் செங்கள் சூளைகள், சாராயக்கடைகள், கல் மண்டபங்களைச் சாட்சிவைத்துப் பெய்கிற மழை, எந்தச் சாட்சியுமற்று ஏகாந்தத்தில் பெய்கிற மழை, வனப் புதரில் குட்டிகளுடன் ஈன்று புறம்தந்து படுத்திருக்கிற புலி பார்க்கப் பார்க்க, குன்றிமணி இழுத்தோட ஓடப்பெய்கிற மழை, ஓடை மழை, கோடை மழை, நகரச் சுவரொட்டிகள் மீது பெய்கிற மழை, கல்லுரல்களின் கீழே காளான் முளைத்திருக்க, வைக்கோற் படப்புகளின் மீது வரைவதுபோல் பெய்கிற மழை, வயலில் மழை, புயலில் மழை, பகலில் மழை, நிசியில் மழை, நீல மலையில் மழை, கோல இழைமேல் மழை, வெயில் மழை... மழைமழை...

எல்லாம் மழைதான்.

எல்லாம் எழுத்துத்தான். கதையென்றும் கவிதையென்றும் இயல் என்றும் இசை என்றும் எப்படி அழைத்தாலும் உங்களின் எழுத்து, உங்களின் சொல், உங்களின் பொருளே எல்லாம்.

நீங்கள் இதுவரை எழுதிவந்திருக்கிற கவிதைகளே இன்று எழுதியிருக்கிற கதையுமாகியிருக்கிறது. இன்று நீங்கள் எழுதியிருக்கிற கதையே இனி வேறொன்றாகவும் ஆகும். ஊர்ச் சிற்பம் வேறு, தேர்ச்சிற்பம் வேறல்ல. எல்லாம் ஒன்றுதான். கேரளக் கோவில்களின் வெளிப்புறத்தில் வரிசைவரிசையாகச் சின்னச் சின்ன அகல் விளக்கு மாடங்கள். இருநூறோ, ஐந்நூறோ எல்லா விளக்குகளும் ஏற்றப்பட்ட பிறகு, ஒரே விளக்காகி விடுகிறதுபோல இருக்கும். மொட்டை மாடியில் நட்சத்திரம் பார்த்துப் படுத்தால், நட்சத்திரங்களுக்கும் நமக்குமான உரையாடலின் ஒருகட்டத்தில், வானம் உருவப்பட்டு, நட்சத்திரங்களின் வெதுவெதுப்பான மினுக்கு வேப்பம்பூக்களைப் போல நம்மேல் உதிர்வதும் அப்படித்தான்.

எழுதிஎழுதி மேற்செல்வது ஒன்றுதான் எழுதுகிறவன் காரியம்.

என்னுடைய கருத்தையும் எழுதிவிட வேண்டுமல்லவா. எல்லாம் தறிதான். எல்லாம் நெசவுதான். ஊடு, பாவு எல்லாம் உள்ளதுதான். ஆனாலும் ஒவ்வொரு நெசவு ஒருமாதிரி.

என்னை இப்படி உட்காராதீர்கள், அப்படி உட்காருங்கள் என்று சொன்னாலே, என் உடல்வாகு எப்படி இதுவரை தேர்ந்தெடுத்துக் கொண்டிருக்கிறதோ, அப்படி மட்டுமே உட்கார முடிகிறவனாக இருப்பேன். இதில் இப்படி எழுது, அப்படி

எழுதாதே என்று சொல்லல் இயலுமா? இயலாதெனிலும் சொல்லாதா போனோம்.

நீங்கள் எழுதுவது கதையெனில் அதில் கதை இருக்க வேண்டாமா?

அ-கதை

கதையைக் கதையிலிருந்து அகற்றுதல்

அ-நேர்கோட்டுக் கதை

மாந்திரீக யதார்த்தக் கதை

யதார்த்தக் கதை

இப்படி எப்படி எப்படி எல்லாமோ கதைப் பாணிகள் கதை – மோஸ்தர்கள் இருந்தாலும், கதைக்குள் மனிதனின் அல்லது மனிதர்களின் நடமாட்டம் வேண்டாமா?

உங்களுக்கு வேண்டாம் என்றுதான் தோன்றியிருக்கிறது, எனக்கு வேண்டும் என்று தோன்றுவது போல. ஒரு ஊர்ல... என்று கதை ஆரம்பிக்கவே எனக்கு ஆசை. 'ராஜா இருந்தானாம்' என்ற அடுத்த சொற்களுக்குப் பதிலாக நாம் எதை வேண்டுமானாலும் இட்டுக் கொள்ளலாம். ஆனால் எதையாவது இட வேண்டும். எந்தச் சொல்லை இடுகிறோமோ அந்தச் சொல்லிலிருந்து நம் கதை முளைக்கிறது. முளைக்கவும், கிளைக்கவும், பூக்கவும், காய்க்கவும், கனியவும்தான் எல்லாம்.

பூமியிலிருந்து பூமிக்குத் திரும்புகிறது பூமி.

இருப்பிலிருந்து இருப்புக்கு எனில் இன்மையிலிருந்து இன்மைக்கு. கதையிலிருந்து கதைக்கே திரும்புங்கள்.

கல்யாணி. சி.

627007
27.10.02

அன்புமிக்க ஸ்ரீதேவிக்கு,

வணக்கம்.

இன்றுதானே ஞாயிற்றுக்கிழமை.

இன்றுதானே நான் கடிதம் எழுதவும் முடியும். தனுஷ்கோடி ராமசாமிக்கு ஒரு கடிதம் எழுதினேன். கொஞ்சம் ஜேசுதாஸ் கேட்டேன். ஒரு ரெவின்யூ ஸ்டாம்ப் வாங்குவதற்காக இன்னொரு

உறவினருடன் அலைந்தேன். ஃப்ரான்சிஸ் ஜேம்ஸ் வீட்டில் நல்ல தேநீர் கொடுத்தார்கள். அறிமுகப்படுத்தப்பட்ட அந்த குளைச்சல் இளைஞரின் கருப்பழகும், மீன்தொட்டி மீன்களும், டிவியில் ஒரு பரதநாட்டிய நிகழ்ச்சி நடத்திக்கொண்டிருந்த (நடுத்தி, நடித்து என்று தப்புத் தப்பாக எழுதவருகிறது. 'நடத்திக் கொண்டிருந்த' என்பதை அடித்தல் திருத்தல் இல்லாமல் எழுதியிருந்தால் ஷோபனா இன்னும் அழகாக இருந்திருப்பார்) ஷோபனா என்று பதிவான மனதுடன் வீடு திரும்பினேன். ஜெராக்ஸ் எடுக்கவேண்டியதிருந்தது. ஜெராக்ஸ் கடைக்கும் STD Booth க்கும் என்ன கொடுப்பினை? STD பேசிக் கொண்டிருந்த பெண் வாங்கின காய்கறிகள் அடங்கிய பாலிதீன் பை இரும்பு நாற்காலியில் உட்கார்ந்திருந்தது. முழு முட்டைக்கோஸ் வயலில் ஒரு பூ போல மலர்ந்திருக்கும். இது நறுக்கப்பட்டது. எடைக்கு உட்பட்டு தன்முழுமையை இழந்த பிறகும், அடுக்கடுக்கான ஜீவனுடன் ஜவ்வுத்தாள் வழியாக முட்டைக்கோஸின் வெண் பச்சை அல்லது பசிய வெண்மை. சென்னைக்கு இளைய பாரதியுடன். அவர் கிடைக்கவில்லை. என் சென்னை அலுவலகத் தோழி கிடைத்தார். அவருடன் சில நிமிடங்கள். 'பதினேழு அம்பது' என்று சொல்லப்படுகிற பில்தொகையின் அவசரத்தையும் மீறி தொலைபேச்சின் சிநேகிதம் கண்ணாடிக் கூண்டை நிரப்பியிருந்தது.

வீட்டு வாசலுக்கு இடம் மாறியிருக்கிற மண்தொட்டியில் எளிய சிவப்புப் பூக்கள். தொட்டியின் புறவளைவுக்கு ஏற்பத் தன்னைத் தொங்கவிட்டுக் கொள்கிற தாவர அனுசரணை நமக்கும் வாய்த்தால் இன்னும் பூக்க முடியக்கூடும் நம்மால்.

'அந்த இரண்டு பென்சில்களையும் உபயோகிக்கலாமே' என்று இந்த ஜெல் எழுத்துக்களைப் பார்க்கையில் உங்களுக்குத் தோன்றும். உபயோகிக்கமாட்டேன். அப்படியேதான் வைத் திருப்பேன். என் அழகுணர்வால் நான் விலைபாராமல் வாங்கின எத்தனையோ வாழ்த்து அட்டைகளைப்போல, நல்ல பேனாக் களைப்போல, இதுவும் உபயோகத்திற்கு அப்பாற்பட்டு அப்படியே இருக்கும்.

அருவியின் அன்றாடங்களால், ஆற்றின் அன்றாடங்களால் பாறைகள் கூழாங்கற்கள் ஆகிறதைப்போல, வீடுகட்டுவதற்குக் கொட்டிய ஆற்றுமணல், நாம் மிதித்து மிதித்துத் தெருப்புழுதி ஆகிறதைப் போல, நம் வாழ்வின் அன்றாடங்களுக்கு விட்டுக் கொடுக்காமல், கொஞ்ச காலத்திற்கேனும் (கொஞ்ச காலம்

மட்டுமே வாழ்வின் அனுமதி அல்லது நிரந்தரத்தின் பகுப்பு) வைத்திருக்க ஒவ்வொருவரிடமும் சிலவுண்டு.

என்னிடம் எப்படியோ வந்து சேர்ந்த மரப்பாச்சிப் பொம்மைகளை, இத்தனை ஊர்கள் தாண்டியும் வைத்திருக்கிறேன். (இரண்டில் ஒன்று உடைந்து கூடப் போயிற்று).

'கால் காசுக்குப் பிரயோஜனம் இல்லாததை எல்லாம் எட்டு ஊர் தாண்டியும் பொட்டணம் கட்டி வச்சிருப்பீங்க' என்று யாராவது கடைசிவரை சொல்லும்படி தானிருக்கவேண்டும். அந்தச் சொல்லின் துளியில் என் இலை துளிர்க்கும்.

இரண்டு நாட்களாகத்தான செட்டிகுரிச்சியில் மழை. நாங்கள் வந்துகொண்டிருந்த கலிங்கப்பட்டி வண்டி, நாலு சக்கரம் உள்ள தகர டப்பா மாதிரி. ஜன்னல் கண்ணாடிகள் பாதி இல்லை. மழை அடித்த அடிப்பில் பஸ்ஸுக்குள் முக்கால் வாசிப்பேர் நனைந்து விட்டோம். பாதிப்பேர் நின்றுகொண்டே வந்தார்கள்.

இதில் என்ன அநியாயம் என்றால், யாருக்கும் நனையப் பிடிக்கவில்லை. நனைதல் தியானம். நனைதல் யோகம். நனைதல் தவம். நனைதல் வரம். நனைந்தால் திளைக்கலாம். நனைந்தால் முளைக்கலாம்.

எல்லோர்க்கும் அன்புடன்
கல்யாணி. சி.

627007
01.12.02

அன்புமிக்க ஸ்ரீதேவிக்கு,

வணக்கம்.

அந்தக் கவிதைத் தொகுப்புக்களடங்கிய நோட்டு, என் ஹைஸ்கூல் நாட்களில் என் சிநேகிதன் ட. பாலுவின் தெருவில் திரும்பத் திரும்பத் திரும்பப் பார்த்த, பாதி நெசவு செய்ததோடு நிறுத்தியிருக்கிற தறி மாதிரி இருக்கிறது. பின் வாசலில் உட்கார்ந்து லட்சுமி மில் காலனியில் பூக்கட்டிக் கொண்டிருந்த வடிவு, தன் சிநேகிதி பாப்பாவுக்குத் கதவு திறப்பதற்காக எழுந்து போனபோது ஈரத்தரையில் பாதிப் பூச்சரமும், தொய்ந்த நார்க்கண்டும், உதிரிப்பூக்களுமாக இருந்தது ஞாபகம் வருகிறது.

பாதி எப்போதும் இம்சை. இம்சைகள் அநேகமாக ஞாபகத்தை விட்டு விலகுவதில்லை.

உங்களின் தொகுப்பேட்டின் முடியாத பக்கங்கள், வெண்ணிற இரவுகளைப்போல, ரகசியமான கவிதைகளுடன் விசிறிக் காற்றுக்குப் படபடத்துக் கொண்டிருக்கிறது. கடைசிவரை எழுதப் பட்டதென்றால் மூடிவைத்து விடலாம். அடைக்க முடியாத கதவுகளுடன் கவிதையின் வீட்டை எப்படிப் பத்திரப்படுத்துவது என்று தெரியவில்லை. ஏற்கனவே நான் அபத்திரன். அவை, அவையும், அவர், அவர்களும் பத்திரமாக இருக்கும், இருப்பார்கள் என்ற நம்பிக்கையில் எதையும் பத்திரப்படுத்த முயற்சி எடுப்ப தில்லை. இதை எப்படிப் பத்திரப்படுத்த?

இரண்டு பென்சில்களும் முட்டையிலிருந்து வெளிவருகிற பறவைக் குஞ்சுகள் போல, கடித உறையின் வெள்ளைத் தோட்டை உட்புறமிருந்து அலகு கொத்தி உடைத்து நின்றன. நல்ல வேளை வெளியில் விழவில்லை. விழுந்தால்தான் என்ன. ஒரு பென்சிலை யாராலும் உபயோகித்துக் கொள்ள முடியும். ஒரு பள்ளிச் சிறுமி / சிறுவன் கையில் கிடைத்திருந்தால், பென்சிலே சந்தோஷப்பட்டிருக்கவும் கூடும். எனக்கும் சந்தோஷம்தான். ஒரு பென்சிலை உபயோகிக்கத் தொடங்கியாயிற்று. சாட்சியாக இத்துடன் உங்களுடைய அந்த முதல்நாளில் பென்சில் கிறுக்கல்கள். கிறுக்கன் சுதந்திரமானவன். கிறுக்கல்கள் சுதந்திரமானவை. அது அதன்போக்கில் தன்னை இழுத்துக்கொண்டு போகிற கோடுகள், அந்த இழுப்பின் வேகத்தாலேயே அழகாகிவிடுகின்றன.

பருத்தி குளத்தில், சுடலைமாடசாமி கோவிலுக்கு முன்பிருக்கிற பஞ்சாயத்து அடிபம்ப்பில் குளித்துத் திருநீறிட்டுக் கொண்டு, வேப்பமரத்தடியில் நிற்கிற அந்தப் பெரியவருடன் என்றைக்குப் பேச முடியும்.

நான் செட்டிகுரிச்சிக்கு வேலைக்குப் போய்க் கொண்டிருக்கிற இந்தப் பத்து மாதத்தில், கங்கை கொண்டான் பள்ளி டீச்சர் ஒருத்தரும், ராஜா புதுக்குடி டீச்சர் ஒருத்தரும் தலைப்பிள்ளைச் சூலோடு பஸ் ஏறி, விடுப்பில் போய், பேறுகாலம் முடிந்து, மறுபடியும் வேலைக்கு வர ஆரம்பித்துவிட்டார்கள். இரண்டு பேருக்கும் என்ன குழந்தை என்று அறியவும், சௌகரியமாக இருக்கின்றனவா என்று விசாரிக்கவும் ஆசை. அப்படி எல்லாம் விசாரித்துவிட முடிகிறதா என்ன.

நேற்று, வழக்கமாக பூப்போட்ட சேலைகளையே அணிந்து வருகிற, எங்கள் கிளையின் பெண் ஊழியர், முதல்முதலாக

சாக்லெட் நிறப் புடவை அணிந்து வந்திருந்தார். மாறுதல் எப்போதுமே நல்லது. நன்றாகவும்தானே இருக்கும். சொல்லலாம் என்று தோன்றியது. சொன்னேன்.

எப்போது பார்த்தாலும் குடிபோதையில் இருக்கிற, ஆனால் தினசரி அலுவலகம் செல்ல, எங்கள் செட்டிகுரிச்சியையும் தாண்டி பஸ்ஸில் போகிற அவர் எங்கே வேலை பார்க்கிறார். என்ன வேலை பார்க்கிறார், என்பதைவிட அவருடைய குடும்பம் அவரை எப்படித் தினமும் எதிர்கொள்கிறது. அவருடைய மனைவிக்குத் தீபாவளிக்குச் சேலை உண்டா இந்த வருஷம். அவர் மகள் தன் காதுகளில் அணிந்திருப்பது கல்யாணி கவரிங் வகையறாவா அல்லது தங்கம்தானா. அவர் வீட்டில் கறவை மாடுகள் உண்டெனில், அவர் அவற்றிடம் எந்த அளவு விலகி அல்லது நெருங்கியிருக்கிறார். பிண்ணாக்குத் தண்ணீரை உறிஞ்சிவிட்டு நிமிர்கிற பசுவின் கண்களை அவர் அறிவாரா. அவர் வீட்டுப் பின்வாசலில் முளைத்திருக்கிற குடைக்காளானை அவர் பார்த்திருப்பாரா. 'செந்தூரப்பூவே செந்தூரப்பூவே' என்று பாட்டுக் கேட்டால் அவரால் கேட்க முடியுமா. அவர் ஏன் குடிக்கிறார். என்ன குற்ற உணர்வு அல்லது குதூகல உணர்வு அவருக்கு.

பூனைக்குட்டியைத் தடவிக் கொடுக்கலாமா என்று கேட்கிற என் இரண்டேகால் வயதுப் பேத்தி, அதை அடிக்கலாமா என்றும் கேட்கிறதே எதனால். போன தலைமுறைக்குத் தடவிக் கொடுக்கவும் தோன்றாமல், அடிக்கவும் தோன்றாமல் இருந்ததே எப்படி?

பூனைக்குட்டிகளிடம் இந்தத் தலைமுறை மாற்றங் களில்லையே. அவை நூற்றாண்டு காலப் பழக்கத்துடன் வாழைக் கன்றுகள் அடியில் விளையாடிக் கொண்டு, ஆள் அரவம் கேட்டால், கழிவறை மறைவுக்கு ஓடிக்கொள்வதில் எந்த மாற்றம் உண்டு.

கருப்புமசியில் உங்கள் கையெழுத்து மேலும் அழகாக இருக்கிறது. என்ன பேனா அது. Add GEL குடும்பப் பேனாவா. இந்த GEL பேனாக்களை வழவழவென்று ஒரு பாலே நடனப் பெண்போல, ஜிம்னாஸ்டிக் போட்டியாளர்கள் போல, அசைவுகளில் நளினம் உண்டாக்கி அல்லது நளினத்தில் அசைந்து நகர்கின்றன. ஆனால் விலைதான் மிக மிக அதிகம். பத்து ரூபாய்க்கு Refill வாங்கிக் கட்டுபடி ஆகாது.

உங்கள் கவிதைகளில், உங்களுக்குப் பிடித்தவற்றை நீங்களே தேர்வு செய்து சிறு பத்திரிக்கைகள் – ஏன் பெரும் பத்திரிக்கை

களுக்குக் கூட அனுப்பலாமே. ஒரு பருவத்தில் புழு. அப்புறம் கூட்டுப்புழு. அதற்குப் பின் பறக்க வேண்டியதுதான்.

வாழ்த்துக்களுடன்
கல்யாணி. சி.

627007
29.04.03

அன்புமிக்க ஸ்ரீதேவிக்கு,

வணக்கம்.

அநேகமாக எல்லாப் பறவைகளின் இறகுகளிலும் இயற்கை ஒரு எண்ணெய்ப்பசையைப் பூசியிருக்கிறது. புறவசாலில் உதிர்ந்து கிடக்கிற காக்கைச் சிறகில், நந்தலாலா மட்டுமல்ல; இந்த எண்ணெய் மினுக்கும் தெரிந்திருக்கும்.

பறவைகள் வானில் திரிபவை.

வானம் மழைமேகங்களுடையவை.

ஒரு பருத்தித் துணிபோல், ஈரம் கனத்துச் சிறகடிக்காமல் போய்விடக் கூடாது என்பதற்கு அந்த எண்ணெய்ப் பிசுபிசுப்பு உதவும். இதுபோதாது என்று நனைந்த பறவைகள் எல்லாம் இறகைச் சிலுப்பி உலர்த்திக் கொள்கிற நேரம் பார்த்து ஒரு இளம் வெயில் நகர்ந்துவரும்.

கிளையை உந்தி பறவை மீண்டும் வானுக்கு எவ்வும்.

நீங்கள் பறக்க முடியாத அளவுக்கு ஒருபோதும் உங்கள் சிறகுகள் நனையாது; கனக்காது.

சற்று உதறிக் கொள்ளுங்கள். சிலுப்பிக் கொள்ளுங்கள். மழை வந்தது போல வெயிலும் வரும். தட்டானுக்காகத் தரையில் தும்பைச்செடி அசைய கருங்குருவிக்காக வானில் மேகங்கள் அலையும்.

சிபிச் செல்வன் ஒரு மேகம். சே. பிருந்தா இன்னொரு மேகம். பஞ்சுப்பொதியாய் ஒன்று. பாற்கடலாக இன்னொன்று என்று பார்க்கிற நேரத்தின் மனநிலைக்கு ஏற்ப மேகம் மாறிமாறி முகம் காட்டும். காளியாக, யாளியாக, தோழியாக அதுமாற மாற நீங்களும் மாறிமாறிக் கொண்டே பறந்து செல்லுங்கள்.

இன்றைக்கு, வழக்கமான நேரத்தில், வழக்கமான பாதையில் தான் புதிய பேருந்து நிலையத்திற்குள் நடந்து கொண்டிருந்தேன்.

நேற்றிரவு பெய்த மழை கழுவின இன்றைய காலை வெயிலில் அந்த இரட்டைவால் குருவி என்னை வழி நடத்திக் கொண்டே போயிற்று.

நான் நடப்பேன். எனக்கு முந்திய கல்தூணில் அது அமரும் நான் மேலும் நடப்பேன். அதற்கு அடுத்த கல்தூணில் அது. நான் அந்தத்தூண் அருகில். கருங்குருவி முன்பறந்து அதற்கடுத்த தூணில்.

இப்படி ஐந்தாறு தூண் கடந்து, தூண் அற்ற ஒரு வெளியில் அது பறந்து போயிற்று எங்கோ. இன்று எங்கோ பறந்துபோனது போல, நாளை எங்கிருந்தோ பறந்து வரவும் கூடும் அது.

இப்படித்தானிருக்கும் என்று ஏற்றுக் கொள்ளாதீர்கள். எப்படியுமிருக்கட்டும் என்று விட்டு விடாதீர்கள். மேல் நிலைத் தொட்டி நிரம்புகிற வேகம், குடிதண்ணீர்க் குழாய் திறந்து வழிகிற வேகம் இரண்டையும் தந்து எப்போது நிரம்பும் அது என்று விடை சொல்லச் சொல்வார்கள். விடைகளுக்காகக் குழம் பாதீர்கள். உங்களுக்குத் தாகமாக இருந்தால் முதலில் தண்ணீர் அருந்துங்கள்.

மேல்நிலைத் தொட்டியை நிரப்புவது பஞ்சாயத்து போர்டு ரவி. அப்படியே நிரம்பி வழிந்தால்தான் என்ன. ஒரு தற்காலிக வானவில் தெரியும், பார்க்கத் தெரிந்த கண்ணுள்ளவர்க்கு.

செட்டிகுரிச்சி மேல்நிலைத் தொட்டி சமீபத்தில் Over-Flow ஆகிச் சிதற, எனக்கு அன்று வானவில் தரிசனம்.

இந்த பபிள் – கம்மை யார் கண்டுபிடித்தார்கள். அந்தக் கருத்தம்மாவுக்கு வயது பத்துப் பனிரெண்டு இருக்குமா. யாருடைய வீட்டிலோ பத்துப்பாத்திரம் தேய்க்கிறதோ என்னமோ. இரண்டு மூன்று தினங்களாக எதிர்ப்படுகிற அந்த முகம் அழகாகப் பதிந்து கிடக்க, இன்று வெளியிலிருந்து கொப்புளம் ஊதிக்கொண்டே எதிரே அது வர, என் பிரத்யேகக் கோலம் அழிந்து போயிற்று. ஆனால் முழுப்பந்தாக விம்மி, ஒரு புள்ளியில் வெடித்து, ஜவ்வாக மறுபடி வாய்க்குள் மடங்கும்போது, அந்தப் பெண்ணுக்கு எவ்வளவு கிறக்கம். நான் எதிரே வந்தது கூடத் தெரிந்திருக்குமோ இல்லையோ.

வாழ்த்துக்களுடன்
கல்யாணி. சி.

## நடராஜன்

மிகத் தீர்மானமாக முடிவு எடுக்க முடிகிறவராக இருக்க வேண்டும். இல்லாவிடில், வண்ணதாசன் சிறுகதைகள், கல்யாண்ஜி கவிதைகள் என என்னுடைய முழுத்தொகுப்புக்களை அந்த 2000இல் கொண்டு வந்திருக்க முடியாது. தேரோட்டத்தில் பறக்கவிடப்படுகிற ஒரு ரோஸ் கலர் நோட்டீஸாக நான் பறந்து போயிருக்க வேண்டியவன். என்னை அந்தத் தொகுப்புக்கள் மூலமாகவும், இன்று வரை வெளியிட்டு வருகிற என்னுடைய மற்ற தொகுப்புக்களாலும் நிலை நிறுத்தி வருகிறவர். முன்பின் தெரியாத ஒரு மாயவரத்துக்காரருக்கும், தோன்றியதை எழுதுவதைத் தவிர வேறு ஒன்றும் அறியாத ஒரு திருநெல்வேலிக்காரனுக்கும், இந்தப் பதிப்பக உறவையும் தாண்டி, ஒரு நல்லுறவு இந்தப் பத்துப் பதினோரு ஆண்டுகளில் வலுவடைந்திருப்பதற்கு நான் இளையபாரதிக்கு நன்றி சொல்ல வேண்டும். அது ஒரு மேற்கு மாம்பல இரவு. இளையபாரதி தெருவிளக்கடியில் ஆட்டோவை நிறுத்திவிட்டு, ஒரு சட்டமிட்ட புகைப்படத்தை எனக்குக் காட்டுகிறார். ஒரு வேளை வைட் ஆங்கிள் ரவி சங்கரன் அல்லது மோகன்தாஸ் படகரா எடுத்ததாக இருக்கலாம் அது. ஒரு கருப்பு வெள்ளை அற்புதமாக, நடராஜன், அவர் மனைவி, அவருடைய இரண்டு மகன்கள் இருக்கிற அந்தப் புகைப்படம் இப்போதும் எனக்குள் தொங்குகிறது. இந்த தினத்தின் பின்மாலையை அல்லது முன்னிரவை நடராஜனுடன் கழிக்க முடிந்தால் நன்றாக இருக்கும். சாத்தியம் எனில், அதே தெருவிளக்கு வெளிச்சத்தில்.

அன்புமிக்க நடராஜன்

வணக்கம்.

ஓடுகிற ரயிலில் புத்தகங்களை வாசித்திருக்கிறேன். கடிதம் எழுதியது இல்லை. கன்யாகுமரி எக்ஸ்ப்ரஸ் செங்கல்பட்டைத் தாண்டி ஓடிக்கொண்டிருக்கிறது. என்ன செய்வது என்று தெரியவில்லை. உங்களுக்கு எழுதத் துவங்கிவிட்டேன். இந்தக் கடிதத்தை நான் எழுதுகிறேனா, அல்லது இந்த ரயில் எழுதுகிறதா என்று தெரியவில்லை. இந்தக் கடிதத்தை உங்களுக்கு எழுதுகிறேன் என்றாலும் உங்களுக்குத்தான் எழுதுகிறேனா என்று தோன்ற ஆரம்பித்துவிட்டது.

இதை என் மகன் / எங்கள் மகன் நடராஜனுக்கு எழுதியிருக்க வேண்டும். இன்று முழுவதும் அவனுடன் தான் இருந்தேன். நேற்றும்கூட.

நேற்றுத் துவங்கி இன்று ரயில் ஏறுகிறவரை ஒரு தகப்பனும் மகனுமாக நாங்கள் அசோக் நகர் 53ஆவது தெருவிலிருந்து, ட்ரஸ்ட்புரத்திற்கு, யுனைடெட் இந்தியா காலனிக்கு, ஆதம்பாக்கத்திற்கு, மறுபடியும் ட்ரஸ்ட்புரத்திற்கு, அசோக்நகர் 53ஆவது தெருவிற்கென்று நடந்துகொண்டே இருந்தோம்.

போனமுறை செப்டம்பர் 6 முதல் 13 வரை இருந்தபோதே ராஜீ எனக்கு மிக முக்கியமானவன் என்று தோன்றிவிட்டது. திடீரென்று தகப்பனின் எல்லா இலக்கணங்களுக்கும் நான் பொருந்திவிட்ட மாதிரி, எல்லாச் சாயல்களும் இந்த ஐம்பத்து எட்டாவது வயதில் வந்தடைந்துவிட்டது மாதிரி உணர்கிறேன்.

ஆகஸ்ட் 46 இல் கல்யாணியாகவும், செப்டம்பர் 2003 இல் ஒரு தகப்பனாகவும் பிறந்திருப்பதுபோல இருக்கிறது.

அவனுடைய அறையில் இன்று மதிய உணவு உண்ணும் போது மூன்று மணியிருக்கும். ஏதோ ஒரு கோடம்பாக்கச் சந்திரா விலாஸில் இருந்து Door Delivery செய்யப்பட்ட எடுப்புச் சாதம். சிறிதும் பெரிதுமான பாலிதீன் பைகளில், சாம்பார், ரசம், கூட்டு, பொரியல், தயிர், தேவைக்கு அதிகமாக சோறு, நொறுங்கின அப்பளம், வரிவரியாகக் கிழிந்த முற்றல் இலை....

தகப்பன்களையும் தாயாரையும் பிரிந்து இப்படி இருப்பார்கள்.

அப்போதுதான் அடுக்கி வைத்ததுபோல இருக்கிறது அவனுடைய Shelf.

ஒரே ஒரு அகலமான கண். Perform என்று பருமனான எழுத்துக்கள் ஒட்டப்பட்டிருக்கிறது அந்தக் கண்ணின் கீழ்.

வாழ்க்கை என்பது வாழ்வதற்காகவா? Perform செய்வதற் காகவா. ராஜீவின் பந்தய வாழ்க்கையில் Perform செய்யாமல் தீராது. எனக்கு வாழாமல் தீராது. அவனுடையது மாரத்தான் ஓட்டம். என்னுடையது தீராநதி. மகா நதி. எனக்கு நீச்சல் தெரியாவிட்டாலும் அதில் நான் முங்கிக் குளிப்பேன். அவனுக்கு நீச்சல், எதிர் நீச்சல் எல்லாம் தெரியும். அவனுடைய குளியலோ syntex மேல்நிலைத் தொட்டிகளிலிருந்து கீழிறங்குகிற குழாயடியில், பிளாஸ்டிக் வாளிகளில், ப்ளாஸ்டிக் குவளைகளில், கழிவறை நாற்றத்தைக் கண்டு கொள்ளாததாக.

எனக்காக, என் நதிக்காகச் சந்தோஷப்படாமல் அவனுடைய குளியலறைக்காக வருத்தப்படுகிறதாகவே அந்தப் பிற்பகல் மனநிலை இருந்தது. என் ஆகக் கலைந்த மேஜைக்கும், அவனுடைய ஒழுங்குப்படுத்தப்பட்ட அலமாரிக்கும் இடையில் வெகுதூர மிருக்கிறது.

சென்ற முறை உங்களிடம் பகிர்ந்துகொண்டது போல, என்னுடைய ஒழுக்கம் விதிகள் அற்றதாகவும், அவனுக்கு விதிகளே ஒழுக்கமாகவும் அடைய யார் அல்லது எது சொல்லிக் கொடுத்தார் / கொடுத்தது.

கற்பும் ஒழுக்கம், களவும் ஒழுக்கம் என்றுதானே கற்பிக்கப் பட்டிருக்கிறது அல்லது கற்றிருக்கிறோம் நாம்.

நாம் ஒழுக்கஹீனர்களோ, ஒழுக்கம் தவறியவரோ, ஒழுக்கம் மீறியவரோ அல்லவே. கால்வாய்களை விடவும் நதிகள் பாய்வதும், அந்தப் பாய்ச்சல் அழகுறுவதும், வடிவமைக்கப்படாத அல்லது நதியின் ஓட்டமே வடிவமைத்துக் கொள்கிற கரைகளினால் அல்லவா.

கரைகளுக்கும், கறைகளுக்கும் இடையே உள்ள வல்லின மெல்லின வேற்றுமைகள் மிக அடிப்படையானவை அல்லவா. அவனைப்போல நீங்களும் ஒரு நடராஜன் என்பதால்தான், அவனுடன் பகிர்ந்துகொள்ள முடியாதவை அனைத்தையும், பகிர்ந்துகொள்ள நினைப்பவை அனைத்தையும் உங்களிடம் பகிர்ந்து கொள்கிறேனா.

இதுமட்டுமல்ல இன்றுமட்டுமல்ல நேற்றிரவும், செப்டம்பர் மத்தியிலும் நாம் மனம் திறந்து பகிர்ந்து கொண்டவையெல்லாம் எவ்வளவு நுட்பமான இடங்கள். கதவுகளைத் திறக்கத் திறக்க எவ்வளவு வெளிச்ச முற்றுக்கொண்டு வருகிறது வாழ்வு.

இப்போது நாங்கள் வாடகைக்கிருக்கிற வீட்டில் ஒரு உள் கதவு உண்டு. ஒரே ஒரு கதவுதான். அடுக்களையையும் சாத்திக் கொள்ளலாம். அரங்கு வீடு என இங்கே அழைக்கப்படுகிற Store Roomஐயும் பூட்டிக் கொள்ளலாம்.

ஒன்றைப் பூட்டும்போது ஒன்று திறந்திருக்கும் அல்லது ஒன்றைத் திறக்க வேண்டும் என்றால் இன்னொன்றைப் பூட்டவேண்டும்.

பெண்களின் மனதில் இந்த two in one கதவுகளைத் தைத்த ஆதித்தச்சன் யார் என்று தெரியவில்லை.

ஒன்றைத் திறப்பதற்காக இன்னொரு கதவைப் பூட்டிக் கொண்டே இருக்கிறார்கள்.

கதவுக்கு வெளியே இருந்து கத்துகிற பூனைக்குட்டிகளை ஆவின் பால்பாக்கெட்டுகள் ஞாபகத்துடனேயே பார்த்தால் எப்படி.

எனக்கும் என் பேத்தி அர்ச்சனாவுக்கும் காலையில் எழுந்ததும் கதவுக்கு வெளியே காத்திருக்கிற பூனைக்குட்டிகளைத் தடவிக் கொடுக்கப் பிடிக்கும். நான் பூனைக்குட்டிகளின் தலைகளை மட்டும் வருடிக் கொடுப்பேன். அர்ச்சனா தலைகளை மட்டும் வருடிக் கொடுப்பதில்லை. வால்களையும் பிடித்திழுப்பாள். 'தாத்தா அதை அடிக்கலாமா' என்று தடவிக் கொடுத்துக் கொண்டே கேட்பாள். வாழ்க்கை வன்முறையையும் மென் உணர்வையும் ஒரே நேரத்தில் அவளுக்குச் சொல்லிக் கொடுத் திருக்கிறதை மிகுந்த அதிர்ச்சியுடன் உள்வாங்கும்போது, பல் துலக்குவதற்குக் கடைவாயில் செருகின பிரஷ் இயக்கமற்ற ஒரு செருகப்பட்ட ஆயுதம்போல அப்படியே நின்று போகும்.

அவ்வப்போது இப்படி அடுத்த கணத்தில் ஆயுதமாகிவிடுகிற முந்திய கணங்கள் வரவர அதிகரித்துக்கொண்டே வருகிறது எனக்கு. ஒரு பேராயுதமாக, எந்த இடத்தில் கால் வைத்தாலும் வெடித்துச் சிதறச் சித்தமாகப் புதைத்து வைக்கப்பட்டிருக்கிற கண்ணி வெடிகளுடன் என்னுடைய அலுவலகமும், அலுவலக ரீதியாகக் குவிந்து வருகிற என் செயலின்மையும், இந்த ரயில் பயணத்தின் இனிய தடதடப்புக்கு மத்தியிலும் பயங்காட்டிக் கொண்டேயிருக்கின்றன. இன்னும் ஆறேழு மாதங்களை, குற்றப் பத்திரிக்கைகள் இன்றி, தண்டனைகள் இன்றி எப்படித் தாண்டப் போகிறேன் என்று தெரியவில்லை.

இளைய பாரதிக்குச் செய்யவேண்டிய சிநேகித பூர்வமான பங்களிப்புத்தான் இந்த ஒருநாள் சென்னை வருகை என்றாலும், தப்பித்து வந்தது போலவும், அடுத்த நிலையத்தில் ஆயுதம் தாங்கிய காவலர்கள் எனக்காக காத்திருக்கக்கூடும் என்றுமே இன்னொரு புறத்தில் தோன்றுகிறது.

ஆனாலும் –

இளையபாரதிக்கு மட்டுமல்ல

உங்களுக்கு மட்டுமல்ல

எனக்கும் முக்கியமான தினம் நேற்று. விழா முடிந்த பிறகு ஒரு பத்துப் பதினைந்து பேரின் கைகளையும் தோளையும் பற்றிக்

கொண்டும், தட்டிக் கொடுத்துக் கொண்டும், தழுவிக் கொண்டும் இருந்த தருணங்கள் எனக்கு வாய்த்தது. அமிர்தானந்தமயியின் ஆசீர்வாதமே இந்தத் தழுவல்தான் என்கிறார்கள். நான் நேற்று இருந்தது அமிர்தபுரி. என்னைத் தழுவியவர்கள் அனைத்தும் அமிர்தானந்தமயிக்கள். திரண்ட கன்னமும், திரண்ட மார்பும் அழுந்த அழுந்த காதலாகிக் கசிந்து கண்ணீர் மல்குதல்.

நான் சென்னையில் இருந்திருக்கலாம். பிருந்தாவனமாகவும் கோகுலமாகவும் சென்னையிருக்கிறது. நம்மைக் கோபிகையராகவும் கண்ணனாகவும் தோன்றியதற்கேற்பத் தோற்றங் கொள்ள அனுமதிக்கிறது. இல்லையென்றால் 'காற்றினிலே வரும் கீதம்' பாடுகிற மீரா. அதுவுமில்லையெனில் 'கண்ணா, கருமை நிறக் கண்ணா' பாடுகிற நானும் ஒரு பெண். எப்படியும் வடிவம் கொள்ளலாம். வாழ்க்கை வடிவமைக்கும் அல்லது உங்களைப் போன்ற, இளையபாரதியைப் போன்ற, நேற்று மிகவும் நெருக்கமுற்ற பாரதி கிருஷ்ணகுமார் போல யாராவது என்னை வடிவமைப்பார்கள். நண்பகல் 12 மணியளவில் உங்களுடன் கலைஞர் அரங்கத்தின் ஆயிரத்து இருநூறு வெற்று இருக்கைகளைப் பார்த்த நேரத்தில் எனக்கு இருந்த வடிவமும், மாலை ஆறேமுக்கால் அளவில் என்னுடைய உரையை முடித்து உட்கார்ந்தபோது அடைந்த வடிவமும், 53வது தெரு ரெங்கநாயகி அடுக்ககக் கதவுகள் அருகில் நான் எய்திய வடிவமும், இதை எழுதுகிற போது இந்த ரயிலின் அசைவின் கதியில் நான் கொண்டிருக்கிற வடிவமும் என்னென்ன வகையில் வேறானவை அல்லது ஒன்றானவை. இந்த ரயில் புறப்படுவதற்கு முன்பு, இளையபாரதியும் வேலராமமூர்த்தியும் கலாப்ரியாவும் நான் மேடையில் நேற்று விட்டுவிட்டு வந்த சால்வையைப் போர்த்தியபோது அடைந்த வடிவம் என்ன. அருந்திய மதுபானமும், அடைந்திருந்த உணர்வு நிலைகளாலும் பாரதியும் வேலாவும் கோபாலும் அவரவர் வடிவங்களை உதிர்த்து, அவரவர் வடிவங்களைச் சிதைத்து, ஏற்கனவே வேறொரு வடிவமாகி விட்டிருந்தபோது, நான் உறவு கொண்டதும், உறவாடியதும் பிரிவு சொல்லியதும் அவர்களின் ஆதிவடிவத்துடன்தானா.

எல்லாம் விடுகதை. எல்லாம் புதிர். எல்லாக் கதையும், தானே அவிழும். எல்லாப் புதிரும் தானே கலையும்.

எல்லோர்க்கும் அன்புடன்,<br>
கல்யாணி. சி.

## ரவி சுப்பிரமணியன்

இப்போதுதான் கும்பகோணம் பஸ் ஸ்டாண்டில் இறங்கி, நாகேஸ்வரன் வீதி செல்வம் லாட்ஜுக்குப் போய்ப் பார்த்த மாதிரி இருக்கிறது.

'என்ன கவி பாடினாலும் உந்தன் மனம் இரங்கவில்லை' என்று இசக்கி அண்ணாச்சி புகைப்படக் காட்சியில் பாடும்போதும் இதே சிரிப்புத்தான்.

பொக்கை விழுந்து காரை உதிர்ந்த பீட்டர்ஸ் காலனி வீட்டில் அசைய முடியாமல் மல்லாந்து படுத்துக் கொண்டு 'பிஸ்கட் சாப்பிடுங்கண்ணே' என்று உத்தரக் கட்டையைப் பார்த்தபடி என்னை உபசரிக்கும் போதும் அதே சிரிப்புத்தான்.

அவங்க வீட்டுக்கு வந்துட்டாங்கண்ணே. கொஞ்சம் லிவரும் கிட்னியும் தொந்தரவு இருக்கு. மருந்து தொடர்ந்து சாப்பிட்டா சரியாகப் போகும்ணு டாக்டர்ங்க சொல்லிட்டாங்க. எல்லாம் உங்களை மாதிரிப் பட்டவங்க ஆசீர்வாதம் ணே' – என்ற தொலைபேசிக் குரல் கூட சிரிக்கிற மாதிரித் தான் இருந்தது.

இந்தச் சிரிப்பெல்லாம் சரி தான் ரவி. எப்போது நீங்கள் நிஜமாகவே சிரிக்கப் போகிறீர்கள்? இது எல்லாமே, நீங்கள் எங்களுக்காக ஒப்புக்குச் சிரிக்கிற சிரிப்பு என்று எங்களுக்குத் தெரியாதா?

அன்புமிக்க ரவி,

சிவசைலம் வந்தால் தாக்கல் சொல்லுங்க ரவி. அது எங்க அம்மாத்தாத்தா கல்யாணி ஆயானும், முத்தையா ஆயானும் நடமாடின பூமி. ஆழ்வார்குரிச்சி ரயில்வே ஸ்டேஷன்ல சிவசைலத் தாத்தா வில் வண்டி வந்து நிக்கும். தாத்தாதான் வண்டியடிச்சுக்கிட்டு வருவா. வழி பூராவும் ஆலம்பழம் சிவப்பு சிவப்பா. குறுக்க ரெண்டு இடத்தில தாம்போதியில பளிங்கு கணக்கா ரோட்டுக்குக் குறுக்க தண்ணி ஓடும். தாத்தா வீட்டில இருந்து பார்த்தா அடுக்கடுக்கா மலை கூப்பிடும். நீலம்ணா அப்படி ஒரு நீலம். ராத்திரில அப்படியே தீப் புடிச்சு மலையில எரியும். மாலை போட்ட மாதிரி இருக்கும். தீ மாலை. தீசர்ப்பம்.

அப்படியே சரசரண்ணு மலையில நகரும். இன்னும் அந்த மலைத் தீ என் ஞாபகத்தில அணையலை. இருக்கு. நான் மலைப் பளிஞன். யான மிதிச்சு செத்தாநல்லா இருக்கும். எந்தோள்ல கிடந்த கருங்கம்பளி போதும் அடையாளத்துக்கு மத்ததெல்லாம் கூழாப்போனாலும் சரிதான்.

வண்ணநிலவன் எப்போது என்னைப் பார்க்க வருவார், நான் எப்போது அவரைப் பார்க்கப் போவேன் என்றெல்லாம் சொல்லவே முடியாது. சிலசமயம் அப்போதுதான் விடிந்திருக்கும். வாசல் தெளித்துக் கோலம் கூடப் போட்டிருக்க மாட்டார்கள். ராமச்சந்திரன் வந்து விடுவார். கொஞ்சம் வாய் திக்குமில்லையா? “என்ன கல்யாணி” என்று சிரித்துக்கொண்டே வருவார். நான் அவரைப் பார்க்க, திருவனந்தபுரம் ரோட், முருகன் குரிச்சி, வக்கீல் சீனிவாசன் சார் வீட்டுக்குப் போவேன். அங்கே இல்லா விட்டால், கோட்டூர் ரோட், சொக்கலிங்கசாமி கோவில் தெரு குமார் வீட்டில் இருப்பார். குமார், சுகுணா, வசந்தா, கண்ணன், மீனா, பாஸ்கரத்தான் என்று அந்த வளவு பூராவுமே அபூர்வமான ஆட்கள். அதையொட்டின நாட்கள் ஒன்றில்தான், எனக்கு வேலை கிடைத்தது. சாக்லேட் வாங்கிக் கொண்டுபோய் எல்லோருக்கும் கொடுத்தது ஞாபகம் இருக்கிறது. சுகுணா கூட அப்போது தோசைக்கு அரைத்துக்கொண்டு ஆட்டுரலில் இருந்தபடி கையை நீட்டி வாங்கிக்கொண்டு வாழ்த்துச் சொன்னாள்(ர்). நான் சென்ட்ரல் டாக்கீஸ் பக்கத்தில் இருக்கும் ஸ்டேட்பாங்க் கிளையில் இருந்தேன். காஷியர் வேலை. நிமிர முடியாது, இவர் கவுண்டருக்கு முன்னால் சத்தமே காட்டாமல் வந்து நிற்பார். ரொம்ப நேரத்துக்கு முந்தியே வந்திருப்பார். ஆனால் “இப்பதான் வந்தேன்” என்று சிரிப்பார். ராமச்சந்திரன் சிரிப்பை ராமச்சந்திரன் மட்டுமே சிரிக்கமுடியும். ”இந்தப் பக்கம் ஒரு ஜோலியா வந்தேன். அப்படியே எட்டிப் பாத்துட்டுப் போலாம்னு தோணுச்சு” என்பார். அப்பவும் அதே சிரிப்புத்தான். அவர் சிரிப்பை வைட் ஆங்கில் ரவிசங்கரன் தான் சரியாகப் பதிவு பண்ணிவைத்திருக்கிறார். அந்தச் சிரிப்பு இன்றைக்கு வரைக்கும் அப்படியேதான் இருக்கிறது. மனசு அப்படியே இருந்தால்தான் சிரிப்பும் அப்படியே இருக்கும். இருக்கிறது.

அன்புடன்
கல்யாணி. சி.

## கோமா

*கோமதி நாயகத்திற்கு மே 26இல் கல்யாணம். எங்களுக்கு மே 24இல். நாற்பது வருடங்களாக, இருவருமே வங்கிப் பணியிலிருந்து ஒய்வு பெற்றுவிட்ட பிறகும், எங்களுடைய சிநேகம் அப்படியே இருக்கிறது. குற்றாலத்தில் இருக்கிற அருவிகள் மாதிரி, தென்காசியில் எங்களுக்கு இருக்கிற அருவி கோமா. மகன்கள், மருமகள்கள், பேரன்கள், பேத்திகள் என ஒரு ஆனந்தமான கூட்டுக்குடும்பம். யாருடன் பேசினாலும் உடனே நம்மை அது தொற்றிக் கொள்ளும். தொட்டி தொட்டியாய் நிறைந்து வழியும். 'பணச் செடி'யின் ஒரு இலை, கண்ணாடித் தொட்டிக்குள் நீந்துகிறவற்றுள் ஒரு மீன், பாண்டிச்சேரி அன்னை முன் வைத்த செம்பருத்திப் பூவொன்றின் சூல்முடி மினுக்கம் என்று எல்லாமே சிரித்துக் கொண்டுதான் இருக்கும் கோமாவுடைய வீட்டில். போன வாரம் ராயப்பேட்டை பாலாஜி நகர் மாசிலாமணி தெரு விஜயா விடுதியில் அவரைப் பார்த்து உடல்நலம் விசாரிக்கப் போயிருந்தோம். அது ஒரு தங்கும் விடுதியின் 26ஆம் எண் அறை. அது கோமா குடும்பத்தின் சிரிப்பால் முற்றிலும் நிரம்பியிருந்தது. சாத்துக்குடி ஆரஞ்சுப் பழங்களையும் ஹார்லிக்ஸ் பாட்டில்களையும் காணாமல் போக்கும் குரலுடன், 'ஒரு லெட்டர் போடுங்க அண்ணாச்சி' என்றார். எழுதிப் போட்டேன்.*

சென்னை - 33
24.05.98

அன்புமிக்க கோமா,

வணக்கம்.

சற்று முன்பு கேட்ட உங்கள் இருவருடைய குரல்களும், இதுபோன்று அவ்வப்போது, எப்போதாவது (அல்லது எப்போதும்) கேட்கிற அன்பும் நட்பும் உரிமையும் வழிகாட்டுதலும் நிறைந்த குரல்கள்தான் இந்த வாழ்வின் இடையறாத சங்கீதமாக இருக்கிறது.

அருவியாக, அருவிக்குப் பக்கம் விழுகிற வானவில்லாக நதியாக அல்லது படித்துறையாக முழுப்புத்தகமாக அல்லது ஒரு அத்தியாயத்தின் அடிக் கோடிட்ட வரிகளாக,

எனக்கு மற்றவர்களும், மற்றவர்களுக்கு நாங்களுமாகச் சென்று கொண்டிருக்கிற இந்த வாழ்வில், தொடர்ந்து எங்களுடன் வந்துகொண்டிருக்கிற உங்களுடைய தோழமை, வள்ளிக்கும் லோகாவுக்கும் வாய்ந்திருக்கிற நெருக்கம், 'என்ன மாமா' என்று கூப்பிடுவதிலேயே அத்தனை அன்பையும் பரிமாறிவிடுகிற பாலாஜி, ராம்ஜி, அதை அற்புதமாக எதிரொலிக்கிற சங்கரி, என்னைப்போலக் குறைந்த வார்த்தைகளில் நிறையப் பகிர்ந்து கொள்கிற ராஜீ – எல்லாம் எவ்வளவு மகிழ்ச்சிகரமானது. 25 வருடமா, 26 வருடமா? அந்தக் கணக்குகள். எல்லாம் தாண்டி குழந்தைகளின்பேரில் கவனம் குவிந்து எவ்வளவோ காலம் ஆயிற்று.

சங்கரியும் ரமேஷும் மணமேடை சுற்றிவந்த நேரமும் நிறைவும், பழைய ஆல்பத்தில் நானும் வள்ளியும் அதேபோல நடந்து வருகிற புகைப்படத்தைப் பார்க்கும்போது இனிமேல் வருமா. பாலாஜி திருமணத்தில் சுப்பராஜா கல்யாணமண்டபம் முழுவதும் நிறைந்திருக்க, நீங்கள் கூட்டிக்கொண்டு வந்த லோகாவை நானும், என்னை லோகாவும் கும்பிட்டுக் கொள்ள, 'என்ன அண்ணாச்சி வள்ளி வரலையா' என்று கேட்கும்போது மளமளவென்று நிறைந்த கண்ணீரின் பரிசுத்த ஜொலிப்பு, எந்தத் தாமரை இலையிலும் உருண்டுகொண்டிருக்கிற பனித் துளிகளுக்கு வருமா.

நடராஜ் 95 ஆகஸ்ட் 21இல் RECஇல் Admission கிடைத்து விட்டது என்று தொலைபேசின நேரத்துக் குரலின் நெகிழ்ச்சியை, நித்யஸ்ரீ பாடல்தருமா.

இதேபோல உங்களுக்கு ராம்ஜி அளித்த உயரமான தருணங் களைவிட, கொடைக்கானலின் அல்லது மற்றெந்த மலைகளின் Top Slipகள் உயரமாகி விடுமா.

வளர்வதைவிட, நாம் வளர்ந்ததைவிட, பிள்ளைகள் வளர்வதைப் பார்க்க நிறைவாக இருக்கிறது.

என்னுடைய நரைவெள்ளைக் கருப்பு மீசையைவிட இன்னும் பூனைமயிர் மாறாத ராஜுவின் மீசை அழகாக இருக்கிறது. சங்கரி 'நுனியில கொஞ்சம் வெட்டி விடுங்கப்பா' என்று நான்கு நாட்களுக்குமுன் கத்திரியைக் கொடுக்கும்போது, ஹொக்னேக் கல்லில் வள்ளி தலைகாயப் போட்டுக்கொண்டு நின்ற புகைப்படம் எல்லாம் வெகுதூரத்திற்குப் போய்விடுகிறது.

அடுத்த தலைமுறை நம் முன்னால் வளரட்டும். நம்மைவிட அதிகம் பூத்துக் குலுங்கட்டும். நம்மைவிடக் காயும் கனியுமாக நிற்கட்டும். பழம் கடிக்கப் பச்சைக்கிளிகளும், நிழலுக்கு மனிதர்களும், ஓடிவிளையாடக் குழந்தைகளும் அவர்களிடம் வரட்டும்.

நாமும் தோப்புக்குள் நம் கிளைகளை அசைத்துக்கொண்டு நிற்போம்.

ஆண்டவன் காற்றாக ஆசீர்வதிக்கட்டும்.

உங்களுடைய எல்லா வீடுமே தியான மண்டபம்தான்.

பிரார்த்தனைக் கூடம்தான்.

எங்கே கலகலப்பும், அன்பும், பிரதிபலன் எதிர்பார்க்காத செயலும் சிந்தனையும் இருக்கிறதோ அங்கெல்லாம் தியான மண்டபம் இருக்கிறது.

அப்படிப் பார்த்தால், உங்கள்வீடு எப்போதுமே அப்படித்தான் இருந்திருக்கிறது. எனினும், இப்போது வாழ்கிற மனையின், தியானகூடத்தின் அமைதியில் நாங்களும் பூக்க விரும்புகிறோம். எங்களின் ஆழ்ந்த சிநேகிதத்தைச் சிறுபூச்செண்டாக்கி அந்தக் கூடத்தில் சமர்ப்பித்து இறைஞ்சி நிற்க விழைகிறோம்.

இதையெழுதும் போதே அங்கிருக்கிற அருளும் அற்புதமும் எங்களுக்குக் கிடைக்கத் துவங்கியிருக்கிறதாகவே நினைக்கிறேன். அபயமுத்திரை காட்டி, அருள்தர விரியும் அங்கையை உலகின் எல்லாத் திசைகளிலிருந்தும் இறைவி காட்டிக் கொண்டிருக் கிறார்கள்.

பார்க்கத் தெரிந்தவர்களுக்குப் பசும்புல்லும் துளசிதளம். சூரிய ரச்மிகள் இலைமறை காய்க்கும் சுடரினை அனுப்பிக் கொண்டிருக்கின்றன. சிட்டுக்குருவிச் சத்தங்கள்கூட மந்திர உச்சாடனம். உருண்டுவிழுகிற செம்பில்கூட ஓம் என்னும் பிரணவம். அமைதியின் தடாகத்தில் ஆயிரம் தாமரை.

மே. 26 மீண்டும் மீண்டும் வரட்டும்.

கோமா – லோகா – பாலாஜி – சீமா – ராம்ஜி என்று முடிவற்ற முழுமையுடன், அந்தமில்லாத உங்கள் சொந்தம் எங்களுக்கு ஆயுளுக்கும் தொடரட்டும்.

இறைவன் மென்மேலும் எல்லா நலன்களையும் அளிக்கப் பிரார்த்திக்கிறோம்.

வாழ்த்துக்களுடன்.
கல்யாணி. சி. குடும்பத்தினர்.

627007
27.05.07

அன்புமிக்க கோமா,

வணக்கம்.

இதை நேற்றே கிடைக்கும்படி உங்களுக்கு எழுதியிருந்தால் இன்னும் நன்றாக இருந்திருக்கும். உங்களின் முப்பத்தைந்தாவது திருமணவிழாவிற்கான எங்களின் பரிசு அல்லது பரிசின் அடையாளமாக அது இருந்திருக்கும். என்னால் / எங்களால் மிகப் பல சமயங்களில இப்படி அடையாளங்களாக மட்டுமே இருக்க முடிகிறது.

உங்களிடம் நேரில் சொன்னதைப்போல, சங்கரி இவ்வளவு சந்தோஷமாக இருந்து, அவளுக்கு இப்படி அதிரச் சிரிக்கிற வாய்ப்புக்கள் ராஜீவிடம் குமாரிடம் கிடைப்பதுபோல, நம் வீட்டில் பாலாஜியிடமிருந்தும் ராம்ஜியிடம் இருந்தும் கிடைத்தன. உங்களுடைய பங்கு இன்றைக்கல்ல. ‘ஐயா மாமா’ தினங் களிலிருந்தே அவளுக்கு உண்டு. எல்லாக் குழந்தைகளையும் போல, முதல் அரைமணி நேரத் தயக்கத்திற்குப் பிறகு அர்ச்சனாவும் எல்லோரிடமும் ஒட்டிக் கொண்டுவிட்டாள். அதிலும் அவள் கோபித்துக் கொள்கிற பொழுதுகளை நீங்கள் உடனடியாகத் தத்து எடுத்துக்கொண்டு, அவளை ஒக்கிட்டு மறுபடியும் சிரிப்பை மாட்டி அனுப்பிவிடுகிறீர்கள். அந்த வித்தையை ஆண்டவன் உங்களுக்கு மட்டுமே தந்திருக்கிறான்.

எனக்கு அந்தப் பக்குவம் இன்னும் வரவில்லை. ஆறில் வளையாததா அறுபதில் வளையப் போகிறது. ஆனாலும் என்னிடம் அர்ச்சனாவும் சரி, நீங்களும் சரி இவ்வளவு அன்பாக இருக்கிறீர்களே எப்படி?

பரீட்சைகள் என்றால் நமக்குத்தான் ஒத்துப்போகாதே. யார் யாருக்கு என்ன பெயர்கள் என்று, நான்கு பொடிசுகளும்

சேர்ந்து என்னிடம் கேட்டால், நிச்சயம் பாஸ் மார்க் கிடைக்காது. என்றாலும் பாலாஜியின் குட்டிப்பையனின் சிரிப்பும், அணியப்போகிற தனது ஆடையைக் கொடுத்து வாங்கும்போது குனிந்து கால்களைத் தொட்ட, தோற்றத்தையும் தாண்டிய அவனது பிஞ்சு முகமும் ஒரு மகா அனுபவத்தை எனக்கு அளித்திருக்கிறது. அவன்தான் மகான். அவனிடம் இருப்பதே ஞானம்.

இவன் இப்படி என்றால், ராம்ஜியின் பையன் சங்கரியைக் கூட்டிக்கொண்டுபோய் மீன்தொட்டியருகில் நிறுத்திக்கொண்டு இன்னொரு நாள் இருக்கவும், மீன் பார்த்துக்கொண்டு இருந்தால் பொழுதுபோய்விடும் என்ற அர்த்தத்திலும் ஏதோ சொல்லி யிருக்கிறான். இதைச் சொல்ல அவனுக்கு எப்படித் தெரிந்தது. இந்தச் சொல்லை யாரிடமிருந்து அவன் பெற்றான். தெரிந்தாலும் பெற்றாலும் அவனுக்கு இதையெல்லாம் சொல்கிற வயதா?

இந்தச் சொல்முறை, அவனுடைய வணங்குதல், பெரிய வனுடைய இசைவிரல்கள் எல்லாவற்றிற்கும் நீங்களே, நீங்கள் மட்டுமே காரணம் கோமா.

நான் இன்னும் உங்கள் வாசல் முற்றத்திலேயே இருக்கிறேன் கோமா. நீங்கள் லோகா, சீமா, அனு, வள்ளி, சங்கரி, பாலாஜி, ராம்ஜி மற்றும் அர்ச்சனா உள்ளிட்ட ஐந்து குழந்தைகளாலும் நிரம்பியிருக்கிறது உங்கள் வாசலும் எங்கள் மனமும்.

என்னுடைய தொட்டாற்சிணுங்கிமனம், இப்போது எல்லாம் படகோட்டி எம்.ஜி.யார் மாதிரி 'தொட்டால் பூ மலரும்' என்று பாடுவது, இதுபோன்று பிள்ளைகள் மத்தியில் இருக்கும்போது தான். நதி மூலத்தின் ஸ்படிக நீரோட்டத்தில் குளிக்கிறது போல, எந்த அழுக்கும் எந்தக் கறையும், தேடிச் சோறு நிதம் தின்கிற சின்னஞ்சிறு கவலைகள் எதுவுமின்றி, ஆளற்ற கோவில் பிரகாரத்தில் நடப்பதுமாதிரி உணர்வது இந்தக் குழந்தைகள் மத்தியில்தான். வேறெங்குமில்லை. என் சன்னிதானம் *அது*.

ராம்ஜியும் பாலாஜியும் ராஜீவும் சங்கரியும் எவ்வளவு அருமையானவர்களோ, அதைவிடவும் பேரருமையானவர்கள் இந்தப் பிஞ்சுகள்.

பிள்ளைகளும் பேரப்பிள்ளைகளும்தான் நம் பெருவரம்.

உங்களின் பங்குமட்டுமில்லை. உங்களின் பங்கான லோகாவின் பங்கும் இதில் சரிபாதி உண்டு. இரண்டு அருமையான

மருமகள்கள், நான்கு பேரப்பிள்ளைகளுடனான அவளுடைய உலகம் முழுக்க முழுக்க அன்பால் நிர்வகிக்கப்படுகிறது.

சலியாத மனமும், அன்பு அகலாத மனைவியும் தவறாத சந்தானமும், தடைகள் வாராத கொடையும் என்பதில் முதலில் வருகிற அந்தச் சலியாத மனம் எவ்வளவு உன்னதமானது.

உங்களின் இருப்பில், உங்களின் முன்னிலையில், உங்களின் மத்தியில் யாருக்குமே எந்தச் சலிப்பும் வராது கோமா. நீங்கள் அந்தவிதத்தில் உங்களைத் தகவமைத்துக் கொண்டீர்கள். எத்தனைபேருக்கு இப்படி ஆனந்தமாக இருக்கத் தெரிகிறது. தான் ஆனந்தமாக இருந்து, மற்றவர்களையும் ஆனந்தமாக வைத்துக் கொள்ள முடிகிறது உங்களைப்போல.

ஆழ்ந்த இசை தெரிந்த ஒரு கலைஞனுக்கு, எல்லாச் சங்கீத வாத்தியங்களையும் சுலபமாக வாசித்துவிட முடியம்; என்னைப் போன்ற கொட்டாங்கச்சி வயலின்களைக்கூட.

‘ஈதல் இசைபட வாழ்தல் அதுவல்லது ஊழியம் இல்லை உயிர்க்கு.’

எங்களைப் போன்றவர் உயிர்க்கு என்றும் ஊதியம் தாருங்கள். இசைபட வாழுங்கள். எல்லாம் வல்ல இறைவனை உங்கள் வாழ்வுக்கும் வளத்திற்கும் நாங்கள் நெஞ்சுருகிப் பிரார்த்திக் கிறோம்.

எல்லோர்க்கும் அன்புடன்
கல்யாணி. சி.

### நாஞ்சில்நாடன்

'தீபம்' காலத்தில் இருந்தே பழக்கம். அவருடைய 'விரதம்' கதையைப் படித்துவிட்டு நான் கடிதம் போட்டதை போகிற இடம் எல்லாம் இன்னும் சொல்லிக்கொண்டு இருக்கிறார். இவருடைய மும்பை W.H. Brady & Co முகவரிக்கு நான் எழுதிய கடிதங்கள் நிறைய. ஒரு கட்டுத் திட்டமான அலுவலக அதிகாரியாக இருந்திருப்பார் போல. முழுக்கை சட்டையை இன் பண்ணி, பெல்ட் போட்டு, பூட்ஸ் காலோடு தோரணையாக சிரித்துக் கொண்டு அட்டணைக் கால் போட்டு ஜோராக உட்கார்ந்து இருப்பதை வைத்துச் சொல்லவில்லை. கோப்புக்களிலிருந்து எடுத்து நகலச்சு செய்து இவர் அனுப்பி இருந்த தேதிவாரிக் கடிதங்களைப் பார்த்தாலே அது தெரிந்தது. பொதுவாகவே அவர் யோகக்காரர். மகள் கல்யாண வீட்டில் அது நன்றாகவே தெரிந்தது. 'பொண்ணு மாப்பிளை' முகங்களை விட நான் நாஞ்சில் முகத்தையே தான் திரும்பத் திரும்ப பார்த்தேன். ஒரு பெண்ணைப் பெற்றவன் முகம் இவ்வளவு கனிந்து போய் இருப்பதைப் பார்க்க சந்தோஷமாக இருந்தது. முன்னே மாதிரி என்றால் ஒரு கடிதம் எழுதியிருப்பேன். இப்போது புத்திக்கும் கொஞ்சம் நரைத்துவிட்டதில்லையா. எழுதவில்லை. சிலவற்றை எழுதாமல், விளக்குச் சுடரைப் பார்க்கிற மாதிரி, அசையாமல் பார்த்துக் கொண்டு இருந்தால் போதும்.

627007
30.11.06

அன்புமிக்க நாஞ்சில் நாடன்,

வணக்கம்.

அழகிரி மாமா எனக்குமட்டுமல்ல, இந்த உலகில் உள்ள அத்தனை பேருக்கும் மாமாதான்.

என்னுடைய வரிசையாருக்கு (அண்ணிக்கு) அவர் தாய் மாமா. அண்ணன் கல்யாணத்துக்குப் பிறகுதான் அறிமுகம்.

ஒரு புல்லட்டில் வருவார். கழுத்து அடங்காமல் ஒரு தேங்காய்ப்பூ துண்டு போட்டிருப்பார். தலையைச் சீவுகிற பழக்கமில்லை. சீவாமலே அழகாக இருக்கிற வாகு அவருக்கு.

சமயத்தில் அவரைப் பாக்கும்போது சாய்பாபா சாயல் தெரியும். இன்னும் சில சமயம் பண்டிட் ரவி ஷங்கர் மாதிரி.

அழகிரிமாமாவின் மச்சினர் கோமதிநாயகம் என் அண்ணனுக்கு சகலர். அழகிரி மாமா வீட்டு தனத்து அத்தையும், கோமதி அண்ணாச்சி வீட்டு பேபி மச்சினியும் அவ்வளவு அழகானவர்கள். அந்த நிறம், மினுமினுப்பு, மூக்கு முழி, சத்தம் கேட்காமல் பேசுகிற நேர்த்தி, நடை உடை எல்லாமே புதுசாக இருக்கும். இவ்வளவு அழகாக இருக்கிறவர்கள், வித்தியாசம் பாராமல் பார்க்கிற எல்லோரிடமும் பழகியிருந்தால் இன்னும்கூட அழகாகிவிட்டிருப்பார்கள். இன்னும் கொஞ்சம் அழகு என்னத்துக்கு என்று தோன்றியிருக்கும் போல ரெண்டு பேருக்குமே. அளந்துதான் பேசுவார்கள். அளந்துதான் பழகுவார்கள். எங்கள் வீட்டு ஆட்களைப் பார்த்து அவர்களுக்குள்ளே சிரிக்கக்கூடச் செய்திருப்பார்கள்.

தனத்து அத்தைக்கு வீணை வாசிக்கத் தெரியும் என்பார்கள். மூன்றாவது ஆள்கூட மனதுவிட்டுப் பேசக்கூட மனம் இல்லாத வர்களுக்கு வீணை வாசிக்கத் தெரிந்தால் என்ன. தெரியாவிட்டால் என்ன. அரையாப்பு வந்தவன் வெயிலுப்பிள்ளை கம்பவுண் டரிடம் போகிறமாதிரி ஒளிச்சு வைத்துக் கொள்ளட்டும். யாருக்கும் நஷ்டமில்லை.

ஆனால் அழகிரிமாமா அப்படியில்லை. அருமையான மனுஷன். பெருமாள்புரம் கிளப்புக்கு வருகிறவர்களுக்கு, ஐயப்பன் கடையில் சாமான் வாங்கிக்கொண்டு நிற்கிறவர்களுக்கு, மணிகண்ட விலாஸில் உளுந்தவடை சாப்பிட வந்தவர்களுக்கு, போளி மாமிக்கு, போஸ்ட் ஆபிஸ் போய்விட்டு வருகிறவருக்கு, சிவா கேஸ் சிலிண்டர் போடுகிற டெலிவரிபாய்க்கு, பிள்ளையார் கோவில் பட்டருக்கு, ABC டவுன்பஸ் டிரைவருக்கு, ரேஷன் கடையில் சீனி போடுகிறவருக்கு, இஸ்திரி ஆறுமுகத்துக்கு எல்லோர்க்கும் அவரைப் பார்த்தால் அம்மாகூடப் பிறந்த அண்ணன் தம்பி மாதிரித்தான் தோன்றும்.

இடையில் ஜேஸுதாஸ் பெயரோடு அழகிரிமாமா பேரும் அடிபட்டது. இப்போது கடைசியாக நெல்லைக் கண்ணன் மூலம் கேள்விப்படுவது எல்லாம், சில்லுச்சில்லாக மாமா நொறுங்கிக் கிடக்கிற கதை.

நீங்கள் மாமா வாசிக்கிற வீணையை மட்டுமல்ல, நெல்லைக் கண்ணனிடம் மாமாவின் கதைகளையும் கேளுங்கள். எழுதக்கூடச் செய்யலாம்.

வரையப்படவேண்டிய முகங்களும், எழுதப்பட வேண்டிய வாழ்வுகளும் உங்களுக்குத்தான் சரியாகத் தட்டுப்படும்.

உங்களுடன் ரயில் புறப்படும்வரை இருந்த நேரம் சந்தோஷமானது. ரயில் ஏற்கனவே அழகான சமாச்சாரம். நீங்கள் அதைமேலும் அழகாக்கிவிட்டீர்கள்.

குடும்பத்தினர்க்கு அன்புடன்
கல்யாணி. சி.

## மாதவராஜ்

ஒரு ஊர் இன்னொரு ஊர்க்காரனுக்கு எதையாவது தந்து கொண்டே இருக்கிறது. ஒரு வேனில் கால பஸ் பிரயாணிக்கு சாலைப் புழுதிப்படர்ந்த பூவரச இலைகளுக்கு இடையில் மஞ்சள் பூக்களையேனும் அது காட்சியாகத் தந்துவிடும். சாத்தூர் எனக்கு தனுஷ்கோடி ராமசாமியை முன்பு தந்தது. இப்போது மாதவராஜை. எனக்கு இந்த இரண்டு பேரையும் அப்படி எல்லாம் ரொம்பத் தெரியாது. ஆனால் அவ்வளவு நெருக்கம் நாங்கள். இது எப்படி என்று தெரியவில்லை. அவர் புத்தகங்களைப் பற்றி திருநெல்வேலியில் த.மு.எ.ச ஒரு கூட்டம் நடத்தியது. பதினைந்து பேர் வந்தாலே மாபெரும் இலக்கியக் கூட்டம் எங்களுக்கு. நானும் அந்த மாபெரும் கூட்டத்தில் கலந்து கொண்டேன். எனக்குத் தோன்றியதைப் பேசவும் செய்தேன். அந்தப் பேச்சு மனப்பூர்வமாக அமைந்ததாக இப்போதும் உணர்கிறேன். அதற்கு முழுக்காரணம் நான் வாசித்துவிட்டு வந்த மாதவராஜுடைய மூன்று புத்தகங்கள் தான். மாதவராஜ் மனசாரச் சிரிப்பார். பரவசப்படுகிறபோது அவர் முகம் அழகாக இருக்கும். உறுதியாகக் குலுக்கும் கைகளும், என் தோள் மட்டத்திற்கும் மேலாக அகன்ற தோள்களுமாக, மாதவராஜ் நிஜமாகவே உயரம் தான். உங்களுக்குப் புரியும். உயரம் என்பது அடி ஸ்கேலால் அளக்கப்படுவது மட்டும் அல்ல என்று.

அன்புமிக்க மாதவராஜ்,

வணக்கம்.

'வயதாகி வந்த காமம்' சித்திரத்தைத் தாண்டிச்செல்கிறது இந்த தீராத விளையாட்டு. கணபதி தாத்தாவாக நான் இருக்கிறேன். அவர் வாங்கிவைத்திருக்கிற ராஜேஸ்வரியின் மகளுக்கான பொம்மையாகவும் நானே இருக்கிறேன். இறந்து போன உறவினரின் ட்ரங்குப் பெட்டியைத் திறந்து பார்க்கிற நேரத்தில், அந்த இறந்துபோன மனிதனின் மொத்த வாழ்வையும் அல்லவா நாம், சம்பந்தத்துடனும் சம்பந்தமின்றியும் திறந்து பார்க்க நேர்கிறது.

எங்கள் தாத்தா இறந்துபோன பின் திறந்து பார்த்த அவருடைய மரப் பெட்டியில் இருந்த எத்தனையோ பழுப்புக்

காகிதங்களில் எனக்கு ரொம்பப் பிடித்தவை அவர் வேலை பார்த்த UPASI என்று மயில் படம் பதிக்கப்பட்ட தேயிலைத் தோட்ட அலுவலகம் சார்ந்த வெற்று உறைகளும், ஒரு மாட்டு வாகடப் புத்தகமும் தான். தாத்தாவுக்கு பசு மாடுகள் பிடிக்கும். தாத்தாவின் வாடை தொழுவிலும், தொழுவின் வாடை தாத்தா விடமும் அடிக்கும். தாத்தா இறந்த பிறகு ஒரு பசுவுக்கு நானே பேறுகாலம் பார்த்தேன். ஒரு கன்றுக்குட்டி முன்கால்கள் மேல் முகம்பதிய இந்த மண்ணுக்கு வருகிற நேரத்தின் அற்புதம் இன்னும் என்னை பார்க்கிற ஒவ்வொரு கன்றுக்குட்டியையும் தடவிக்கொடுக்க வைத்துக் கொண்டிருக்கிறது. தோல் கண்ணுக் குட்டிகள் பற்றிச் சொல்ல வேண்டும் எனில் அது இன்னொரு துயரக் கதை.

ஏசுவைத் தச்சனின் மகன் என்கிறார்கள். அந்த வகையில் தாத்தா ஏசுவின் தகப்பனாக இருக்கத் தகுந்தவர். மாட்டுக்கும் கன்றுக்குட்டிக்கும் புண்ணாக்குத் தண்ணீர் வைக்கிற தொட்டி களை அவரே செய்வார். அழகழகான மரப்பட்டைகளால் ஆன அந்தத் தொட்டிகளின் நேர்த்தியும், கன்றுக்குட்டிகள் குனிந்து அருந்தும் உயரத்தில் அவர் அதைச் செய்திருக்கிற கச்சிதமும் நான் ஏதாவது ஒரு கதையெழுதும்போது பிடிபட்டிருந்தால் நன்றாக இருந்திருக்கும்.

எங்கள் தாத்தாவுக்கும் ‘கிளி போல ஒரு பொண்டாட்டியும் குரங்கு போல வைப்பாட்டியும்’ உண்டென்று சொல்வார்கள். கிளி தன் எண்பது வயது வரை எங்களுக்குப் பழம் கொடுத்து விட்டே பறந்து போனது. நான் கடைசிவரை அந்தக் குரங்கைப் பார்க்கவே இல்லை. நிச்சயம் அதுவும் பழம் தரும்படியாகவே இருந்திருக்கும்.

அன்புடன்,
கல்யாணி. சி.

அன்புமிக்க மாதவராஜ்,

வணக்கம். அந்த மீள்பதிவின் மூலம் இன்னும் என்னை உங்கள் அருகில் வைத்துக்கொண்டிருக்கிறீர்கள். எல்லாவற்றையும் இயல்பாகவும் ஆழமாகவும் பதிவுசெய்ய முடிகிறது உங்களுக்கு. வாழ்வின் இயல்புதான் வாழ்வின் ஆழமும். ஞாபகங்களின் அடர்த்தி நீர்த்துப் போகாமலும், அல்லது எழுத்தின் கெட்டிக் காரத்தனங்களைப் புதிய அடர்த்தியென்ற பெயரில் அதன் மேல்

பூசிக் கெடுக்காமலும் அப்படியே, சுரண்டைப் பதநீர்க்காரர் நுங்கு சீவி, ஒவ்வொரு நுங்குக் கண்ணாக நாம் ஏந்தியிருக்கிற பாலித்தீன் பையில் அரிவாள் நுனியால் தள்ளுவது போல, எழுதி விடுகிறீர்கள். அதனால்தான் அவரவர்கள் எப்போதோ தொலைத்த தங்கள் ஞாபகங்களை மீட்டுக் கொண்டு பின்னூட்ட வருகிறார்கள். அந்த ஞாபகம் வருதே பாடல் அவ்வளவு தூரம் நெஞ்சில் தங்கக் கூட அவரவர்க்குள் பொக்கிஷமாகப் புதைந்திருக்கும் பால்யத்தின் சித்திரங்களின் மேல் படிந்த தூசை ஒரு வாய்குவித்த ஊதலில் அப்புறப் படுத்தியதுதான்.

அந்த டெஸ்டிமோனா பாத்திரத்தை நீங்கள் ஏற்ற பதின்வயதின் மனநிலை எவ்வளவு முக்கியமானது. பின்வரும் ஒரு முழு வாழ்வின் பாலியல் அடிப்படைகளைத் தீர்மானிக்கிற ஒரு பெரும் நுட்பம் நிறைந்த மாய வயதல்லவா அது.

உங்களை டெஸ்டிமோனாவாக்கிய ஜெயராமன் ஸாரின் பாலியலும் உங்களை நிஜமாகவே முத்தமிட்ட விஸ்வநாதனின் பாலியலும் “ஏ, சிரட்டை” என்று உங்களை நோக்கிக் கத்திய முத்துவின் பாலியலும் இயங்கும் பின்னணி அதற்கு உண்டல்லவா? இதைப் பற்றி மூட்டா வாசலில் நான் பேசிய சமயம், ராமகிருஷ்ணன் சட்டென்று ஓம் மாரிமுத்து அய்யா வேஷம் கட்டிக் கொண்டதை, அதிலும் அந்த மார்புப் பிளவு பற்றிச் சொன்னதும் எல்லாம் நமக்குள் தசையாகவும் காம்பாகவும் பிளவாகவும் நிரம்பிக்கிடக்கிற மார்புசார்ந்த பாலியல் தானே.

அவ்வளவு ஏன் மாதவ ராஜ், நீங்கள் இந்த வானத்திற்குக் கீழ் இருக்கும் அத்தனை பற்றியுமெழுதியிருக்க, எனக்கு இந்தப் பதிவு பிடித்துப் போகவும் அது தானே காரணம்.

ஒப்புக் கொள்கிறேன். இப்போதும் பிடித்திருக்கிறது அது.

அன்புடன்,<br>
கல்யாணி. சி.

## ரவீந்திரன்

*முத்தையா மூலம் கிடைத்த மனிதர். பெரும் இசை ரசிகர். சிறு துளி, பசுந்தளிர் என தொழிற்சாலைக்கு வெளியே தொடர்ந்து உச்சரிக்கிறவர். ரசிகமணி டி.கே.சியை, கி. ராஜ நாராயணனை, நாஞ்சில் நாடனை அப்படிக் கொண்டாடுகிறவர். ஒருபோதும் அகலாத சிரிப்பு முகத்தில். எனக்கு இவர் அனுப்பித் தந்திருக்கிற இசைவட்டுகள் (அதில் எத்தனை அருணா சாயிராம்), ஒரு உடல்நலிவின் மத்தியில் நான் இருந்த சமயம், என் வாசிப்புக்கு அனுப்பிவைத்திருந்த கட்டுக்கட்டான புத்தகங்கள் எல்லாம் இன்னும் என்னிடமே இருக்கின்றன, திருப்பியளிக்கப்படாமல். பெற்ற கருணையை எல்லாம் திருப்பிக் கொடுக்க முடியுமா என்ன?*

627007
02.09.05

அன்புமிக்க ரவீந்திரன்,

வணக்கம்.

எனக்கு நாஞ்சில் நாடன் அளவுக்கு வாழ்க்கையும் தெரியாது. சங்கீதமும் தெரியாது. ஆனாலும் 'தங்கரதம் வந்தது' பாடலைக் கேட்கும்போது அந்தக் குரலைப் பிடித்திருந்தது. நீங்கள் அனுப்பிய CDயைக் கேட்கும்போது இன்னும் சற்றுப் பிடிக்கும்.

உங்களைப் போன்றவர்களுடன் உடனிருந்து வாழ முடிந்திருந்தால் T.M. கிருஷ்ணாவையும் விஜய் சிவாவையும், பஜனை சந்தியா பாடுகிற O.S. அருணையும் பிடித்துப் போகலாம்.

இன்று முத்தமிழ் விரும்பி அனுப்பிய நெருஞ்சி சிற்றிதழில் கம்பதாசனைப் பற்றிய ஒரு கட்டுரையை வாசித்ததிலிருந்து 'கல்யாண ஊர்வலம் வரும் உல்லாசமே தரும்' பாடலும், "கனவுகண்ட காதல் கதைகண்ணீராச்சே, நிலாவீசும் வானில்

மழை சூழலாச்சே'' பாடலும் 'மின்னல் போலாகுமிந்த வாழ்க்கையே'யும் முப்பது நாற்பது வருடங்களையும் ஒன்று மில்லாமல் கரைத்து, என் பதினான்கு, பதினைந்து வயது நினைவடுக்குகளிலிருந்து பெருகுகிறது.

மதுரை சோமு பற்றி உயிர்மை இதழில் வந்திருக்கிற கட்டுரையும் அப்படித்தான் என்னிடம் சொல்லமுடியாத மனச் சலனங்களையுண்டாக்கிக் கொண்டிருக்கிறது. நம்பிராஜன், சுப்பு அரங்கனாதன், லயோனல்ராஜ் எல்லாம் பாபநாசத்தில் படித்த போது, அவர்களுடன் படித்த வேல்சாமிப் பாண்டியன் பாடிய பாடல்கள் நிறைந்த ராத்திரியை இன்று மீண்டும் நினைத்துக் கொள்கிறேன்.

நிலக்கோட்டை நந்தவனத்துக்குப் பக்கத்திலிருக்கிற ஒரு ரோட்டோரச் சிறுபாலத்தில் இறந்துபோன விருத்தாச்சலம், டாக்டர் பழனியப்பன், பரமன் நானெல்லாம் உட்கார்ந்து பேசிக் கொண்டிருக்கும்போது, எங்களைக் கடந்து போகிற சக்கடா வண்டிக்காரன் பாடின பாட்டிலிருந்த ஒரு விதமான ஈர்ப்பு நிறைந்த இந்துஸ்தானி இன்னும் தங்கியிருக்கிறது. 'ஓடம் நதியினிலே, ஒருத்திமட்டும் கரையினிலே' பாடலில் வழக்கமான சீர்காழியை நகர்த்தி, இன்னொரு சீர்காழியை உட்காரவைத்தது எது? ஏன் கிட்டத்தட்ட எல்லாப் படகுப் பாடல்களும் மனதில் தங்கிவிடுகின்றன.

மனதில் தங்கும்படியாக 7ஆம் தேதி விழா அமையட்டும். பாரதீய வித்யாபவன் நாற்காலிகள்வொன்றில் அருவமாக அமர்ந்தபடி தீப. நடராஜனையும் வைரமுத்துவையும் முத்தை யாவையும் கேட்டுக் கொண்டிருப்பேன்.

எனக்கு நேரில் வரமுடியாத நிலை.

ராஜீ அவனுடைய சிநேகிதன் கல்யாணத்திற்கு ஞாயிற்றுக் கிழமை வருகிறான். சங்கரியும் சங்கரி மாப்பிள்ளையும் 8ஆம் தேதிக் கல்யாணம் ஒன்றுக்கு வருகிறார்கள். பேத்தியுடன். இங்கே முப்பெரும் விழாவையும் தாண்டி நாற்பெரும் விழா.

எல்லோருக்கும் அன்புடன்
கல்யாணி. சி.

627007
11.09.05

அன்புமிக்க ரவீந்திரன்,

வணக்கம்.

இதுவரைக்கும் உலகத்தில் நான் அப்படியொன்றும் பெரிதாக யாரையும் கெடுத்துவிடவில்லை என்று நினைத்துக் கொண்டிருந்தேன்.

அதுவும் இன்றைக்கு அடிபட்டுப் போயிற்று.

என்னுடைய கவிதையைப் பார்த்து நீங்களும் ஒரு கவிதை எழுதிவிட்டீர்கள்.

இன்றைக்கு பாரதி தினம்.

உங்களைக்கூடக் கவிஞனாக்கிய புண்ணியத்தை அவனே கட்டிக் கொள்ளட்டும்.

'சிறகில்லாத சிறு குழந்தையை' என்ற கடைசிவரிதான் உயிர். அதுவும் பாரதியின் சிட்டுக் குருவிகளை என்று துவங்குகிற முதல்வரியின் சிறகுகளையே அது விரிக்கிறது. ஒரு கவிஞன்தான் சிறகுள்ள குழந்தையைக் கற்பனை செய்ய முடியும். பழைய மேற்கத்திய ஓவியங்களில் பறக்கிற குழந்தைகள் நிறைய. நான் சின்னவயதில் பார்த்திருக்கிற கல்யாணப் பத்திரிக்கைகளில்கூட இரண்டு பகுதி மூலைகளிலும் மாலைகளுடன் இப்படிக் குழந்தைகள் சிறகுகளுடன் பறந்து கொண்டிருப்பார்கள்.

நனைந்த குரலில் பூவிற்று
நடந்துபோகும் சிறுபெண்ணை

என்று ஒரு கவிதையில் எழுதியிருப்பேன். மழை பற்றிய குறிப்புகளுடைய வரிகள் அதற்கு முன்னும் பின்னுமிருக்கும்.

இந்த 'நனைந்த குரல்' என்பதை ஒட்டப்பிடாரம் குருசாமி ரொம்ப சிலாகித்துச் சொன்னார். இன்றைக்கு அவரிருந்தால் 'சிறகில்லாத சிறுகுழந்தை' அவர் கண்ணில் பட்டிருக்கும்.

கவிதை எழுதுகிறோமோ இல்லையோ கவிதையோடு இயைகிறமனம், பாடுகிறோமோ இல்லையோ பாட்டோடு இயைகிற கணம், வரைகிறோமோ இல்லையோ வண்ணங்களோடு கரைகிற வெளி நமக்குள் இருந்தால் போதும்.

சேரன் மகாதேவியில் ஏறி செவலில் இறங்கப் போகிறவர்தான், ஒரு தச்சாசாரி அல்லது கொத்தனாராக அந்த நாளை முடித்துக் கூலி வாங்கிக்கொண்டு திரும்புகிறவராக இருக்கலாம்.

'இன்றைக்கு ஏனிந்த ஆனந்தமோ' என்ற பாடலை அவர் அந்த ஒன்பது ஒன்பதரை மணி பஸ்ஸில் ரசித்துக் கேட்டுக் கொண்டு வந்தவிதம் மறக்க முடியாதது.

கலர் சாக்பீஸால் வரையப்பட்ட ஏசுநாதர் அல்லது வெங்கடாச்சலபதி படம் அவர் கடந்துசெல்கிற நடைபாதை களில் எதிர்ப்பட்டால் நிச்சயம் நின்று பார்த்துவிட்டுத்தான் அவர் போகக்கூடும்.

கோவையில் எனக்கு யாரையும் அதிகம் தெரியாது. என்னுடைய சிவகாமிச் சின்னம்மை வீட்டுச் சித்தப்பா டெக்ஸ்டூல்ஸில் அதிகாரியாக இருந்தார். அவரைத் தெரியும். அப்புறம் விஜயா வேலாயுதத்தைத் தெரியும். சமீபத்தில் ஞானிக்குப் பிறகு வைகறை நஞ்சப்பனைத் தெரியும். இப்போது முத்தையாவை வைத்து உங்களை எல்லோரையும். ஒருவர் மூலமாக ஒருவர் தெரிந்தே உலகமும் வாழ்வும் விரிந்து கொண்டிருக்கிறது.

நிலக்கோட்டையில் இருக்கும்போது 'கடைசியாகத் தெரிந்தவர்' என்று ஒரு கதை எழுதினேன். இப்போது எழுத வேண்டியது எல்லாம் 'சமீபத்தில் தெரிந்தவர்கள்' பற்றிய கதைதான். இப்படித் தெரிந்துகொள்வதற்கும், கொண்டதற்கும் ஆதாரமாக இருந்தவையும் இருப்பவையும் என் கதை அல்லது நாஞ்சில் நாடன் கதை அல்லது ஒரு 'ஆழி சூழ் உலகு' என்பதுதான் முக்கியமானது.

ரொட்டியின் எந்தப் பக்கத்தில் வெண்ணெய் தடவப் பட்டிருக்கிறது என்று எஸ். ராமகிருஷ்ணனுக்குத் தெரியாமலிருக் கலாம். ஆனால் நகரத்தின் எந்த மூலைமுடுக்கில் பழைய புத்தகக் கடைகளிருக்கும் என்று தெரிந்திருக்கும் அவருக்கு.

பேக்கரி வாசனையா, பழைய புத்தக நெடியா?

முடிவெடுப்பது அவரவர் மூக்கு.

சரி. இதையெல்லாம் உங்கள் கடிதத்தின் எந்த வரியின் தூண்டுதலில், எதைச் சொல்லவருவதற்காக எழுதினேன் என்று தெரியவில்லையே.

அடுத்த வருடம் குற்றாலத்தில் கண்டிப்பாகச் சந்திப்போம். இருக்கிற அருவிகளுடன் இன்னும் ஏழெட்டு அருவி 'கொட்டும்' என்று தோன்றுகிறது.

சீசனுக்கு சீசன் குற்றாலம் நகரியம் டெண்டர் விடும். அடுத்த வருஷம் டெண்டர் எடுப்பவர்கள் 'சாரல் வைக்குமா' என்று கவலைப்படவேண்டியதேயில்லை. அதற்கு உத்தரவாதமாக மேற்குத் தொடர்ச்சி மலை மேகங்களை எல்லாம் மொத்தக் குத்தகைக்கு முத்தையா எடுத்துக் கொள்வாரே.

இன்னொரு பள்ளு எழுதுதற்காக
தேனருவியில் நனைவான் திரிகூடராசப்பன்.

நாஞ்சில் நாடன் நாவல் எழுதுகிறாரா.
எல்லோரையும் கேட்டதாகச் சொல்லுங்கள்.

எல்லோருக்கும் அன்புடன்
கல்யாணி. சி.

## கலாப்ரியா

சுடலைமாடன் கோவில் தெருவில் எங்களில் யார்க்கும் இவன் 'கலாப்ரியா' இல்லை. கோபால். இவனை விடப் பெரிய கோபால் ஒருத்தன் இருந்ததால், இவன் 'சின்ன கோபால்'. வர வர, இவனுடைய தெருதானா எனக்கும் என்று ஆச்சரியமாக இருக்கிறது, நினைவின் தாழ்வாரங்களையும் உருள்பெரும் தேரையும் படிக்கிறபோது. இவன் உட்பட, இவன் வீட்டுக்காரியான சரஸ்வதி டீச்சருக்கு, மகள்கள் அகிலாண்ட பாரதி, தரணிக்கு எல்லோர்க்குமே நான் கல்யாணி அண்ணன் தான். எனக்கு அவன் எழுதிய கடிதங்களின் பல பகுதிகள் ஒரு ஆழ்ந்த கதைக்குரிய துயரார்ந்த கசப்புடன் இருக்கும். என்னால் அதிலிருந்து இதுவரை ஒரு கதையைக் கூட எழுத முடிந்ததில்லை. வாழ்வின் கரிப்பில் படிகமாகும் ஒரு துயரத்தின் உப்புக் கல் என்னைப் போல எழுதும் ஒருத்தனை மிகச் சுலபமாகவும் தொடர்ந்தும் தோற்கடித்துவிடுகிறது.

SBI, Chennai Main
13.6.97

அன்புமிக்க கோபால்,

வணக்கம்.

எழுதி ரொம்ப நாளாகிவிட்டது.

இதை எழுதவைப்பதுகூட, இங்கே அடிக்கத் துவங்கியிருக்கிற சாரல் என்றுதான் நினைக்கிறேன்.

பள்ளிக்கூடங்கள் திறந்திருக்கும் திருநெல்வேலியில். ஆனால் வாய்க்காலில் தண்ணி வந்திருக்குமா தெரியாது. ஆனித் திருவிழாவுக்குக் கொடியேறிவிட்டதா? தகரக்கொட்டகை பிரித்து, தேருக்கு வேலை நடக்கிறதா. அறுவடை செய்து பிளந்து கிடக்கிற வயல்வெளியைப் பொருட்காட்சி நெருங்கிவிட்டதா. பொருட்காட்சி சமயத்தில் முனிசிபாலிட்டி ஊழியர்களுக்குக்கூட ஒரு கல்யாண வீட்டுக்களை வந்துவிடுவது எப்படி, ஹெல்த் ஆபிஸர்களைவிட ஸானிட்டரி இன்ஸ்பெக்டர்களும், அவர்களைவிட நகரசுத்தித் தொழிலாளிகளும் அழகாகிவிடுவது

என்ன மாயத்தால். சுவர்களின் மேல் ஒட்டப்பட்ட வால்போஸ்டர்களைவிட, வளைந்து வளைந்த கூரைத்தகடுத் தடுப்புக்களில் ஒட்டப்படுகிற பொருட்காட்சி நோட்டீஸ்கள் அற்புதமாகிவிடுகிறதே. கலையரங்கம் என்ற வார்த்தையே அப்போது எவ்வளவு புதிதாக இருந்தது. கூண்டுக்கிளி படத்தை வேறு எந்த A/C தியேட்டரில் பார்த்தால்கூட இனிமேல் மனதில் தங்குமா? கையில்லாத கண்ணம்மா இன்னும் காலினால் ஊசிகோர்த்துக் கொண்டுதான் இருக்கிறார்களா? தந்த நிறத்தில் அமிலங்களுக்குள் சுருண்டு கொண்டிருந்த சுகாதார ஸ்டால் கர்ப்ப சிசுக்களைச் சூலுற்றுக் காயுதிர்த்த தாய்களில் யாரேனும், இந்தக் காகிதத்தின் மறுபக்க வெண்மையில் கலந்திருப்பார்களா? கீழே கிடக்கிற கசங்கல் காகிதங்கள், கிழித்துப்போட்ட நுழைவுச் சீட்டுக்கள் – மண்ணோடு நான் கிடக்க உகந்தது அவற்றில் எது?

ராமச்சந்திரன் திருநெல்வேலிக்கு ஒரு கல்யாணவீட்டுக்கு (10ஆம் தேதி) வருவதாகச் சொன்னார். தென்காசி/இடைகால்/ அம்பை எல்லாம் போய் வாருங்கள் என்று சொன்னேன். சரி என்றார். ஆனால் திருநெல்வேலியே வந்திருக்கமாட்டார். ஞாயிற்றுக்கிழமை போனால் தெரியும்.

எல்லா வாசல்களும் திறந்திருக்கிற சென்னையில், எல்லா வாசல்களையும் நான் அடைத்துக் கொண்ட நிலையில், கிட்டத்தட்ட இரண்டு வருடங்கள் ஓடிவிட்டன. நத்தை ஓடு, ஆமை ஓடாகக் கனத்துக் கொண்டே வருகிறது.

‘போகவும் வரவுமே
சரியாகப் போய்விடுகிறது
பொழுது.’

செப்டம்பர் 14இல் கோமா பையனுக்குக் கல்யாணம். குமரனுடைய அக்கா மகள்தான். இவ்வளவு செலவழித்து இரண்டு பேரும் அவ்வளவு தூரம் வரமுடியுமா தெரியவில்லை. சங்கரிக்கு வேறு ஐந்து மாதத்திற்கு மேல் ஆகிவிடும். ஒருவேளை நான் வந்தால், உன்னுடைய அந்த மேலகரம் வீட்டில் தங்க விரும்புகிறேன். இளையபாரதி, ராமச்சந்திரன், நம்பி மற்றும் நீ பேசின பேச்சும், சிரித்த சிரிப்பும் அங்கனைக்குள்ளேயேதானே சுற்றிக் கொண்டு இருக்கும்.

சரஸ்வதிக்கும் மகள்களுக்கும் என் அன்பைச் சொல்.

கல்யாணி. சி.

*4898324* – இதுவும் வீட்டுக்காரர்களுடைய தொலைபேசிதான். நம்வீட்டுக்கும் ஒரு Parallel Connection இருக்கிறது. அவசரத்துக்கு எந்த ராத்திரியும் கூப்பிடலாம்.

சென்னை - 33
26.9.97

அன்புமிக்க கோபால்,

வணக்கம்.

தரணி என்கிற தெய்வநாயகி எப்படி இருக்கிறாள்? அவளும் நானும் நீ தூங்கும்போது நிறையப் பேசிக்கொண்டோம். இப்போதைக்கு எனக்கு இருக்கிற அருமையான குட்டி சிநேகிதி அவள்தான். சரசுவதியிடமும் சரி பாரதியிடமும் சரி தரணி யிடமும் சரி, உன்னுடைய மொத்த வாழ்வும் பத்திரமாக இருக்கிறதாகவே உணர்கிறேன்.

உங்களுடைய இந்த வீடும் அம்சமாக இருக்கிறது. வீட்டுக்குள் கால்வைத்த உடனேயே, நம்ம வீட்டுக்குள் போகிறோம் என்ற உணர்வு உண்டாக வேண்டும். வெளியாட்கள் வந்தால்கூட இது அவர்கள் வீடு என்பது போல உணரவேண்டும்.

சுடலைமாடன் கோவில் தெருவில் எங்கள் நடுவீட்டில் அப்படித் தோன்றும். என் கொழுந்தியாள் அம்பாசமுத்திரத்தில் கட்டின வீடும், மகராஜா நகரில் மகள் கீதா கட்டியிருக்கிற வீடும் அப்படித்தான். உன்னுடைய இந்த வீடும் நல்லபடியாக ஆசீர்வதிக்கப்பட்டிருக்கிறது.

வாழ்வின் மிக அருமையான பொழுதுகளை, பெற்ற தாயைப்போல உங்கள் எல்லோர்க்கும் தரும் வாஞ்சையை வெளிப்படுத்துகிற இந்த வீட்டில், மென்மேலும் எல்லா நலனும் நீ அடைய வாழ்த்துக்கள்.

பாண்டியராஜன், தா.மணி, நம்பி எல்லோரும் கோயிலுக்கு முன் உட்கார்ந்திருந்த பொழுதும் நல்லதே. தா.மணி நிறையப் பேசவேண்டும் என்று எதிர்பார்த்தேன். அவருடைய கதவுகளுக்கு அருகில், எப்போதும் சாவியைத் தொலைத்துவிட்டே செல்கிறவனாக இருக்கிறேன். சமயவேல், தா.மணி, ஜயபாஸ்கரன் எல்லோரும் இன்னும் கொஞ்சம் பேசுவது உலகத்துக்கு நல்லது.

நான் மறுநாள் சாயுங்காலம் புறப்பட்டு செவ்வாய் காலை இங்கு வந்துவிட்டேன். இன்னும் எத்தனை கிலோ அல்வா வாங்கிக் கொண்டு வந்தாலும் காணாது. எல்லோர்க்கும் ஏதாவது கொடுத்துக்கொண்டே இருக்கவேண்டும் என்ற கிறுக்கு கடைசிவரைக்கும் போகாமல் இருக்கக் கடவதாக.

எங்களுடைய இலக்கிய அணியின் கவிதைமாலை என்கிற மாதாந்திரக் கவிதை வாசிப்புக்குத் தலைமை தாங்கிய என் நண்பர் ஆனந்தன் என்னிடம் வாங்கிய ஒன்பது தொகுப்புக்களில், உன்னுடைய கலாப்ரியா கவிதைகளும் இருந்தது. இன்று அவற்றை அவர் திருப்பிக் கொடுத்தார். அலுவலக மேஜைக்குத் திரும்பி வந்து உன் தொகுப்பைப் புரட்டப் புரட்ட என்ன வெல்லாமோ எனக்குள் புரளப் போய்த்தான் என் கடிதம் இப்போது.

நிச்சயம் முதல் மூன்று பேரில் ஒருவன்தான்.

தக்கவைத்துக் கொள்வதைத்தான் நீ தள்ளிப் போட்டுக் கொண்டிருக்கிறாய்.

எழுது. எது தோன்றுகிறதோ அது எழுதப்படட்டும்.

நான் அப்படித்தான் இப்போதெல்லாம் எழுதுகிறேன். தேங்காய்ச் சிரட்டையில் செல்லம் சோப்பைக் கரைத்து சூந்துக் குச்சியால் ஊதி ஊதிக் குலைகுலையாகப் பறக்கவிட்ட குமிழிகளைப் போல என் படைப்புக்கள் இருந்தாலே போதும் எனப் படுகிறது.

வண்ணநிலவனும், நீயும் இன்னோரன்ன பிறரும் உயர்வுள்ளிக் கொண்டு ஒன்றும் எழுதாமல் இருக்கையில் சரித்திரமும் மொழியும் தன் முனை மாற்றிக் கொண்டு பாய ஆரம்பித்துவிடுவது பரவாயில்லையா. குதிரைக் குளம்படிகள் வெளியே கேட்காமல் எவ்வளவு படையெடுப்புக்கள் நம்முடைய எல்லைகளுக்குள் நடக்கின்றன. எத்தனை தடவைதான் நம்முடைய இளவரசிகள் பகைவனின் மகனோடு பல்லக்கேறுவாள். நாமாகப் பார்த்து ஒரு நல்ல பையனுக்கு மாலையிடச் சொன்னால் ஆகாதா?

நாம் ஐந்தில் கூட வளைந்தோம். ஐம்பதில்தான் வளைய மறுக்கிறோம். வளைதல் என்பது விளைதல்.

வைக்கோல் துரும்பைப் பற்றி மீண்டும் மீண்டும் நான் கரையேறிவர முயல்வேன். உங்களைப்போல நீச்சல் தெரிந்

திருக்கும் எனில், நித்தமும் நான் கடலில்தான் குளித்துக் கொண்டிருப்பேன்.

படித்துறைதான் எனக்குச் சதமெனில், மீன்களுக்குத் தின்னக் கொடுப்பதற்குப் போதுமான அழுக்குகள் என் கால் பெருவிரல்களில் இப்போதும் உண்டு.

நீ எழுதவேண்டும் என்று கேட்டுக் கொள்வதற்குப் பதிலாக நான் ஏன் எழுதுகிறேன் என்று விளக்கம் சொல்லிக் கொண்டு வந்திருக்கிறேன். யாரோ கேட்கிற கேள்விக்கு உன்னிடம் பதில் சொல்கிற அளவுக்குத்தான் என்னுடைய சாமர்த்தியம் எல்லாம்.

எழுது. மென்மேலும் எழுது.

நிலை என்பது நிலைப்பது. நிலைகொள்வது.

எல்லோர்க்கும் அன்புடன்
கல்யாணியண்ணன்

20.12.97

அன்புமிக்க கோபால்,

வணக்கம்.

எனக்கு இறகுகள் உண்டா தெரியவில்லை. ஒரு இடத்தில் இருப்புக் கொள்ளவில்லை. எங்காவது பறந்து தொலைந்து போகச் சொல்கிறது மனநீதி. ரொம்ப ஜென்மங்கள் பறந்து கொண்டிருப்பதுபோல இறகுகள் தொய்ந்து விழுகின்றன. இதற்கு முன்பு எங்கெங்கு பறந்தேன் என்ற ஞாபகங்களும் திரும்பப் பெற முடியாதபடி, எச்சமாகக் கடலில் விழுந்துவிட்டன. மேகங்கள் எத்துகின்றன. நீ ஆலாப் பறவை இல்லை என்கிறது ஒவ்வொரு அலையின் உச்சரிப்பும். முருங்கை மரத்தில் மழையில் நனைந்த சீக்குக் காக்கை மாதிரி உட்காரலாம் என்றால், பாவம் அணில்கள் பூனையைப் பார்த்துவிட்டதுபோல, என் முடியுதிர்ந்த கழுத்துப்பகுதியைப் பார்த்துப் பயப்படுகின்றன. அதற்காகவேனும் வேறு இடம் பார்த்து பறக்கவேண்டும். தெருவில் பம்பரக் குத்து விளையாடும் குரல்கள் சதா பயமுறுத்து கின்றன. மின்சாரக் கம்பியில் உட்கார்வேனா, வாருகாலில் குப்புறக்கிடப்பேனா தெரியவில்லை.

மீன்கடித்து தொட்டிப்பாலத் தெருப்பக்கம் உள்ள வாய்க்காலில் மிதக்கிற கள்ளப்பிள்ளை போல ஒவ்வொரு தினமும் சென்னை மிதந்துகொண்டிருக்கிறது. யார் எறிந்திருப்பாள் என்று ஒவ்வொரு குடிமகளிடமும் கேட்டுக் கொண்டே பகடை, செய்யது ஸ்டோர் பக்கத்து டீக்கடையில், பெருவிரலுக்கும் சுட்டுவிரலுக்கும் இடையே அள்ளின பொடிச் சிமிட்டாவுடன் நிற்கிறான். வாகையடிமுக்கு மரத்துக்கு வஞ்சகமில்லை. கிளியும் பூவுமாகக் கேட்டுக் கொண்டிருக்கிறது எல்லா ரகசியத்தையும்.

யானைத்தோல் சுருக்கத்தை அளந்து எடுக்க முடியுமா யாராலும். மாவுத்தன் என்றைக்கு வடக்குப் பிரகாரத்தில் மகாபாரதம் படித்து முடிப்பான். பொட்டல்புதூர் யானைக்குப் போய்விட்ட பௌருஷம் திரும்புமா, பாரத் சர்க்கஸ் யானை பாட்டப்பத்து வாய்க்காலில் குளித்துவிட்டு வருவதைப் பார்த்து. முன் காலின் கீழ் முலைதெரியும் அவளுக்கு. பின்காலின் கீழே குறி தெரியும் அவனுக்கு. தும்பிக்கையில் அங்குசம் சுருட்டி, பாசக் கயிற்றுக்குக் கட்டுப்பட்டு, அடுத்த ஊர் ஏகும் ஆளற்ற நடு இரவில்.

யாதுமாகி நிற்பாள் காளி.

யாதும் அவள் தருவாள்.

(சில சமயம் யாதும் அவளே எடுத்துக்கொள்வாள்)

இன்றைக்கு உன் கவிதையைத் தந்திருக்கிறாள். ரொம்ப காலத்துக்குப் பிறகு உன் கவிதை உன் கவிதையாகவே இருக்கிறது.

கடிதத்தின் கடைசிவரி சுருதி சுத்தமானது. மண்டபத்தில் மயிர் நீக்கல் உன் ஆதிமுத்திரையுடன். இவை சமீபத்தில் எழுதப் பட்டவை எனில், இதே கையோடு, இதே பேனாவோடு நீ நிறைய எழுதவேண்டும். உடுக்குக்கு மிஞ்சின மிடுக்கு இல்லை. மஞ்சள் வேட்டியும் பச்சைக் கச்சையுமாக உடுக்கடித்து அரிசி வாங்கவந்து, வாசல் கல்பக்கம் நிற்கிற சாமி கொண்டாடி மாதிரி, உன் ஓங்காரக் குரலில் உடுக்கடிக்க வேண்டும். கவிதை நாச்சியார்கள் நடுவீட்டுக் கதவு திறந்து, புதுச் சுளகில் கொண்டு வந்து நார்ப்பெட்டியை நிறைக்க வேண்டும். உன் காலில் தண்டை போலச் சுருண்டு இந்த, பிஞ்சுப் பாம்பு, கொத்துக்கரண்டி மாதிரி படத்தைத் தூக்கிக் கொண்டு சீறிச் சிரிக்க வேண்டும். சூடு அடங்காத (பொங்கல் பொங்கின) அடுப்புக் கட்டி

வரிசைமேல் உட்கார்ந்திருக்கிற பூனை, கல்லுக்கு அடியில் இருந்து கண் சுருக்கிக் கத்த வேண்டும்.

ஏழு வளவுச் சுவர் முழுவதும் பச்சைக்கம்பளம். எட்டிப் பார்ப்பது ஒரு சிட்டுக் குருவி.

எல்லோர்க்கும் அன்புடன்,
கல்யாணி. சி.

## K. சண்முகசுந்தரம்

*ஐம்பதாம் வருடத் தமிழ்படக் கதாநாயகிகள் போல 'அத்தான்' என்று என்னைக் கூப்பிடுகிறவன். தங்கராஜ் என்கிற தங்கம் இல்லாமல் எங்களுக்குப் பொழுது விடியாது. முன்னால் சொன்ன 'R. பாலு' வின் புத்தம் புதிய காப்பி. நல்ல ரசிகன். ஒரு ராப்பாடி மாதிரி ஊரில் உள்ள மூலை முடுக்குகள், ரதவீதி எல்லாம் சுற்றியவன் என்பதால் திருநெல்வேலிக் கோட்டி ஜாஸ்தி. படிக்கிற கதை, கவிதையில் ஏதாவது ஒரு வரி பிடித்திருந்தது என்றால் உடனே போனில் பேசிவிடுவான். பெண்களுக்குக் கொடுக்கிற முன்னுரிமைகளுக்கு அவனிடம் தாராளமான சதவிகித ஒதுக்கீடு எப்போதும் உண்டு. இத்தனைக்கும் நம்பர் என்னிடம் தான் வாங்கியிருப்பான். பத்து நாட்களில் கதையே மாறிவிடும். 'கல்யாணி எப்படி இருக்காரு?' என்று நம்மைப் பற்றி அவனிடம் கேட்பார்கள். அப்புறம் என்ன? போணியாகாவிட்டால், அதற்குப் பின்னாலும் என் கடையைச் சாத்தாமல் நான் எதற்குத் திறந்து வைக்க வேண்டும்?*

627007
08.11.08

அன்புமிக்க தங்கராஜ்,

வணக்கம்.

'கௌரி அப்பாவைக் குளிக்கச் சொல்லு' என்று உன்னுடைய அந்தக் கதை ஆரம்பமாகிறது.

இதோ இந்த மகாராஜநகர் வெங்கடேஸ்வரா மருத்துவமனையில் இதுவரை தான் அணியப் பழகியிராத, இன்னொருவருடைய நைட்டியை அணிந்து கண்ணும் முகமும் வீங்கப் படுத்திருக்கிற தங்கச்சியின் பெயரும் கௌரிதான்.

இப்படி உன் கதையின் கௌரியையும் காஞ்சனாவையும் போல, என் கதைகளில் தினகரியும் ஈஸ்வரியும் நடமாடிக் கொண்டே இருப்பார்கள்.

28ஆம் தேதியோடு அந்த ஈஸ்வரியும், தினகரியும் தொலைந்தே போனார்கள். கதைகளில் மட்டும்தான் இருப்பார்கள் போல. கதைகளிலாவது இருக்கிறார்களா என்று தேடிப்பார்க்கப் புறப்பட்டால், திசை தவறி ஒருவேளை நானே தொலைந்து போகக்கூடும்.

தொலைந்து போகாமல் இருப்பதே ஒவ்வொரு நாளின் இருபத்து நான்கு மணிநேரப் பிரயத்தனமாக இருக்கிறது. யாருமற்ற தனிமையின், தண்ணீர் என்றோ தளும்பி ஓடிய தாமிரபரணியின் நாணற் காட்டுக்குள், புலன் விசாரணைக்குப் பயந்து பம்மிக் கொண்டிருக்கிற எனக்கு, உன் கதையில் வருகிற மயிலும், கூட்டமான வண்ணத்துப்பூச்சியும், ஊதா நிறப் பூக்களும், ராணி, ரமணி, கோமதி, பிலோமினா டீச்சர்களும் மிக நெருக்கமான ஒரு இழந்த உலகை மீண்டும் சிருஷ்டித்துத் தருகிறார்கள். மல்லிகாவின் தெற்றுப்பல், நிச்சயதாம்பூலம் யமுனாவின் தெற்றுப்பல்லை விடவா அழகாக இருந்துவிடமுடியும்? கதீஜாவின் கணவன் என்றைக்காவது ஒரு தாகித்த துபாய் ராத்திரியில் ‘கேளடி கண்மணி பாடகன் சங்கதி’ என்று நிசிக்குரலில் செல்போனில் பாடியிருப்பாரா? பாடியிருப்பான் எனில் அது போகத்தைவிடவும் புல்லரிப்புண்டாக்கியிருக்குமே கதீஜாவுக்கு. கதீஜா சொல்ல அல்லது கதீஜாவுக்குச் சொல்லப்பட்ட இரண்டாம் ஜாமங்களின் கதை எவ்வளவு இருக்கும்.

சல்மாக்கள் எழுதிவிடுகிறார்கள் தன்னைக் கரைக்க. கதீஜா தங்கராஜீவுடன் பேசிக்கொள்கிறாள். எல்லாம் கரைதல்தான். எல்லாப் பனியும் கரையும். உருகும்.

உருகியும், ஓடையாகியும், ஆவி நெளிந்து அப்பால் செல்லவும், மேகமாய் நகரவும், மின்னவும் பொழியவும், நனையவும் நகரவும், முளைக்கவும் செழிக்கவும், மலரவும் கனியவும்தானே நாமும் நம்மின் வாழ்வும்.

நான் அதிகபட்சம் கனிந்துவிட்டேன்.

காம்பும் அறியாது கனியுதிரல்.

மேலும் மேலும் நீ கதைகள் எழுதவேண்டும். நாற்காலிக் கால்களில் நசுங்கிக் கிடக்கலாம் நம்முடைய வாழ்க்கை. ஆனால் நாம்தான் அறிவோம் பட்டாம்பூச்சியும் பாசஞ்சர் ரயிலின் அற்புத இரைச்சலும்.

எல்லோர்க்கும் அன்புடன்,<br>
கல்யாணி. சி.

627007
03.10.10

அன்புமிக்க தங்கராஜ்,

வணக்கம்.

இவ்வளவு அழகான பேனாவை, மூடியைப் பின்னால் செருகிக் கொள்ள முடியாதபடி ஏன் வடிவமைத்தார்கள் என்று தெரியவில்லை. எனக்கு மூடியையும் பேனாவையும் பிரித்து வைத்து உபயோகிக்கவே முடியாது. நிறையப் பேர், ரொம்பப் படித்தவர்கள் கூட மிக நளினமான உயர் பதவி மேஜைகளின் பின்னிருப்பவர் உட்பட, மூடியைக் கழற்றிக் கையில் வைத்துக் கொண்டே தன்னுடைய பேனாவையோ, பால் பாயிண்ட் பேனாவையோ என்னிடம் தருகிறார்கள்.

நிச்சயம் இது நம்பிக்கைக் குறைவோ, அல்லது மறதியாக மூடிப் பையில் செருகிக்கொண்டு போய்விடுவதைத் தடுக்கிற கெட்டிக்காரத்தனமோ மட்டும் அல்ல. அவர்கள் தனிமையின், தனியாக இருக்க விரும்புவதன் ஒரு உளவியல் வெளிப்பாடு என்றே எனக்குத் தோன்றுகிறது.

முற்றிலும் பயணிகளற்றுக் காலியாக இருக்கிற ஒரு பஸ்ஸில் நீங்கள் முதல் ஆளாக ஏறியிருப்பீர்கள். உங்களுக்குப் பிடித்த முன், பின், நடு, சன்னலோர இருக்கையை நீங்கள் தேர்ந்தெடுத்து அமர்ந்தபின் கவனித்தால், உங்களுக்குப் பின்னால் ஏறுகிற 99 சதவிகிதப் பயணியும் அநேகமாக ஒரு தனி இருக்கையை மட்டுமே தேர்வு செய்வார்கள். யாரும் இரண்டாவது நபராக, ஒரு ஏற்கனவே அமர்ந்திருக்கும் பயணி அருகே உட்கார்வதே இல்லை. அப்படி நான் போய்ச் சேர்ந்து உட்கார்ந்தால், 'எவ்வளவு இடம் சும்மா கிடக்கு. எதுக்கு என் பக்கத்தில் வந்து உட்காருதே?' என்று வெறுப்பாகப் பார்த்தபடியே, நசுக்கூட்டான் தொட்ட மாதிரி நகர்ந்து உட்கார்வார்கள். சிலர் ஒருபடி மேலே போய், எழுந்து வேறு ஒரு சீட்டிற்குப் போய் உட்கார்ந்துவிடுவதும் உண்டு.

முன்னால் எப்படியோ, இந்த 2010, அக்டோபர் மூன்றாம் தேதி மனிதன் தனியன். தனிமையையே அவன் விரும்புகிறான். கூட்டத்திலிருந்து தப்பிப் போய்விடுகிற முயற்சியிலேயே அவன் சதா இருக்கிறான். அவன் எப்படி, மூடியோடு பேனாவை இன்னொருவரிடம் தருவான்?

சற்று முன், ‘காட்சி’ வலைத் தளத்தில், யமுனா ராகவன் எழுதுகிற ‘அற்றவைகளால் நிரம்பியவள்’ தொடரைப் படித்துக் கொண்டு இருந்தேன். சாம்ராஜ் சொல்லி ஏற்கனவே அவ்வப் போது இதை வாசித்து வந்திருக்கிறேன். தொடர்கதை என்று வகைப்படுத்தப்பட்டிருந்தாலும் அது ‘தொடர்’ தானே தவிர, நிச்சயம் கதையல்ல. அதையெழுதும் அந்த யமுனா ராகவன் அல்லது யமுனா ராகவன் எனப் பெயர் புனைந்துள்ள அந்தப் பெண் – மருத்துவரின் திரும்பிப் பார்த்தல்தான். 19ஆம் பகுதியிலிருந்து 22ஆம் பகுதிவரை வாசித்த நேரம் எனக்கு முக்கியமானது. இதுபோன்ற நேரமும், இவை போன்ற வரிகளுமே என்னைச் சுத்திகரிக்கின்றன. நானறியாத வாழ்வும், நானறியாத மனிதரும், நானறியாத வாதைகளும் வலிகளுமே என்னை அதிகம் சுத்தப்படுத்துகின்றன. அஞ்சனா, ஜெஃப், டேமியன், இப்போதுதான் அறிமுகமாகும் கோபகுமார் எல்லோரும் அவரவர் வாழ்வைச் சொல்லி என் வாழ்வுடன் இணைகிறார்கள். வலிகளின் துளிகள் பாதரசம் போல் ஒன்றுடன் ஒன்றிணைந்து ஒரு பெரும் துளியாக, நான் உடைத்த தெர்மா மீட்டரின் மூக்குநுனியில் இருந்து தரையில் சிந்தி உருள்கின்றன.

யாருக்குக் காய்ச்சல், யாருக்கு யார் கஞ்சியும் அறுப்பு ரொட்டியும் கொடுத்துக் கொண்டு அருகில் உட்கார்ந்திருக் கிறார்கள் என்று தெரியவில்லை. எனக்கு ஒரு ஊறுகாய்த் துண்டின் ருசியும், ஒரு கருங்கம்பளிப் போர்வையின் வாடையையும் இந்த நொடியில் முற்றிலும் உணரமுடிகிறது. ஒரு ஊறுகாயின் உப்புக் கனிந்த தோற்றத்தை, ஒரு ஊறுகாய் ஜாடியின் வழுவழுப்பான வெள்ளை மற்றும் தேன்கலர் உருவத்தை இப்போது என்னால் வரைந்துவிட முடியும். என்ன வேடிக்கை. அற்றவைகளால் நிரம்பியவளால் அலைக்கழித்து தீவிரமான இடத்திற்கு நகர்ந்த மனம், இப்படி ‘கொறுவாய்’ மூடியுள்ள ஊறுகாய் ஜாடியைத் திறந்துகொண்டு உட்கார்ந்திருக்கிறது.

காலையில் நானும், அக்காவும் துக்கம் கேட்க உங்கள் வீட்டுக்கு வந்ததைப் பற்றி யோசித்துக் கொள்கிறேன். இந்த 64 – 62 வயதின் அவரவர்க்குள்ளே திரள்கிற மரணங்களின் ஈசல் சிறகுடன், சந்தியாவின் அக்கா மாப்பிள்ளை இறந்த துக்கத்தின் மேல் பறக்கிறது போல இருந்தது அந்த அதிகாலை நடை. வெவ்வேறு மரணங்களின் வழியே புரிந்த இந்த வாழ்வில், இனிப் புரிய அதிகமில்லை என்று இருவருமே உணர்ந்துவிட்டது போலவும், அப்படி உணர்ந்த அடுத்தடுத்த புள்ளிகளில்

கால்வைத்துப் படியேறியே உங்கள் வீட்டிற்கு வருவது போலவும் இருந்தது.

நேற்றைக்கு இரவை விடவும், இந்த ஏழு ஏழேகால் காலையில் நாங்கள் மேலும் எங்களைப் புரிந்தவர்களாகிவிட்டது போன்ற மனநிலையே எனக்கு. ராமச்சந்திரனால், இப்படி மனநிலை கொண்ட ஒரு புருஷன் பெண்டாட்டி பற்றிக்கூட ஒரு அற்புதமான கதையை எழுதிவிட முடியும்.

எங்கள் அம்மாத் தாத்தாவும், இப்படி ஒரு அக்டோபர் ஒன்றாம் தேதிதான் இறந்தார். கல்லெடுப்பு அன்றைக்குத் தாமிர பரணியில் வெள்ளம் ஓடிக்கொண்டிருந்தது. முன்னடித் துறை மண்டபத்தில்தான் எல்லாம் நடந்தது. புதுத் தண்ணீர் செங்கா மட்டைக் கலரில் வா, வா என்று கூப்பிட்டுச் சுழித்தது. இந்தச் சுழிப்பும், இந்த நுரைப்பும் தாத்தாவின் அஸ்தியைக் கருப்பந் துறையிலிருந்து அகற்றிக் கடலோடு சேர்த்திருக்கும் நிச்சயமாக.

அப்பாவைப் பற்றிக்கூட யோசனையாகத்தான் இருக்கிறது.

மனம் எப்படியெப்படியெல்லாமோ புரண்டு கிடக்கிறது. நான் இப்போது புரள்வதே இல்லை. நான் மல்லாந்து படுத்து, மரக்கட்டையாகி ரொம்ப காலம் ஆயிற்று. கட்டை என்பதற்காக யாராவது புரட்டாமல் இருப்பார்களா? அல்லது கட்டை என்பதற்காகவே புரட்டும் துணிச்சல் வந்திருக்கும் இல்லையா. மீ.ஆ.கா. தாவூது சாகிப் மரக்கடையில் ஐம்பது ஐம்பத்தைந்து வருடங்களுக்கு முன்னால் புரட்டப்பட்ட எத்தனை மரத்துடிகளைப் பார்த்திருக்கிறேன். எவ்வளவு நீள ரம்பங்களால், பள்ளத்துக்குள் இருந்து மரம் அறுப்பார்கள். சின்னவயதில் நான் பார்த்த ரம்பத்தின் பற்களுக்கும், பார்க்காத சுறா மீன் பற்களுக்கும் எப்படி அவ்வளவு ஒரு சாயல் ஒற்றுமை? முன்பு எல்லாம் நீண்ட ரம்பங்களை, இரண்டு மூன்று பேர்களாகத் தோளில் வைத்துத் தூக்கிக் கொண்டு போவார்கள். மாங்காய் இறக்குவதற்கு வலைத் துரட்டியைத் தோளில் தூக்கிக்கொண்டு போகும்போது, நீளம் காரணமாக வளைகிற மூங்கில் அசைந்து எம்பும். தைமாச வெள்ளையடிப்பு ஏணிகளை மரக்கடைகளிலிருந்து வாடகைக்கு எடுத்துப் போகிறதைப் பள்ளிக்கூடம் போகும்போது, வரும்போது பார்க்கலாம். இப்போதும் எல்லாம் நடக்கிறது. மரம் அறுப்பு உண்டு. மாங்காய் பறிப்பு உண்டு. வெள்ளையடிப்பும் நின்று போய்விடவில்லை. மாற்று இயந்திரங்கள் அல்லது மாற்று உபகரணங்கள், மனிதனிடமிருந்து அவன் செய்கிற தொழிலை

ஒளித்து வைத்துவிட்டன. சில நல்ல காட்சிகள் துப்புரவாக அழிக்கப்பட்டுவிட்டன.

அதுசரி, சிலேட்டுகளிலும் மேஜிக் சிலேட்டுக்கள் வந்துவிடவில்லையா. ரியலிஸம் மாதிரி மேஜிக்கல் ரியலிஸம் என்று உச்சரிக்க நம் பேனாக்கள் பழகிக்கொள்ளவில்லையா.

எதற்கு இதைச் சொல்ல வந்தேன்?

மூன்று நாட்களாக நடக்கிற 'சந்ரு'வின் சித்திரமும் கைப்பழக்கம், கதிர் நடத்தும் கூட்டங்களுக்குப் போகாத அளவுக்கு என் மனதிற்கு ஏதேதோ நடந்து கொண்டிருக்கிறது என்பதைச் சொல்ல நினைத்தபோதுதான் இந்த மரம், ரம்பம் எல்லாம்.

எப்போது எல்லாம் சரியாகும். இன்றைக்கு 27ஆம் தேதியிலிருந்து 2ஆம் தேதிவரை மொத்தமாக உங்கள் வீட்டுக் காலண்டர் தாள்களை நான் கிழித்துவிட்டு வந்ததுபோல், எந்த விரல் எங்களை இந்த தினத்திற்குக் கூட்டிக் கொண்டு வந்து சேர்க்கும்?

எல்லோர்க்கும் அன்புடன்,
கல்யாணி. சி.

## சுரேஷ் கண்ணன்

'படக், படக்' என்று காலில் விழுந்து கும்பிட்டு விடுவது ஒன்றுதான் இவரிடம் பிடிக்காத விஷயம். பத்துப் பதினைந்து வருஷம் சினிமாவோடு மல்லுக்கட்டுகிறவருக்கு, இப்படி ஏதாவது ஒன்றிரண்டு வேண்டாத பழக்கங்கள் இருக்கத்தான் செய்யும். ஒவ்வொன்றையும் நாம் அப்படித் துல்லியமாய் தராசில் போட்டு நிறுத்துப் பார்க்கவும் அவசியம் இல்லை. கலாப்ரியா காட்டின எம்.ஜி.ஆர். படத்தையும், திருநெல்வேலி சினிமாக் கொட்டகையையும் தாண்டி வேறு என்ன சொல்லிவிட முடியும் என்று நினைத்தது தப்பாகப் போயிற்று. 'தாயார் சன்னதி' படிக்கப் படிக்க, 'ஏ. தாயளி. கொண்ணுட்டானே' என்று இருந்தது. இந்த லட்சணத்தில், அதற்கு நான் 'நாலுவரி கண்டிப்பா எழுதித் தந்தாலே ஆச்சு' என்று தலைகீழாக நின்றுவிட்டார். என்ன பண்ண? அவர் எழுதுகிற மாதிரியே எழுதிக் கொடுத்தேன். 'அதெல்லாம் சரி. நல்லாத்தான் இருக்கு. ஆனால் குஞ்சுவைக் கண்ணுலயே காங்கலையே' என்கிறார்கள். வேறு என்னத்தைச் சொல்ல? என் நேரம் தான்.

அன்புமிக்க சுரேஷ் கண்ணன்,

வணக்கம்.

நான் சின்னக்கோபாலுக்கும் கல்யாணி அண்ணன். அவன் வீட்டுக்காரி சரஸ்வதி டீச்சருக்கும் கல்யாணி அண்ணன். உங்களுக்கும் அப்படியே இருந்துவிடுகிறேன். "அண்ணாச்சி" பட்டத்தைவிட கல்யாணி அண்ணன் பெயரோடேயே கடைசிவரை இருந்துவிட்டுப்போகலாம் என்றுதான் தோன்றுகிறது.

அதனால் என்ன. இந்த மாதிரி ஒரு நேரத்தில் என்னை நினைத்துக் கொள்ளத் தோன்றியதே அதுதான் பெரிய விஷயம். பெரிய விஷயமோ இல்லையோ, சந்தோஷமான விஷயம். எல்லாம் நல்லபடியாக நடக்க, நல்வாழ்த்துக்கள்.

ராஜாவின் கண்களுடைய குளுமையையும் சுடரையும் இப்போதும் என்னுடன் வைத்திருக்கிறேன். அன்றைக்கு வேறெவரும் அறியாது நான் பெற்ற பரிசு அவருடைய பார்வை. எனக்கு இசை தெரியாது. ஆனால் அவருடைய உள்ளங்கைப் பற்றுதலில், மாசறு சிரிப்பில் ஒரு இசைமை இருந்தது.

நான் எப்போதும் 'கற்றிலன் ஆயினும் கேட்கிற'வன். உங்கள் அப்பாவிடம் தமிழ், உங்களிடம் இசைகேட்க எனக்கும் கொடுத்து வைக்கட்டும்.

வார்த்தை கட்டுரைகளில் நீங்கள் காட்டிய மனிதரையும் வாழ்வையும் திரையிலும் நீங்கள் காட்டுவீர்கள். என்றென்றோ நீங்கள் அமிழ்ந்த இந்த நதியும், அருந்திய இந்த நீரும் அதை உங்களுக்குத் தரும்.

நீர்மை திருவினையாக்கும்.

யயாதி எல்லாம் பொய்யில்லை. நிஜம்தான். இப்போதெல்லாம் எனக்கு இன்னும் ரெண்டு மூணு ஜென்மம் இருந்தாத் தேவலைண்ணு தோணுது. மாடத் தெருவில ஒண்ணு, கண்ட்ராய் முடுக்குத்தெருவில் ஒண்ணு வச்சுக்கிட்டு வில்வண்டியிலே போகவரண்ணு இருக்கிறதுக்கு இல்ல. உங்க கூட்டாளி இப்படி ரெண்டுவரி எழுதும்போது, உடனே இந்தமானைக்கி பறந்துவந்து உங்க கூட இருக்கணும். என்ன, எல போட்டுப் பாயாசம் சாப்டவா?

இல்ல. உங்க கையப் புடிச்சு மகராசனா இருய்யாண்ணு சொல்லிட்டு, அப்படிய்யே புறப்பட்டு வந்துரணும். அதுக்குத்தான்.

உங்க முன்னாடி கண்ணத் துடச்சா நல்லா இருக்காதுல்லா. துண்டு எதுக்குத் தோள்ல கிடக்கு. இந்த மாதிரி சமயத்துல, பஸ்ஸில ஏறி உக்காந்த உடனே தொடச்சுக்கிட்டா போச்சு. கண்டக்டர் பையன் ஒண்ணும் அல்லு அசல் இல்ல. நம்ம புள்ளேதான். மெதுவா டிக்கட் எடுத்தாப் போச்சு.

நல்லா இருங்க.
கல்யாணி. சி.

அன்புமிக்க சுரேஷ்கண்ணன்,

வணக்கம்.

நல்லா இருக்கீங்களா? ரெண்டு நாளைக்கு முன்னால தான் ஆழ்வார்குரிச்சியில ஒரு கல்யாண வீட்டுக்குப் போயிட்டு வந்தோம். நீங்க கூடக் கேள்விப்பட்டிருப்பீங்க. சாவடி ஆயான் வீடுண்ணா தெரியாத ஆள் இருக்காது. தெரியலண்ணு இந்த ரெண்டுமூணு தலைமுறையில யாரும் சொன்னா அவங்க பொய் சொல்லுவதாத்தான் அர்த்தம்.

அந்தக் கிராமுன்சு ஆயான் வீட்டுப் பொன்னையாப் பிள்ளையோட ரெண்டாவது மகன் புள்ள பேரனுக்குத்தான் கல்யாணம். டவுனில் சிவக்கொழுந்து வாத்தியார் பள்ளிக் கூடத்தில படிச்சிருந்தா கண்டிப்பா சவாதி சார்வா தெரிஞ்சிருக்கும். சவாதி சார்வா மக புள்ள பேரனும் இன்னோரு வழியில எங்களுக்குச் சொந்தம்.

எப்படி போகாம இருக்கமுடியும், நீங்களே சொல்லுங்க. அதுக்கு மேல் இன்னொரு முக்கியமான காரணம் எனக்கு இருக்கு. பையனுக்கு எழுத்துக் கொறச்சலாப் போச்சு. அம்மைக் காரி அருமையான மனுஷி. ஆனா, பையனுக்கு மொதல்ல இருந்தே பேச்சு வராது. மணவடையில பாக்கறதுக்கு ஆள் அப்படி இருக்கான்.

சின்னப் பிள்ளையில அவ்வொ அப்பா பொன்.சம்பந்தம் அச்சடிச் சாப்ல இப்படியேதான் இருப்பான். இவனுக்கு ஆயான் வீட்டு மீசை ஒண்ணுதான் இல்லை. சோலபுரத்தில ஏதோ கஷ்டப்பட்ட வீட்டுப் பொண்ணு போல. கிளியா இருக்கு. எம். காம் வேற படிச்சிருக்கு.

நகை போட்டுத் தாலி கட்டி விடுதோம்னு சொன்னவுடனே சரீண்ணு சொல்லியிருப்பாங்க. குமரு கரை ஏறணும் இல்லயா. கல்யாணம் போடு போடுண்ணு போட்ஸா நடந்தது. பந்திக்குக் காத்துக்கிடந்து நிண்ணுசாப்பிட்டு ரொம்ப நாளாச்சு. வீட்டு ஆட்கள் குனிஞ்சு நிமுந்து, அவியல் வேணுமா அப்பளம் போடட்டுமாண்ணு ஓசாரம் பண்றதெல்லாம் சொப்பனம் மாதிரி இருந்தது.

இதைவிட முக்கியமான விஷயம், ஒரு மலர் போட்டிருந்தாங்க. அதில மாப்பிள்ளையோட அப்பாவழி, அம்மாவழித் தாத்தா, ஆச்சி, அப்புறம் அம்மா, அப்பா படம்லாம் போட்டு அடிச்சிருந் தாங்க. பெரிய தாத்தா, ஆச்சி படத்தையெல்லாம் பாக்கப்பாக்க, எனக்கு எங்க மீசைத் தாத்தா, அம்மாச்சி ஞாபகம் இல்லாம் வர ஆரம்பிச்சிட்டுது. ரெண்டு நாளா ஆழ்வார்ச்சி ஆழ்வார்ச் சிண்ணு ஒரே பொலப்பம் மனசுக்கு உள்ள. நான் திருனவேலிக் காரங்கிறதை விட, ஆழ்வார்ச்சிக்காரன்னும் சிவசைலங் கோயில்தான் எங் கோயில்னும்தான் நெறயத்தடவை இப்போகூடத் தோணும்.

உங்க சொல்வனம் ஆச்சிகள் முகத்தையெல்லாம் பாக்கப் பாக்க, கோட்டிபிடிச்ச மாதிரி ஆயிட்டுது. ஏற்கனவே இதை வேற எங்கியோ படிச்ச மாதிரியும் இருக்கு.இவளுகள எல்லாம்

பாத்த மாதிரியும் இருக்கு. அறுவது ஆனாலே இப்படிப் புத்தி குடைவண்டி அடிச்ச மாதிரி ஆகிப்போகும்போல.

சாமீ. எங்கேர்ந்துய்யா இப்படி ரதி ரதியா ஆச்சிகள ஃபோட்டோ புடிச்சீங்க? அவ்வொ வீட்டுத்தாத்தாமாருகளை எல்லாம் ஆவி சேத்துக் கட்டிகிடணும்போல இருக்கே. இப்படி இப்ப உள்ள எந்தச் சவத்துகளுக்காவது மனசாரச் சிரிக்கத் தெரியும்ணு நீங்க நினைக்கீங்களா? பல்லு இருக்கோ, போச்சோ, எப்படியாப்பட்ட சிரிப்பு இது. இதை விட்டுட்டு அவ்வளவு லேசில எப்படிக் கருப்பந்துறைக்கு புறப்பட்டுப் போகமுடியும் அந்தத் தாத்தாக்களுக்கு.

அந்த போட்டோக்காரரு யாரு பெத்த பிள்ளயோ. நல்லா இருக்கணும். உங்களுக்கு என்ன மாராசா. சொல்லவே வேண்டாம். நல்லாத்தான் இருப்பியோ.

பொழச்சுக்கிடந்தா, பாப்போம்.

கல்யாணி. சி.

சுரேஷ்,

உங்க அம்மைக்குத் தெய்வத்துக்குப் படைக்கும் போது, இந்தக் கல்யாணியோட பிள்ளை குட்டிகளும் நல்லா இருக்கணும்னு கும்பிடுங்கய்யா. எங்க அம்மாத் தாத்தாவுக்கு ஆழ்வார்குரிச்சிதான். அந்தத் தாத்தா பேர் தான் எனக்கு விட்டிருக்கு. அந்தப் புண்ணியவான் எங்க நடுவீட்டுத் தரையில் சாக்பீசால் மாடு, குதிரையெல்லாம் வரைவார். சட்டை போடாத வெறும் வயிற்றோடு அதில் புரளச் சொல்வார். குனிந்து பார்த்தால், வயிற்றில் மாடும் குதிரையும் இருக்கும். நான் எங்க அப்பாகிட்டே இருந்து பேனாவை எடுத்துக்கிட்டேன் என்று வெளியிலே சொல்லிக் கொள்வதெல்லாம் மெப்பனைக்குத் தானே தவிர, நிஜமில்லை.

எல்லாம் அந்த ஆழ்வார்குரிச்சி ஆயான் புண்ணியம். அந்த வடக்குவாச் செல்வி கருணைதான். சத்தியமா சொல்லுதேன் சுரேஷ். நீங்களும் நானும் எல்லாம் தாயாதியாகத்தானே இருக்கமுடியும்.

நானும் அழுகிறதுண்டு. அழுகிற ஆண்களை நான் பெரிதும் நம்புகிறேன். உங்களையும் அப்படித்தான்.

மீண்டும் நன்றி சொல்லி,

கல்யாணி. சி.

## சந்திரா

பத்தமடை ஆச்சி என்னுடைய அம்மாச்சிக்கு நெருக்கமான சினேகிதி. இரண்டு பேரும் ஒன்றாக காசி இராமேசுவரம் எல்லாம் போய் வந்தார்கள். பத்தமடை ஆச்சி வீட்டைத்தான் பூனையாச்சி வீடு என்போம். தாத்தா இல்லை. அந்த ஆச்சி வெள்ளை சேலைதான் உடுத்தியிருப்பார்கள். அந்த வெள்ளைச் சேலையின் வெளிச்சமே போதுமானதென்று வீடு இருட்டில் இருக்கும். அந்த இருட்டின் சாம்பல் நிறத்தை அள்ளிப் பூசிக் கொண்டு வீட்டின் எல்லா அறைகளிலிருந்தும், எல்லா அளவுகளிலும், பூனைகள் ஒரு மாய வெளிச்சத்தை வாயில் கவ்வியபடி பட்டாசலில் இருந்து இரண்டாம் கட்டுக்கும், மச்சுப் படியின் கீழிருந்து அங்கணக் குழிக்கும் தரை அதிராமல் நகர்ந்து செல்லும். ஒரு குட்டிப் பூனையைப் போல பகலிலும், ஒரு பசித்த குழந்தையைப் போல இணைதேடி ஏங்குகிற கடுவன் பூனையாக இரவிலும், அந்த வீடே சத்தமிடுவதை நான் கேட்டிருக்கிறேன். அது பூனைகள் உள்ள வீடு. சந்திராவுடையது 'பூனைகள் இல்லாத வீடு'. நவீன தமிழ் படைப்பு வெளியில் 'பூனையைப் போல அலையும் வெளிச்சம்' தொகுப்பும், 'பூனைகள் இல்லாத வீடு' தொகுப்பும், அதனதன் கவிதை கதைகளால் திடமாக நிலைக்கொள்பவை. சந்திரா அவருடைய எழுத்துக்கள் போலவே இருக்கிறார். அவரும், உமாசக்தியும் என்னைப் பார்க்க ராம் அலுவலகத்திற்கு வந்தபோது இப்படித்தான் எனக்குத் தோன்றியது. அவ்வளவு அசல். அவ்வளவு இயல்பு. ஒரு தொடர்ச்சி மலை, ஒரு பெருங்கனவு காணும் காடு, குனிந்த மேய்ச்சல் நிறுத்தி நம் காலடி சருகு அசைவுக்கு காது உயர்த்தி நிமிரும் ஒரு வன உயிரியின் சிலீர் எல்லாம் உணர முடிந்த பொழுது அது.

அன்புமிக்க சந்திரா,

வணக்கம்.

உங்களையும் உமாஷக்தியையும் ராமின் அலுவலகத்தில் சந்திக்க முடிந்த அந்த இருபத்தியெட்டாம் தேதி முன்னிரவு சந்தோஷமானது. நீங்கள் வருவதற்கு முன்பு நிகழ்ந்து கொண்டிருந்த, அதென்ன சொல்வார்கள் கேள்விக்கணைகளா?,

அவற்றால் என்னை துளைத்துக் கொண்டிருந்த நேரத்திலிருந்து ஒரு சிறியதொரு விடுதலையாக இருந்தது உங்களின் வருகை. உமாஷக்தியை உமா பார்வதியாக, கிட்டண்ணன் மகளாக, ஏற்கனவே கொஞ்சம் அறிவேன். சமீபத்திய பரமன் வீட்டு விசேஷம் ஒன்றில் அறிமுகமான போது அவர் கவிதை எழுதுவார் என்று தெரியாது. கடோபனிஷதம் பற்றி அவர் எழுதிய புத்தகம் கிழக்கு வெளியிட்டிருக்கிறதாக கிட்டண்ணன் சொன்னபோது கொஞ்சம் பயமாக இருந்தது. நிஷதம், உபனிஷதம் என்றெல்லாம் உச்சரிக்கக் கூடத் தெரியாத நாக்கு எனக்கு. அதிகம் பேசிக்கொள்ளவில்லை. பின்னர் வலைத்தள, வலைப்பூ மேய்ச்சலில் அவருடைய பெயர்ச்சொல் வினைச் சொல் எல்லாம் அறிந்தபோது சந்தோஷமாக இருந்தது. அந்த சந்தோஷத்தை விஸ்தரிக்க சற்றே உதவியது உயிரெழுத்தில் தற்செயலாக வெளிவந்திருந்த என் கவிதைகள். அப்புறம் நீங்கள் அப்பாவைக் கொன்றீர்கள். பின்னர் எல்லோரும் சேர்ந்து அப்பாவைக் கொன்றோம். பூனைகள் இல்லாத வீட்டின் மூலமாக அறிந்திருந்த உங்களை எங்கள் வீட்டிலேயே தாமிராவுடன் சந்தித்திருக்கவேண்டும். எங்கள் வீட்டிலும் பூனைகள் இல்லைதான். ஆனால் நந்தியா வட்டைச் செடியின் கீழும் என் பிறிதொரு கவிதையிலும் அமர்ந்திருக்கிற சாம்பல் பூனை ஒன்று எப்போதும் உண்டு. மதில் மேல் சேவல் என்பது போய், இது போன்ற காலனிவீட்டு மதில் சுவர் ஒவ்வொன்றிலும் பூனைகள் அமர்ந்து விட்டன. அதுவும் மீன் வியாபாரிகள் வாசலுக்கு வருகிற நேரம், பூனைகளின் நேரமாகிவிடும் காலைகள் அருமையானவை. மீன் வியாபாரிகளுக்கும் பூனைகளுக்கும் இடையே உள்ள உறவு கடலுக்கும் மீன்களுக்கும் கூட இராது. அப்புறம் உமா போனார்கள். நீங்கள் இருந்தீர்கள். நீங்கள் போனீர்கள். நாங்கள் இருந்தோம் விடிய விடிய.

•

சுதீர் செந்தில் வெளியிட்டிருக்கிற உங்களுடைய புத்தகங்களை அப்படியே கண்ணில் ஒத்திக் கொள்ளலாம். அப்புறம் முத்திக் கொள்ளலாம். அவ்வளவு நேர்த்தியான முகப்பும் வடிவமைப்பும் வண்ண ஒழுங்கும். காட்டின் பெருங்கனவைத்தான் முதலில் வாசித்தேன். ஏற்கனவே வாசித்து ரசித்த எழுத்து. அத்துடன் காடு என்பதற்குரிய அழைப்பு. எத்தனை கதைகள் இருக்கின்றன கனவில் அல்லது காட்டில்?

எட்டோ ஒன்பதோ. எண்ணிக்கை முக்கியமில்லை. காட்டின் பெருங்கனவு, மருதாணி, பன்னீர் மரத் தெரு, கழிவறைக் காதல், எல்லாம் அருமையாக வாய்த்திருக்கின்றன. அடுத்துச் சொல்ல வேண்டுமெனில் சூது நகரம். தரை தேடிப் பறத்தல் கதைதான் உங்களது அடையாளம் குறைவாக இருக்கிற எழுத்து. இன்னும் இருக்கிற ஒன்றிரண்டு கதைகள் சட்டென்று நினைவுக்கு வரவில்லை. நிறைய எழுத வேண்டும் என்றெல்லாம் அவசிய மில்லை. இப்போது எழுதுவது போல உன்னியும் அகிலாவும் சித்ராவும் சிவகுமாரும் அய்யப்பனும் பன்னீர் மரங்களும் உலக்கைபோல் நெளிந்துகிடக்கிற வெயிலும் சூது நகரத்தின் தார்ச் சாலைகளும் வரும்படியாக அவை இருக்கட்டும். வாழ்த்துக்கள்.

●

கவிதைகளில் நீங்கள் இன்னொரு சந்திராவாக இருக்கிறீர்கள். சமயவேல் கதை எழுதிவிட்டுக் கவிதை எழுதும்போதோ, நான் கவிதையெழுதிவிட்டுக் கதை எழுதும் போதோ அப்படியேதான் இருக்கிறோம். அப்படியேதான் இருக்கவேண்டும் என்ற கட்டாயம் இல்லை. ஆனால் கதை உண்டாக்குகிற செறிவான அனுபவத்தை அப்படியே அல்லாத உங்கள் கவிதைகளும் உண்டாக்கிவிட்டால் சரிதான்.

கவிதைத் தொகுப்பை கையில் எடுத்துக் கொள்கிறேன். அப்பாவோடு மடிந்த கடவுள், ஒளிக்கீற்று, காட்டின் நிறம், பிரிய மானவர்களின் தேவதை, அறையில் மரித்த பட்டாம் பூச்சி, மறையும் சித்திரங்கள், துக்கங்களைப் பரிசளிக்கும் அம்மா, மற்றும் அந்தத் தலைப்பற்ற இரண்டு வரிக் கவிதை இவையெல்லாம் என்னுடைய மனவுலகத்திற்கு நெருக்கமானவை.

மின் முகவரி உங்கள் குழந்தைகள் பெயர் சார்ந்தது என யூகிக்க முடிகிறது. பவுஷியா என்றால் என்ன அர்த்தம்? ஒரு ரஜபுத்ர அல்லது முகமதிய அரசி பெயர் போல ஒலிக்கிறது. ஏதேனும் ஒரு ரஷ்ய நாவலின் முக்கிய பாத்திரமாகக் கூட இருக்கலாம். இருப்பின் என் வாசிப்பின் பற்றாக் குறைக்காக நான் வருத்தப்படுகிறேன்.

எல்லோர்க்கும் அன்புடன்,
கல்யாணி. சி.

## சாம்ராஜ்

*உலக சரித்திரத்தைக் கூட எளிதாக எழுதிவிடலாம் போல. மிகக் கடினமானது, மிக நெருக்கமாக உணர்கிற ஒருவரைப் பற்றி இப்படி ஒரு சிறு குறிப்பு எழுதுவது. ஒரு வரி கூட இல்லாமல் ஒரு முழு வெள்ளைப் பக்கத்தை விட்டுவிடுவதுதான் சரியாக இருக்கும். இந்த சமீபத்திய எட்டு ஒன்பது ஆண்டுகளில், என்னை மிகவும் புரிந்திருக்கிற, நான் மிக அதிகம் அந்தரங்கமாக என்னையும் என் வாழ்வையும் தடையற்றுப் பகிர்ந்து வர என்னை அனுமதிக்கிற, ஒரு கூர்மையான ரசனை உள்ள மனிதர். கூர்மையான ரசனை, புடலங்காய் எல்லாம் இருக்கட்டும். என்னைப் போன்று அதிகம் கூர்மையற்ற, உயர் ரசனைகள் குறைந்த ஒருவனைத் தொடர்ந்து புதுப்பித்துத் தருகிற மாதிரி அவரிடம் அவர் வாழ்வினிடமும் ஏதோ இருக்கிறது. ஏதோ என்ன ஏதோ, அடிப்படையான உண்மையும் அக்கறையும் அன்றி வேறு எதுவுமில்லை. அது என்னிடம் மட்டுமல்ல, அவர் உடன் வாழ்கிற எவருக்கும் அவருக்குமான உரையாடல் இந்த உண்மை சார்ந்தே நிகழ்கிறது. சாம்ராஜுடைய மலையாளத்தைப் புரிந்து கொள்கிற வரம் அவருடைய மனைவி நிஷாவுக்கும், சாம்ராஜுடைய கையெழுத்தை வாசித்துவிட முடிகிற வரம் எனக்கும் மெய்யாகவே அருளப்பட்டிருக்கிறது. வரங்களின் அருமை வரம் பெற்றவர்களுக்குத் தானே தெரியும்.*

627007
27.06.03

*அன்புமிக்க சாம்ராஜ்,*

வணக்கம்.

மாம்பழ வாசனையடிக்கிற என் உள்ளங்கையை யாருடைய நாசியில் சற்றுப் பொத்தலாம். பொத்தின கையையும் பொத்தாத இன்னொரு கையையும் தோள்வழியாக முன்னிழுத்துத் தன்முதுகோடு அணைத்துக் கொள்ளப்போகிற அந்த குணசுந்தரியை இந்த ஆனிக்காற்றின் வெளியிலிருந்து உருவிவிட முடியுமா?

ஒரு பழமாகப் பிறந்திருக்கலாம் என்று இப்போது தோன்றுகிறது. ஒரு நல்ல சப்போட்டாப் பழத்தை அல்லது

நல்ல மாம்பழத்தைத் துண்டு துண்டாக எல்லோருடனும் பகிர்ந்து கொள்ளும்போது இதை இரண்டு மூன்று தடவை சொல்லியும் விட்டேன். இந்த, பட்டணம் ஜாதி என்கிற, நீலம் என்கிற, காசாலட்டு என்கிற பழத்தில் மட்டும் காணமுடிகிற வண்டாகக் கூடப் பிறக்கலாம். அல்லது எங்கள் புறவாசலில் பிடிவாதமாகத் தன் தாமிர இலை அசைத்து வளர்ந்து கொண்டிருக்கிற எச்சில் மாங்கொட்டையாக வேனும்.

யாரோ புசித்துவிட்டு எறிவார்கள். விழுந்த இடத்தில் பிடிவாதமாக வளர்வேன். புறக்கணிப்பின் அத்தனை தினங் களுக்கிடையிலும், கொட்டையில் சேமிக்கப்பட்டிருந்த கடைசி அணு ஜீவனும் தீர்கிறவரை, நிச்சயம் விதையிலைக்கு அப்புறமும் ஒரு மூன்றாவது இலையையும் விடுவேன்.

மனிதர்கள் பார்க்காவிட்டால் என்ன. ஒரு இளம் கன்றுக் குட்டியோ ஆட்டுக்குட்டியோ பார்க்கும்வரை, என் தாமிரக் கனவுகளை இளவெயிலில் கண்டுகொண்டிருப்பேன்.

எங்கள் அம்மாச்சியிடமிருந்து நான் சரஸ்வதி அம்மன் முகம் செய்யக் கற்றுக் கொண்டேன்.

எங்கள் அம்மாத்தாத்தாவிடமிருந்துதான் என்னையே நான் கற்றுக் கொண்டேன். என் பெயர் முதற்கொண்டு எல்லாம் அவரிடமிருந்து பெற்றது.

மாம்பழம் நறுக்குவதற்குக்கூட அவரிடமிருந்தே தெரிந்தேன். தாத்தாவிடம் இரண்டு மூன்று மாம்பழக் கத்திகள் இருக்கும். குறைந்தது இரண்டாவது. காம்பை ஒட்டி ஆரம்பித்து கீழ்நுனி வரை, இழை சற்றும் அறுந்து போகாமல், தாத்தா தோலை நறுக்கிக் கொண்டே போவார். ஒரு ஸ்ப்ரிங் போல மாம்பழத் தோல் கீழே விழும்.

தாத்தா தோல்சீவின பழத்தைத் தட்டில் வைத்துவிட்டு, இன்னொன்றை எடுப்பார். அப்புறம் இன்னுமொன்று. எத்தனை நபர்களுக்கு எத்தனை மாம்பழங்கள் சரியாக வரும் என்று அவருக்குத்தெரியும். மறுபடியும் முதலிலிருந்து மாம்பழங்களை நீளவாட்டில், குறுக்கு வாட்டில் வகிர்ந்து துண்டு போடுவார். அளந்து எடுத்தது போல் மாம்பழத் துண்டுகள் குவியும். எல்லாப் பழங்களையும் துண்டுபோட்ட பிறகு, நறுக்கின மாம்பழக் கத்தியாலேயே ஒவ்வொரு கூறாக வைப்பார். இது கல்யாணிக்கு, இது கணபதிக்கு என்று சொல்லச் சொல்லக் கொட்டை யாருக்கு என்பதில் எங்கள் கவனம் போய்விடும். அது ஒரு லாட்டரிப்

பரிசுபோல, யாருக்கு யோகமிருக்கிறதோ அவர்களுக்குக் கிடைக்கும்.

தாத்தாவின் மாம்பழக் கத்திகள் எங்கு போயிற்றோ. தாத்தா மாதிரியே நாங்கள் மாம்பழம் நறுக்குகிறோம். எங்கள் விரலிடுக்குகளில் தாத்தாவின் ஞாபகச் சாறு ஒழுகுகிறது. இன்றைக்கு அம்மாச்சி இருந்தால், அம்மாச்சியின் மூக்கை என் கைகளால் இப்போது பொத்துவேன். அம்மாச்சிக்கு என் கைகளில் மாம்பழவாசம் அல்ல, தாத்தாவாசம் அடிக்கும்.

மனிதர்கள் வாசம் எவ்வளவு அருமையானது.

இந்த டீச்சர்கள்தான் எவ்வளவு சந்தோஷமாக இருக்கிறார்கள். சார்களை எல்லாம் நான் கவனிப்பதில்லை என்பது அல்ல. சார்களையும் விடக் கூடுதலாக டீச்சர்களே சந்தோஷமாக இருக் கிறார்கள். பெண்களால்தான் சந்தோஷத்தையும் துயரத்தையும் ஒரு அனுபவமாக்கிக் கொள்ளமுடியும் போல. அவர்கள் சிரிக்கும்போதும் மனது தவிக்கிறது. துக்கப்படும்போதும் மனது தவிக்கிறது.

யாராவது ஒரு கதைப் புத்தகம், ஒரு நாவல், ஒரு ரமணிச்சந்திரன், ஒரு பாலகுமாரன் என்றாவது வாசிப்பார்களா என்று பார்க்கிறேன். ம்ஹூம். அப்படி என்னதான் பேசுவார்கள். இவ்வளவு பேசவும் இவ்வளவு சிரிக்கவும் இவ்வளவு மகிழவும் இந்த SSRBS பஸ்ஸிற்குள்ளும் அவர்களுக்கு எதுவோ / எவையோ இருக்கிறதெப்படி?

அவர்களுடைய இளம் கணவன்மார்களும், அந்தந்த குறிப்பிட்ட நிறுத்தங்களில் அவர்களைக் கொண்டுவந்து விட்டு விட்டு, தங்கள்தங்கள் சுசூக்கி, ஹீரோ ஹோண்டாக்களில் சாய்ந்து காலூன்றி நின்று, பஸ் புறப்படும்போது கையசைத்துப் போகிறார்களே. குடும்பம் என்கிற அமைப்பும், உறவு நிலைகளும் இன்னும் இந்தத் திருநெல்வேலி தெற்குப் புறவழிச் சாலையில் எந்தச் சேதாரமும் இன்றி உயிர்ப்புடனிருப்பது என்பது மெய்யாகவே நிறைவளிக்கிற உண்மையல்லவா.

ஆழ்வார்குரிச்சி ரயில்வே ஸ்டேஷன் வேப்பமரங்களுக்குக் கீழ் கிடந்த சிமெண்ட் பெஞ்சுகளை எதிர்பார்த்து நீங்கள் செங்கோட்டை பாஸஞ்சர் ரயிலை விட்டிறங்கினால், அதி நவீன மோஸ்தரில், உட்கார்ந்தால் ஆளே ஓரடி அமுங்குகிறமாதிரி நுரைமெத்தையிட்ட இருக்கைகள் இடப்பட்டிருந்தால் உங்கள்

மனநிலை எப்படியிருக்கும். வேப்பம்பழ மஞ்சளுக்கு ஈடுவருமா ராஷ்பெரிச் சிவப்பு.

கங்கை கொண்டான் அருகில் நடுச்சாலையில் செத்துக் கிடந்தது நாய். பஸ்கள் சற்று விலகி, மேலும் நசுக்காமல் பாய்ந்தன. விபத்துப் பகுதி என்ற பலகையை அது கவனிக்கவில்லைபோல.

நேற்று மறுபடியும் பைக்கில் போய்வந்தேன். காற்று, காற்று, காற்று. இந்த 100CC வண்டிகளின் மெல்லுடலைப் பாதை யிலிருந்து எந்த நொடியிலும் மரணத்தின் மையத்திற்கு விலக்குகிற வீச்சுடன் காற்று. நான் ஒரு பிசாசைப்போலப் பறந்து வந்து கொண்டிருந்தேன். ‘நாயும் நானும் வேறாகியரோ’

எல்லோருக்கும் அன்புடன்
கல்யாணி. சி.

627007
02.07.03

அன்புமிக்க சாம்ராஜ்,

வணக்கம்.

என் நண்பர் ஆறுமுகம் விபத்தில் இறந்திருக்கிறார். ஆனால் நான் இதுவரை மார்ச்சுவரிக்குள் நுழைந்ததில்லை. இதோ உங்களுடன் மார்ச்சுவரியில்தான் நிற்கிறேன். நீங்கள் சம்பத் மாமாவைப் பார்க்கவும், நான் அதற்கடுத்த, வெளிறிய கால்களை நீட்டி நிமிர்ந்திருக்கிற அந்த (ஐம்பதுவயது எப்படிப் பாட்டி வயதாகத் தோன்றுகிறது உங்களுக்கு) மனுஷியைப் பார்க்கவும் வந்திருக்கிற நிலையில், சம்பத்மாமாவை நானும் அந்த முதியவளை நீங்களும் பார்த்துக்கொள்கிறோம். பிறிதொன்றைப் பார்ப்பதில் / பிழையெதுவுமில்லையே.

உலகம் சம்பத் மாமாக்களால் நிரம்பட்டும். குற்றாலம் பேரருவிப் பாறையில் செதுக்கப்பட்டிருக்கும் சிவலிங்கங்களோடு சிவலிங்கமாக சம்பத்மாமா நனையட்டும். வட்டக்கோட்டைப் பாறைகளின் மேல் படிந்திருக்கிற பச்சைப் பாசிக் கம்பளம், சிவப்புக்கம்பளம்போல, சம்பத் மாமாவுக்கு விரித்ததாக இருக்கட்டும். தடிக்காரன் கோணத்தில் ரப்பர் மரக்காடுகளில் காயப் போடப்பட்டிருக்கும், ரப்பர் தகடுகளின் நுனிவளைவுகள் சம்பத் மாமாவின் புன்னகைக்கிற உதடுகளின் சாயலில்

வெயிலில் உலரட்டும். உங்களுடன் ஏதோ ஓர் பிரயாணத்தில் சமையல்காரராக வந்தவர், 'ஏதாவது ஆஃபர் இருந்தாச் சொல்லுங்க ஸார்' என்று நேற்றுக்குடித்த ஜானக்ஷா வாசத்துடன் நிற்கும் போது, சம்பத்மாமாவின் மரணத்தைப் பற்றிக் கேள்விப்பட்டதும் முற்றிலும் புதிய பதைப்புடன் 'எப்போ ஸார் இந்த அநியாயம்? அணில் குஞ்சை யாராவது கொல்வாங்களா ஸார். இப்பிடித் தான் ஸார் சும்மா போயிக்கிட்டு இருக்கும்போதே, நொட்டாங் கையால பூஞ்செடியைக் கிள்ளிப்போட்டுட்டுப் போறமாதிரி போயிர்ராங்க... அவனுகளுக்கு என்ன தெரியும் ஆட்களோட அருமை' என்று அ–சமையல் குரலில் குலுங்கட்டும்.

கீரைத் துரையிலோ நெல்பேட்டையிலோ கள்ளந்திரியிலோ பெயிலில் வெளிவந்துவிட்ட தெம்பில், க்வாலிஸ் வண்டியில் சாய்ந்துகொண்டு, புளியம் பூப்பறித்துத் தின்பவர்களுக்கு, சம்பத்மாமா என்றால் என்ன? கல்யாணி என்றால் என்ன? ஒன்றுமில்லை. சில புறநகர்ச் சாலையைத் தாண்டும்போது, குவியல் குவியலாக வெள்ளை வெளேர் என்று கோழி இறகுகள், ஒரு வினோத வாடையுடன் குவிந்து கிடந்து, மெதுமெதுவாகக் காற்றில் கலைந்து கொண்டு கிடப்பதுபோல், மரணமும் மரணத்தின் சாயல்களும் நம் தின வாழ்வின் மிகநெருக்கத்தில் குவிய ஆரம்பிக்கின்றன.

தற்கொலையின் விகிதங்கள் பெருகுகின்றன. இவர்கள் எப்படி இந்த இறுதி முடிவுக்கு வருகிறார்கள் என்று சொல்ல முடியவில்லை. குடித்து வைத்த காப்பிக் கோப்பை விளிம்பில் முதல் ஈ உட்காரும் அவகாசத்திற்குள், அவர்கள் கால்கள், கீழே உள்ள ஸ்டூலை உதைத்துவிடுகின்றன. சொல்ல முடியாது.

உறுதிசெய்து கொள்ளுங்கள். இது மேஜைதான். ஆழக் கிணறில்லை. என் காலணிகளும், துப்புரவாக மடித்துவைக்கப்பட்ட உடைகளும் மட்டும் உங்கள் கண்களில்பட, நான் ஆத்மநாம் ஆகியிருக்கலாம்.

அந்தப் பெண்ணின் தேர்வு இன்னொரு சஞ்சலம். நீங்கள் மட்டுமல்ல நானும் சஞ்சலமடைந்திருக்கிறேன்.

உலகம் அதிகவேகமாகக் காதலிக்கத் துவங்கிவிட்டது. அடுத்த பாதாள ரயில் வருவதற்குள், காதலித்து, முத்தமிட்டு, திருமணப் பதிவு செய்து கொண்டுவிடவேண்டும் என்பதுபோல அவசரமான, ஒருவேளை நிர்ப்பந்தமான / தவிர்க்க முடியாத, முடிவுகளை இளைஞர்கள் எடுத்துக் கொண்டிருக்கிறார்கள்.

கணினிப் பொறியாளர்கள், ICICI ஊழியர்கள் என்று மாநகரம் சார்ந்து பணியாற்றுகிற என்னுடைய உறவினர் / நண்பர் குடும்பத்துப் பையன்கள் காற்றுவெளியிடைக் கண்ணம்மாக் களைக் கண்டு, காதலை எண்ணித் தவிக்கிறார்கள். தவிப்பதுகூட இல்லை. நேரடியாகத் திருமணத்தேதி குறிக்கிறார்கள். அண்ணன் திருமணத்தேதிக்கு இரண்டு தினங்கள் முந்திய தேதியில் தம்பி திருமணம் செய்யப் போகிறதெல்லாம் சகஜமாகின்றன. பிராமின், நாயுடு, நாயர் என்று திருநெல்வேலிப் பையன்கள், பாரதிபோல சிந்துநதியின் மிசை நிலவினிலே பாடத் துவங்கிவிட்டார்கள்.

துர்க்கையம்மன்களுக்கு நெய்விளக்கு ஏற்றிக்கொண்டு அந்தப் பையனின் அக்காக்களும், பிரதோஷ வழிபாடு செய்துகொண்டு அம்மாவும் நெல்லையப்பர் கோவிலில் காத்துக்கிடக்கிறார்கள். இந்தப் பலவேசம் பிள்ளைகளைப் பற்றி என்னைவிட உங்களுக்கு அதிகம் தெரியும் என்பதால், அப்பாக்களைப்பற்றிச் சொல்லாமல் விடுகிறேன்.

கோ. கேசவனாகவும், ஜெயமோகனாகவும், நாஞ்சில் நாட னாகவும், கி. ராஜநாராயணனாகவும் அலுப்புச் சலிப்பில்லாமல் ஐந்தாறு மணிநேரத்துக்குச் சொல்ல என்னிடம் எந்தத் தகவல்களும் இல்லை. சிலபேர் போர் போட்ட ராசி அப்படி. வற்றாமல் தண்ணீர் இருக்கும். நெட்டுக்கு நாலுமணிநேரம் கரண்ட் மோட்டார் ஓடினால்கூட வற்றாது.

நானும் உங்களைப்போல, தகவல் கேட்கிறவன்தான். என்னிடம் இரண்டு காதுகள் இருக்கின்றனவே தவிர, நாக்கு இருக்கிறதா என்று தெரியவில்லை.

காதுகளுக்கு அப்புறம், அந்தப் பழுதடைந்த கண்கள், மற்றும் பனித்திரையூடாகப் பார்ப்பதுபோல் அவை பதிவு செய்யும் முகங்கள். ராஜா புதுக்குடியில் நின்றுகொண்டு, பாபா மெட்ரிக் குலேஷன் ஸ்கூலுக்கு, அநேகமாக LKG, Pre KG போகிற தன் செல்ல மகளை வழியனுப்பிக் கையசைத்துக்கொண்டு நின்ற அந்த முகத்தை இப்போதுகூட என்னால் வரைய முடியும். கொஞ்சம் சரிதா மாதிரி இருக்கிறார்களோ.

•

ஏழெட்டு இளைஞர்களாக, நண்பர்களாக, Survivalக்கு ஒன்றாக முட்டி மோதுகிற இந்த தினத்தினராக இருந்துகொண்டு, நீங்கள்

மல்லாந்து படுத்துக்கொண்டு பேசுகிற இரவில், நிறைய நிறைய நட்சத்திரங்கள் தெரியக்கூடும்.

நட்சத்திரமாக அல்ல, ஒரு நட்சத்திரத்திற்கும் இன்னொரு நட்சத்திரத்திற்கும் இடையிலான நீலக் கருப்பு வானமாக நான் உங்கள் அனைவரின் மேலும் கவிந்து கொண்டிருப்பேன்.

பள்ளிக்கூட தினங்களில் நீங்கள் பார்த்த நீல ரிப்பனை உங்களால் மறந்துவிட முடியுமா என்ன?

எல்லோருக்கும் அன்புடன்
கல்யாணி. சி.

627007
17.12.03

அன்புமிக்க சாம்ராஜ்,

வணக்கம்.

உலகம் பிரபாவதிச் சித்திகளால் நிரப்பப்படட்டும். உங்களுக்கு பிரபாவதி சித்தி. எனக்கு லீலாச் சின்னம்மை. லீலாச் சின்னம்மையை வேறு எப்படியும் கூப்பிடமுடியாது. அம்மாச்சி போன்றோர்களுக்கு லீலா என்பதைவிட நீலா என்று சொல்வது சுலபமாக இருந்தது.

லீலை இவ்வுலகு என்று சொன்னது யார், பாரதியா? லீலைக்கும் நீலத்திற்கும் கிருஷ்ண – தொடர்பு உண்டல்லவா. எதுவெல்லாம் லீலை, கோகுலம் லீலாபுரியா. குருஷேத்திரமும் லீலாபுரிதானா. காதலும் லீலை. யுத்தமும் லீலை. கண்ணன் லீலா விநோதன். கிருஷ்ணன் லீலா விநோதன். யுத்தத்தின் பெருவழியில், யுத்தத்தின் ஆரியங்காவில், யுத்தத்தின் அச்சங் கோவிலில் காதலே, ஐயப்போ என்ற சரண கோஷமா. லீலா சின்னம்மை காதலித்தாள். கல்யாணம் செய்தாள். ஆறு பெண்கள் இரண்டு பையன்கள் பெற்றாள். இடையில் எத்தனை உற்றாளோ. எத்தனை உதிர்த்தாளோ. கடைசியிலும் ஒரு கருச்சிதைவு பிசகித்தான் செத்தாள். சித்தப்பா ஒய்வற்ற காதலன் அல்லது காமுகன். சின்னம்மை இறந்த பிறகும் சித்தப்பாவுக்கு எல்லாம் தேவையாக இருந்தது. அரியநாயகி புரச் சுவர்களில் அவரது அந்தரங்க உறவுகள் எழுதப்பட்டன. எங்கள் வீட்டுக் குளிய லறைக்குள் இசகுபிசகாக அவர் இருந்ததைப் பார்த்தவர்களை

அவர் பொருட்படுத்தவில்லை. இளம் விதவையான அந்த வேலைக்காரப் பெண்ணுக்கும் கருச்சிதைவு செய்ய வேண்டிய தாயிற்று. எழுபது வயதிலும் சித்தப்பாவுக்குத் தீரவில்லை. எளிய பெண்களின் காதுகளில் அவர் கள்ளக்குரலில் பாடிக்கொண்டே யிருந்தார். எதிர்வீட்டில் வாடகைக்கு வந்திருக்கிற குடும்பத்துப் பெண்களின் நடமாட்டத்திற்காகவே அவர் செய்தித்தாள் வாசிக்கிற இடத்தை வாசலில் இருக்கிற கல் திண்ணைக்கு மாற்றிக் கொண்டார். மரணம் மிகச் சுலபமாக அவரை அடைந்தது. எங்கள் தெருவில் ஒரு வீட்டு நடையில் உட்கார்ந்த நிலையிலேயே ஒரு உச்சிப் பொழுதில் அவர் மாரடைப்பில் காலமானார். மார்ச் 30. தெற்குக் கோனார் கோட்டை எனக்கு விடுமுறை தரவில்லை.

சின்னம்மாவைப் பற்றி எழுதப்போய், சித்தப்பாவைப் பற்றி எழுதிக் கொண்டிருப்பது போலிருக்கிறது. எழுதும்போதுதான் இப்படியெல்லாம் ஆகும். எழுத நினைத்ததும் எழுதி முடித்ததும் வேறுவேறாக. ஒரு தெருவில் நடக்கும்போது, வேறொரு தெருவின் வீடுகள் இந்தத் தெருவுக்குள் பெயர்ந்து விடும். ரெயினீஸ் ஐயர் தெருவுக்குள் கல்யாணியண்ணன் வேறு எப்படி வந்திருக்க முடியும். எஸ்தர் சித்தி எஸ்தர் சித்திமட்டும்தானா. எத்தனை சித்திகளை உள்ளடக்கியிருப்பாள் அவள். அவள் முடி யாருடையது. அவளுடைய இறுகின திரேகக்கட்டு யாருடையது. அவள் ஏற்றிவைத்த சிமினி லைட் யார்வீட்டு உத்தரக்கட்டையில் ஒரு 'எஸ்' கம்பியில் தொங்கியது. பெரிய அமலம் பார்த்த தண்டவாளங்கள் தாதன்குளத்தில் செய்துங்க நல்லூரில் வண்ணநிலவன் பார்த்தவையே அல்லவா. யார் எல்லாம் யார்யாரோவாகி, யாரோ துய்த்ததும் யார்க்கோ பொய்த்ததும், எவர்க்கோ மெய்த்தவை ஆகி, எழுத்தின் அம்பலமேட்டுச் சரிவுகளில், கொப்புளம் மாற்றிக் கொப்புளம் புதிது வெடித்து, இதுவரை பல்லூழி காலமாகப் பெய்த மழையெல்லாம் எந்தக் காயலுக்குள்ளும் கடலுக்குள்ளும் புகுந்தனவோ, அதை நோக்கித் தாரைதாரையாக விழுந்து நொடிந்தோடிக் கொண்டிருக்கும். நீர் எப்போதும் வேர் நோக்கி. தீ எப்போதும் மேல்நோக்கி. நீங்களும் நானும் எப்போதும் இரண்டுக்கும் மத்தியில்.

மார்கழி பிறந்துவிட்டது.

கலாப்ரியாவின் சிங்கப்பூர் வாசகர்களான சித்ரா – ரமேஷ் இருவரையும் வழியனுப்புவதற்காக ரயில்வே ஸ்டேஷனுக்குப்

போயிருந்தேன். ஏற்கனவே வழியனுப்பிவிட்டுத் திரும்பும்போது மனம் என்னென்னவோ ஆகும். இந்தக் குளிர்ந்த மார்கழி இரவில், 5ஆம் 4ஆம் 3ஆம் பிளாட்பாரங்களைக் குறுக்கே தாண்டி, ஜோடிஜோடித் தண்டவாளங்களை மிதித்து, லோக்கோ ஷெட், குட்ஷெட் எல்லாம் இருளில் யானைக்கூட்டம் போலிருக்க, ரயில்வே குவார்ட்டஸின் தெருவிளக்குகளற்ற பாதையில் வர என்னை வேறெப்படியோ ஆக்கிவிட்டது.

எப்படியாக்கியது எனில், இதோ இப்படித்தான்.

அன்புடன்
கல்யாணி. சி.

627007
24.04.05

அன்புமிக்க சாம்ராஜ்,

வணக்கம்.

எது உங்களை அடுத்தடுத்துக் கடிதம் எழுதச் சொல்கிறது. எது உங்களைத் தொடர்ந்த தினங்களில் தொலைபேசச் சொல்கிறது. எது உங்களை ஒரு இணக்கமான ஞாயிற்றுக் கிழமையைத் தேர்ந்தெடுத்து இங்கு வந்து பிற்பகல் பெருமழையில் நனையச் சொல்கிறது. அதுவேதானே உங்களைக் கொடைக்கானலுக்கும் மேகமலைக்குச் செல்லவிடாமல் விஷுக்கனி காண வைத்தது. அதுவே தானே உங்கள் வீட்டு மொட்டைமாடியில் நின்று நீங்களும் நிஷாவுமாகச் சித்திரைத் திருவிழா பார்க்க வைத்தது.

இதுவும் அதுவுமான யாதுமாகி நிற்கிற வாழ்வில் கருப்பு வெள்ளைக் கட்டங்களூடாகச் சதா நம்மை நகர்த்துவது யார். யாரின் சதுரங்கப் பலகை இது. யாருடைய விரல்கள் உருட்டுகிற பகடைகள் மல்லாந்து உருண்டு விழுகின்றன. சோழிகள் சிரிக்கிற பெருமாள் கட்டங்களை, கலர் சாக்பீஸ்களால் அழியாத கோலமாக இட்டிருக்கிற எதிர்த்த வீட்டு அக்காமார்கள் இன்னும் எத்தனை தசராச் சப்பரம் பார்ப்பார்கள் ஜன்னல் வழியே. என் வாகனத்துக்கு முன்னே, அடர்ந்த நீலத்தில் வட்டக்கழுத்து பனியன் அணிந்து சைக்கிளில் மீன்கூடையுடன் போனவருக்கு, பின்னாலேயே வாசம் பிடித்துக் கொண்டுவந்த கன்னங்கருப்புப் பூனைக்கு ஒரு முழு மீனைத் தூக்கி வீசச் சொல்லிக்கொடுத்த

வெயில், அந்த வெயிலில் பளபளத்த மீனை வாய் கொள்ளாமல் கவ்விப் போன சிறுபூனை, அந்தப் பூனையையும் பார்த்து என்னையும் பார்த்துச் சிரித்த அந்த மீன்களும் இவ்வளவையும் சித்திரமாக வரைந்த தினம், இந்தச் சித்ரா பூர்ணிமை நிலவு எழும்வரை தன் தூரிகையில் மேலும் என்னென்ன ஜாலம் காட்டியது.

வீட்டு ரிப்பேர் செய்து பெயின்ட் அடிக்க வந்த பேச்சியா பிள்ளையிடம் மிகுந்த சுமூகத்துடன் நான் பேசியனுப்ப முடிந்ததற்குக் காரணம், தெரிந்து மூன்று நாட்களாகப் பறிக்கப் படாமலேயே செடியில் பூத்திருக்கிற மூன்று ரோஜாப் பூக்கள்தானா.

சைக்கிளைச் சாய்த்த வாக்கிலேயே காலூன்றி வீசிவிட்டுப் போகிறவரிடமிருந்து இன்று நான் செய்தித்தாளை, அவர் அப்படி வீசுவதற்கு முன், நேரில் போய்க் கையில் வாங்கிக் கொண்டதில் அவருக்கு சௌகரியமுண்டாக்கினேனா அல்லது அசௌகரியமா.

மத்தியானம் மூன்றரைக்குப் பெய்த மழையில் அருகிலும் தொலைவிலும் ஒலித்து நகர்கிற ஆட்டோ ரிக்ஷாக்களில் சென்றுகொண்டிருந்தவர்களை சற்று விசாரித்திருந்தால், என்னென்ன சொல்லியிருப்பார்கள் நம்மிடம்.

நூறும் இருநூறுமாகச் சாட்டை சாட்டையாகக் காய்ந்த முருங்கைக்காயுடன் ஒடிந்து சாய்ந்திருக்கிற கிளையின் மேலெல்லாம் கனத்துப் பெய்கிற மழையும், கிளைக்கும் தரைக்கும் மத்தியில் பெருகிப் போகிற தண்ணீரும், தேன்கலர் நிறத்தில் குட்டிகளோடு ஐயப்பன் கடைமுன் நிற்கிற வெள்ளாட்டுக்கு ஏதாவது சொல்லுமா.

CSI தெற்குத் தெருவில் முதல் சர்வீஸ் முடிந்து ஒரே குடையில் வந்துகொண்டிருந்த அந்த மனிதர் வலது பக்கமும், இந்தப் பெண் இடதுபக்கமும் திரும்பிப் போனது ஆகமத்தின் எந்த சங்கீதத்தில் எத்தனாவது வசனத்தில் குறிக்கப்பட்டிருக்கும்.

வண்ணநிலவனின் ரெயினீஸ் ஐயர்தெருவில், சாணை பிடிப்பவன் இன்று வந்திருப்பானா, மணக்கொல்லையில் முந்திரித் தோப்பில் கண்மணி குணசேகரன் எந்த ஆதண்டார் கோவில் குதிரையின் குறிக்கு வண்ணம் பூச ஆரம்பித்திருப்பார்.

உருவிவிட்டது மாதிரி, புடலம் பிஞ்சு கணக்காக, இந்த வெங்கடாத்ரி நகர் வெட்டவெளி முட்புதரிலிருந்து ஒரே ஒரு

பாம்புக்குட்டி இப்போது நெளிந்து நெளிந்து நிலாப்பார்க்க வந்துகொண்டிருக்குமா.

அன்புடன்
கல்யாணி. சி.

627007
27.08.05

அன்புமிக்க சாம்ராஜ்,

வணக்கம்.

சில நிமிடங்களுக்கு முன்புதான் தொலைக்காட்சி முன்பிருந்து எழுந்து வந்தேன்.

மனம் சொல்லமுடியாதபடி கனத்துக் கிடக்கிறது. சேது ஏறின வண்டி இந்நேரம் பாண்டிமடம் போயிருக்காது. அது பாண்டி மடம்தான் போகிறது என்று எப்படிச் சொல்ல முடியும்.

எங்கே செல்லும் அந்தப் பாதை? நான் யாருக்காக இவ்வளவு துக்கப்படுகிறேன். சேதுவுக்காகவும் அபிதாவுக்காகவுமில்லையோ. சேதுவின் நண்பன் (ஸ்ரீமன்) அல்லது ஸ்வாதீனமற்ற (ராஜ்யஸ்ரீ) பெண்ணுடைய துக்கம்தான் என்னுடையதா. யாருடைய கதியோ வேறு யாருடைய நிர்க்கதியாக மாறி விடுகிறதே ஏன்.

பெய்தலும் ஓய்தலும் கதையில் வருகிறமாதிரி, நிர்க்கதியானவருடன் வாழ்வுகழிப்பதற்கென்று மனம் ஒரு கதவுதிறந்து வைத்துக்கொண்டிருக்கிறதல்லவா நம்மைப் போன்றவர்களுக்கு.

மண்டைக்காடு ரிப்போர்ட்டிங்கிற்காகப் போன இடத்தில், விபத்துக்குள்ளாகிவிட்ட ராமச்சந்திரனைப் பார்க்கப்போய் சென்னை GHஇல் தங்கியிருந்த இரவு எவ்வளவு அடர்த்தியானது. என்னுடன் இருந்தது யார் லயோனல்ராஜா அல்லது வேறு யாருமா. சார்மினார் சிகரெட், சில திருப்பங்களுக்கு அப்புறம் காத்திருக்கிற துக்கம் அல்லது மரணம், இருண்ட இரவின் சாயம் முழுவதிலும் கலந்திருக்கிற ஆஸ்பத்திரியின் பிரத்யேக நெடி, மிகச் சன்னமானது எனினும் இடியைவிடப் பலமாகத் தாக்குகிற முனகல்கள், எப்போதோ Reader's digest இல் 'Night Watch' என்று ஒரு கதையோ – நடந்ததோ – படித்தேன். மிகவும் நெருங்கின

உறவினர் மரணத்தின் விளிம்பிலிருப்பதாகத் தகவல் போய், பட்டாளத்திலிருந்து சிரமத்திற்கிடையில் விடுமுறை பெற்று ஆஸ்பத்திரி வந்து சேர்கையில், இன்னொருவருக்கான தகவல் என்றறிந்த பிறகும், அவர் இறந்து போகிறவரை இரவு முழுவதும் அவருடன் இருந்துவிட்டு, விடைபெறுகிற ஒருவனைப் பற்றியது அது.

அந்த மனிதனாக என்னை நான் மிகப்பலமுறை உணர்ந்திருக்கிறேன். 'கடைசியாகத் தெரிந்த நபர்' என்ற கதையை அதனால்தான் என்னால் எழுத முடிந்தது. இன்னும் சொல்லப் போனால் அது கதைகூட அல்ல. நிகழ்வு.

என் பெரிய தங்கையின் மூன்றாவது குழந்தை (ப்ரேமி சிகிச்சை பலனளிக்காமல் இறந்துபோயிற்று) அனுமதிக்கப் பட்டிருந்த Shifa மருத்துவமனையின் எதிர் அறைக்காரர் என்னை வேறொரு கல்யாண சுந்தரமாக அடையாளம் கண்டு, அந்த வேறொரு கல்யாணசுந்தரத்தின் தங்கை பற்றி விசாரித்தார். நான் அவள் இப்போது ஜபல்பூரில் இருப்பதாகப் பொய் சொன்னேன்.

மிகவும் அபூர்வமான தருணங்களில் சொல்லப்படுகிற பொய்கூட எவ்வளவு அபூர்வமாகிவிடுகிறது.

நீங்கள் மலையாள நடிகர் முரளியைப் பற்றியும் சுசீந்திரம் பற்றியும், ஆற்றிங்கல் பற்றியும், சாலை பற்றியும் எல்லாம் எழுதும்போது, மறுபடியும் நீங்கள், பரமன் எல்லாம் கிட்டத்தட்ட ஒரே 'ஜாதி' என்று தோன்றுகிறது.

பரமன் இப்படித்தான் சமீபத்தில், டைரக்டர் ஸ்ரீதரைத் தேடிப்போய் அவருடன் ரொம்ப நேரம் பேசிவிட்டு வந்திருக்கிறான். மறுநாள் இவன் தங்கியிருந்த ரமணிவீட்டுக்கு ஸ்ரீதரின் மனைவி தேவசேனா தொலைபேசி, 'அவருக்கு பத்துசதவிகிதம் உடம்பு தேறிவிட்டதாக' சந்தோஷப்பட்டிருக் கிறார்கள்.

நீங்கள் புறப்படும்போது முரளி உங்களை அணைத்துக் கொண்டு 'சந்தோஷம்தானா' என்று கேட்டதுகூட, அவர் சந்தோஷமாக இருப்பதைச் சொன்னதுதான். சந்தோஷம்தான் அணைக்கச் சொல்லும். அணைத்துக்கொண்டே சந்தோஷம் கொண்டாடும். அதிலும் திருப்தியில்லாமல் எதிராளியிடம் 'சந்தோஷம்தன்னே' என்று கேட்கும். தனக்கே சொல்லிக் கொள்ளும் 'வளர சந்தோஷம்'.

முத்துமணி உங்களைப் பார்த்தது, முத்துமணியை நீங்கள் பார்த்தது, முத்துமணியும் நீங்களும் ஒருவரையொருவர் பார்த்துக் கொண்டது, முத்துமணியையும் உங்களையும் பார்த்துக்கொண்ட ஆற்றிங்கல் சகாக்கள், கூட்டுக்காரன்கள் பற்றி ஒரு கதையே எழுதலாம். இதுவே என்னுடைய இறந்தகால இரவுகள் ஒன்றாக இருந்திருந்தால், நீங்கள் வரைந்திருக்கிற காட்சிகளுக்குச் சமமாக, நானும் சில வரைந்து முடித்திருப்பேன். வெளிகளுக்குள் நிரம்பியிருக்கிற இடைவெளிகளை துக்கத்தாலும் பரவசத்தாலும் நிரப்புகிற பேனாவை எங்கே வைத்தேன் என்று தெரியவில்லை.

வெதுவெதுத்த மூச்சும், ரேகைகள் சொரசொரத்த விரல்களும், அவிழ்ந்து கனத்த கீழுதடும் அல்லவா இந்தப் புல்லாங்குழலை மற்றெல்லா வாத்தியங்களையும்விட மனதுக்கு நெருக்கமான தாக்குகிறது.

உங்களுக்கு ஒரு புல்லாங்குழல் வாய்த்திருக்கிறது நீங்கள் அறியாமலே அல்லது அறிந்தும் அறியாமலும்

வாசிக்கத் துவங்குங்கள்.

எழுதுவது இசைப்பதினும் வேறல்ல.

இறந்து போன தா.மணி வீட்டுக்கு முதல்முறை போயிருந்த போது அந்த வீட்டின் மாடி ஜன்னல் வழியாகப் பார்த்த தென்காசியும் குற்றால மலைகளும் தோப்பும் துரவுகளும் ஞாபகம் வருகிறது, நீங்கள் நிஷாவுடைய அலுவலகத் திரைச் சீலையை விலக்கியதும் தெரிகிற மலைகளைப்பற்றி எழுதி யிருந்ததைப் படித்ததும்.

ஆரல்வாய் மொழியில் சொக்கன்வீட்டு மாடியில் இருந்து பார்க்கத் தெரிந்த மலையும் மனோகரமானவையே. கடலுக்கு என்று ஒரு நீலம். மலைகளுக்கென்று ஒரு கருநீலம்.

கடல் அழைக்காது. மலை அழைத்துக் கொண்டே இருக்கும். வனம் ஒரு காமினிபோல. அதன் சிறு சமிக்ஞைகளில் கூட வசமிழந்து வழிதவறிப்போகும். உச்சி நிலாப் பொழுதுகளில் அருவிக்கரையில் ஆரண்யகன்னிகைகள் சௌந்தர்யம் மலர்த்து கிறார்கள். செண்பகப்பூவின் மகரந்தம் சூடி, மின்மினிப் பூச்சிகள் பொன்னூஞ்சலாடுகின்றன. தப்பிய வழியின் நுனி முடிச்சில், தாழம்பூச் சூடின தம்புராட்டிகள். மாய நதியுடைய வழித்தடத்தில் மனுஷனுக்கு எங்கிலும் கூழாங்கற்கள். தணுத்த கூழாங்கல்

அகத்திருந்து 'பதுக்கே' பாடுகிற சரித்திரங்கள். சரித்திரத்தின் முத்தச்சி பாட்டுக் கேட்டு, சாய்ந்தாடி உறங்குகிற பூ மரங்கள்.

சாய்ந்தாடி உறங்குகிற பூமரங்கள் இருக்கட்டும். அது யார் அந்த சம்பத். உங்களை ஏன் சாட்சி சொல்லக் கூப்பிட்டார்கள்? உயர்தனிச் செம்மொழியில் சாட்சிக்கு இணையான சொல் என்ன? மனச்சாட்சியைத் தொட்டுச் சொல்லுங்கள்.

எல்லோர்க்கும் அன்புடன்
கல்யாணி. சி.

627007
04.06.06

அன்புமிக்க சாம்ராஜ்,

ஒடுவில் உன்னிகிருஷ்ணன்.

உங்கள் அளவிற்கு இல்லாவிட்டாலும், எப்போதாவது ஒன்றிரண்டு மலையாளப்படங்களைத் தொலைகாணுகிற என்னுடைய மனதிலும் அவர் தங்கிப் போனவர்தான். அவருடைய பிரத்யேக குரலையும், பார்ப்பதற்கு நமது சித்தப்பா போல இருப்பார் என்று அவர் தோற்றத்தையும் நீங்கள் எழுதியிருப்பது சரியானது. வண்ணநிலவனுடைய மொத்தத் தொகுப்பை – பின்னாலிருந்து ஒவ்வொன்றாக – வாசித்துக் கொண்டிருக்கிற எனக்கு, நடுவில் அவருடைய ஏதோ ஒரு கதையில் நீங்கள் எழுதியிருக்கிற சித்தப்பாவாக வருவார் என்று தோன்றுகிறது.

ஏற்கனவே சிதைந்து சிதிலமாகிக் கொண்டிருக்கிற குடும்ப அமைப்பிலும் கிட்டத்தட்ட சாசுவதமாகிவிட்ட நியூக்ளியர் ஃபேமிலியென்கிற – ஒன்றே ஒன்று பெரியப்பாக்களையும் மாமாக்களையும் சித்தி அத்தைகளையும் எங்கேயினி பார்க்க முடியும். இதுபோன்ற உதாரணங்காட்டக்கூட உறவுச் சொற்களற்ற பாஷையும் வாழ்வும் எல்லாம் எப்படியிருக்கும். உலகம் எத்தனை அங்கிள்கள் / ஆன்டிகளைத்தான் தாங்கும்.

உங்களால் ஒடுவில் பற்றி நிஷாவுடன் பேசிக்கொண்டிருந்திருக்க முடியும். ஒருவேளை அவர் நடித்திருக்கிற நிழல்குத்தையோ அல்லது இன்னொன்றையோ கூடத் திரையிட்டுப் பார்த்துவிட்டு, அணைக்காத DVD திரையுடன் அவருடைய ஞாபகங்களை நீட்டித்துக் கொள்ள முடியும்.

நான் யாருடன் பேச. ஒடுவில்லைப் பற்றி விடுங்கள். நேற்று சாரல் அடித்தது. இன்றைக்கு வெயிலடிக்கிறது என்பதைப் பற்றிக்கூட யாருடனும் பேசமுடியவில்லை.

பேசிக் கொள்ளாவிட்டால் என்ன, சாரல் வைக்காமலா இருக்கப்போகிறது? ஐந்தருவி விழாமலா இருக்கப்போகிறது?

எனக்குத்தான் தேசமில்லை தவிர, உங்களுக்குத் தேசம் இருக்கிறது. நீங்கள் தேசாந்திரியாகவும் இருக்கிறீர்கள். யாருக்கு தேசமிருக்கிறதோ, யார் தேசாந்திரியாக இருக்கிறானோ அவனுக்குத்தான் மனோகரன்கள், சக்திவேல்கள், அருள்கள் எல்லாம் கிடைப்பார்கள். அவனுக்குத்தான் இறந்துபோன சம்பத்தும், சங்கிலியைப் பறிகொடுத்த பிரதிபாவும் ஞாபகம் இருப்பார்கள் (அந்த பிரதிபா ஜெயச்சந்திரன் இப்போது ஏன் எழுதுவதேயில்லை). அவளைப்பார்த்தே சிரிப்பான் ராமகிருஷ்ணனும்.

ஏதோ ஒரு மெல்லிய இழையில் நீங்களும் வண்ணநிலவனும் நெருக்கமாக வந்துவிடுகிறீர்கள். சூசையப்பர் பட்டணத்திலும், மிக்கேல் பட்டணத்திலும் சுற்றிச் சுற்றி வருகிற உங்கள் காதுகளில் தான் தேவாலய மணிகள் ஒலிக்கும். அமலியாக்களும் வேதமேரிகளும் கண்ணில் படுவார்கள். மேரிமாதாச் சப்பரம் சமீபிக்கும். ஒரு முயலைப் போல அல்லது கீரிப்பிள்ளை போல அல்லது முதிர்ந்த பாம்பைப்போல உங்கள் பாதைகளை என்னைப் போன்றவர்கள் கடந்து செல்வோம். அல்லது தொண்டிக் கடற்கரையின் தனிமையில் நீங்கள் தொலைந்து கொண்டிருக்கும்போது, அலையோசையாகப் பின்னணியில் இரைந்து உங்களையும் உங்களைப் போன்றோரையும் தடுத்துக் கொண்டிருப்போம். உங்கள் ஷூக்களில் அல்லது கால் சட்டைகளில் தங்கியிருக்கிற மணலை நீங்கள் உங்கள் வீட்டுத் தலைவாசலில் உதறும்போது, சற்றே மினுமினுக்கிற மணல்பரல் நானாகக்கூட இருக்கலாம். அவ்வளவுதான் நான் அல்லது என் இடம்.

என்னால் வெறும் நாற்பது சொச்சம் கடிதங்களைமட்டுமே நீங்கள் அடைந்தீர்கள். உங்களால் நேரிலும் / அடையாளம் காட்டப்பட்டுமாக எத்தனை மனிதர்களை நான் அடைய முடிந்தது.

யாரால் ஒரு மனிதனிடம் மேலும் சில மனிதர்களைக் கொண்டுபோய்ச் சேர்க்க முடிகிறதோ, அவனுடைய வாழ்வுதான்

மேம்பட்டது. நீங்கள் எத்தனையோ பேரை எத்தனையோ பேர்களிடம் கொண்டு சேர்த்துக் கொண்டிருக்கிறீர்கள்.

உங்களுக்கு வணக்கம் சாம்ராஜ்.

ஆகஸ்ட் வரைக்கும்கூட நீங்கள் இப்படி ஓடிக்கொண்டேதான் இருப்பீர்கள்.

Royal Instituteற்கு நிறைய புதிய மாணவர்கள் கிடைக்கட்டும் என்று நான் பிரார்த்தனை செய்கிறேன். Faitus LOBO எனக்குக் காட்டிய புனித மைக்கேல்தான் அந்த மகிமையைச் செய்ய வேண்டும்.

எல்லோர்க்கும் அன்புடன்
கல்யாணி. சி.

627007
25.09.07

அன்புமிக்க சாம்ராஜ்,

வணக்கம்.

அப்படியெல்லாம் ஆகிப்போகுமா. இல்லை ஏற்கனவே அப்படியே ஆகிவிட்டோமா.

பின் என்ன, நீங்கள்தான் எவ்வளவு பேசுவீர்கள், எவ்வளவு நீண்ட கடிதங்கள் எழுதுவீர்கள். எத்தனை புத்தகங்கள், சினிமாக்கள் பற்றிப் பேசியிருக்கிறோம். புத்தகங்கள் சினிமாக் களையெல்லாம் விடுங்கள். இந்த மனிதர்கள்தான் எவ்வளவுபேர் நம்மிடம் பேசிக்கொண்டும், நாம் பேசும்படியாகவுமிருந்தார்கள். அந்த மனிதர்கள், அந்தப் புத்தகங்கள், அந்த சினிமாக்களிருக்கிற அதே உலகத்தில்தானே இப்போதும் இருக்கிறோம்.

அப்புறம் எப்படி லால் ஏட்டன் இரவுகள் தொலைந்து போயின. வெறும் ஞாயிற்றுக்கிழமை உரையாடல்கள், அந்தக் காலத்து ஃப்யூஸான டங்ஸ்டன் பல்புகள்போல, கண்ணாடிக் குமிழுக்குள் இழைச் சுருள்கள் துடித்துப் பதறுவதுபோலப் பதறி அறுந்து தொங்குகின்றன. நானாவது மாதச் சம்பளக்காரன். பென்ஷனால் மூச்சு விடுகிறவன் அல்லது மூச்சு இழைக்கிறவன். முருங்கை இலை மேலே உதிர்ந்தால் கூட, ஏதோ பாஸ்பரஸ் யுத்தம் ஏவிவிடப்பட்டது போலப் பயப்பட்டுச் சாகிறவன். உங்களுக்கென்ன. எவ்வளவு பார்த்தவர்கள். எவ்வளவு தாண்டி

வந்தவர்கள். எவர் எவருக்குள்ளெல்லாம் அல்லது எவ்வெவற்றினூ டெல்லாம் நுழைந்து வெளியேறி வந்தவர். உங்களுக்கும் எனக்கு நிகழ்வதே நிகழ்வதெனில் எப்படி? இப்படியே இன்னும் எவ்வளவு காலம் பார்க்க, எவ்வளவு காலம் தாண்ட என்று உங்களுக்கும் அலுத்துப் போயிற்றா. ஒரு இலைப் புழுவைவிட, அவரைப் பூச்சியையும் விடவா உசத்தியான வாழ்வு நமக்கு. உசத்தி தாழ்த்திக்கிடையில் ஊர்ந்து செல்ல நேரிடும்போது தானே, இந்த அலுப்பும் சலிப்பும் வந்து விடுகின்றன நமக்கெல்லாம். திருச்செந்தூர்க் கடலில் பிசுபிசுக்கக் குளித்துவிட்டு, நாழிக் கிணற்றில் நான்கு வாளி தலையில் ஊற்றிவிட்டு, நெற்றி நிறையத் திருநீறும் நெஞ்சு முழுக்கச் சந்தனமும் பூசிச் சாமி கும்பிட்டு விட்டு, ஸ்ரீராம் பாப்புலர் மயில்வாஹனன் வண்டியில் ஏறி வீட்டுக்கு வந்து சேர நமக்கு ஏன் தெரியாமல் போயிற்று. நாம் ஏன் உள்வாங்குகிற கடலைப் பார்த்து நிற்கிறோம். பனங்கிழங்குகள் மீது பூசப்பட்டிருக்கிற அதிகப்படியான மஞ்சள்தூளையும் அதை விற்கிற பாம்படம் போட்ட நாடாத்தியையும் ஏன் ஒரே தராசில் வைத்து நிறுத்திப் பார்க்கிறோம். ஒரு சைவனின் மரணத்தையும் விடச் சாஸ்த்ரோக்தமாகப் புதைக்கப்படுகிற கோயில் யானையின் தலைசாய்ந்த தும்பிக்கைத் தொய்வில் அது தடவித்தடவி முகர்ந்த ஆதி மேற்குத் தொடர்ச்சிமலையின் மண்வாசனை இன்னும் மிச்சமிருக்குமா. சிறுமலர்களும், பிலோமிகளும், கோயில் பிச்சைகளும், செல்லம்மாக்களும், சுகுணாக்களும், இந்திராக்களும் குறிஞ்சியிலும் மருதத்திலும் முல்லையிலும் நெய்தலிலும் நடமாடியபடி இருக்க, நம் நுரையீரல்களின் காற்றறைகளில் மட்டும் ஒட்டகச் சாண நெடியும் காற்றுச் சுழற்றிய சுடுமணலும் நிறைந்துவிடுவதென்ன. நாம் மற்றெல்லோரையும் சரியாகவே புரிந்து சென்று கொண்டேயிருக்க, மற்றெல்லோரும் மிகத் தப்பாகவே புரிந்து வைத்திருப்பவனாக மட்டுமே நாம் ஒவ்வொரு தினத்தாலும் அச்சடிக்கப்படுவதேன். ஒரு தினத்தின் முடிவில், நம்மையே ஒரு தடித்த எழுத்துச் செய்தியாக வாசித்து விட்டு, முன்பதிவற்ற பயணிபோல, அந்தச் செய்தித்தாளையே விரித்துப் படுக்க நேர்கிறதே ஏன். ஏற்கனவே கலந்து வைக்கப்பட்ட மதுபான பாட்டில்களைக் குடிதண்ணீர் பாட்டிலாகச் சரிக்கிற வெள்ளைச் சட்டைக்காரரின் முகம் உங்களுடைய இன்றைய கனவில் வருமா? சொல்லுங்கள் சாம்ராஜ்.

அன்புடன்
கல்யாணி. சி.

பெங்களூர் 37
14.11.09

அன்புமிக்க சாம்ராஜ்,

வணக்கம்.

எவ்வளவு தற்செயல் அது. உங்கள் பெயருடனிருந்த உறையில் விஜியின் கடிதம். விஜியின் கடித உறையில் உங்கள் கடிதம். இதில் என்ன இருக்கிறது என்று தோன்றும் இதில்தான் எனக்கு எல்லாமே இருக்கிறது. இந்தச் சின்ன மாறுதல்களில் நான் ஆகப் பெரிய மாறுதல்களை அடைகிறேன். இப்போதல்ல எனக்கு எப்போதுமே சின்ன விஷயங்கள்தான் பெரிய விஷயங்கள். அற்பங்களே அற்புதங்கள். துக்கத்தில் திரள்கிற ஒருசொட்டுக் கண்ணீருக்கு எந்த தினத்துச் சூரியனிடமும் பதில் இல்லை. தரையில் கிடக்கும் உதிர் சிறகில் பறந்தே நான் வானத்தைத் தொட்டிருக்கிறேன். அவன் சொன்னது சரி. கைப்பிடி அளவில் என் கடல். பத்துப் பதினைந்து மனிதர்கள் வழியே நான் பார் அளந்து கொண்டேன். தி.ஜா. காட்டிக் கொடுத்த வரப்புக் குறும்பூக்களைவிட எந்த சூரியகாந்தியும் பெரிதில்லை. களக்காட்டு நகரத்தெரு சிங்கப்பூர் ஆச்சி வீட்டுப் பட்டாசலில் சிவகாமியுடன் ஆடிய தாயக்கட்டம் விளையாட்டு இன்னும் முடியவில்லை. ஒவ்வொரு நெருக்கடிகளுக்கு மத்தியிலும் ஒரு லியோன் ஒரு மத்தில்டாவிடம் ஒரு தொட்டிச்செடியைக் கொடுத்து வெளியே அனுப்பிக் கொண்டிருப்பதை உணர்ந் திருக்கிறேன். 'ஒண்ணைப் பிடுங்கினா ஒண்ணை நடணும் இல்லையா' என்ற நடுகைத் தாத்தா குரலில் என் குரலும் உண்டு. விதை, விதை முளைத்தலையும்விட எனக்குப் பெரிய விஞ்ஞானமும், மெய் ஞானமும் இல்லை.

என் இந்தச் சிறுகதையைவிட, என் எந்தச் சிறுகதையையும் விட, உங்களின் தூங்குவதற்கு இடமற்றுப்போன அந்த மழையிரவு நிஜம். இந்த வாழ்வை முழுதாகவும் முற்றாகவும் எந்தக் கலையின் அலகும் அளந்துவிட முடியாது. அதற்கான முகத்தல் அளவையும் நீட்டல் அளவையும் எந்தப் படைப் பாளியின் வாய்ப்பாட்டிலும் இருக்கும் என்று நம்பமுடியவில்லை.

ஆனாலும் என் நெசவை நான் நிறுத்தமுடியாது. வெட்டுத் துணிகளில் சட்டை தைத்துக் கொடுக்கிறது என் தையல் மெஷின். பிக் பஜாரையும் ஷாப்பிங் மால்களையும் விட்டு

அப்படியொன்றும் வெகு தூரத்தில் இல்லை பழஞ்சேலைகளும், பழைய சுடிதார்களும், பழைய குழந்தை கவுன்களும், பழைய ஸ்வெட்டர்களும் விற்கப்படுகிற தெரு. கைகளைப் பின்னல் குறியிட்டுக் கக்கத்தில் செருகிக் கொண்டே, ஏதோ ஒரு அபார்ட்மெண்ட் வீட்டின் தரைதுடைக்க விரையும் ஒரு மஞ்சுவின், சாந்தியின் சாம்பல் பூத்த முகத்தைவிட, பெங்களூர் டைம்ஸ் பக்கங்களில் பதிவாகிச் சிரிக்கிற எந்த ரேஷ்மாக்களும் சுனிதா ரெட்டிகளும், தங்களுடைய நடுநிசிக் கோப்பைகளும் மிடறுகளும் தந்த மதுச்சிரிப்புகளுடன், கேமராவுக்கு உயர்த்துகிற முகங்கள் பெரிதில்லை. இதோ இந்த நவம்பர் பதினாறில் அதிகாலைக் குளிரில், தன்னுடைய இருபத்தாறு நாட் புரிதலில், இந்த உலகத்தை எட்டி உதைத்துப் பந்தாடுகிற கால்களைவிட, அறுபத்து மூன்று சொச்சம் வருடங்கள் நடந்து வந்து கொண்டிருக்கும் என் கால்கள் ஒன்றும் வலுவானவை அல்ல.

கடைசிவரை எல்லாம் ஆண் பெண் விளையாட்டும், வயிறுக்கும் மனதுக்குமான இழுபறியும்தான். இடையில் இந்த மூளை விடுகிற வெற்றுச் சவால்களும், ஆடத்தூண்டுகிற பகடை யாட்டங்களும். எந்தச் சூதும் முடிவதில்லை. எந்தச் சூதாடியும் நிஜத்தில் தோற்று, கனவில் ஜெயித்து, நிறுத்த முடியாத ஆட்டத்தில் நிலைகுலைகிறான். தோற்றவன் கண்களில் ஜெயித்தவனைவிட ஜெயம் மட்டுமே அதிகம் மினுங்குகிறது. எனக்குத் தெரிய, அல்வாச் சுருட்டுக்களும் மிக்சர் பொட் டலங்களும் சுற்றிலும் காலியாகிக் கிடக்க இரண்டு மூன்று நாட்கள் குளிக்காமல் சாப்பிடாமல் வீட்டுக்குப் போகாமல் சீட்டு விளையாடுகிற ஒரு கெட்டிக்கார வழக்கறிஞர் நண்பர் உண்டு. எல்லா ஊர்களிலும் இப்படிச் சில கலைந்த சீட்டுக்கள். எல்லா நடைபாதையிலும் ஒரு கிளி ஜோஸ்யன். எல்லா ஊரிலும் ஒரு சாம்ராஜ், ஒரு விஜி, ஒரு கல்யாணி.

இந்த அறுபது அறுபத்து மூன்று வருட உயிர்வாழ்விலும், நாற்பது நாற்பத்தேழு வருடப் படைப்பியக்கத்திலும், இந்த வாழ்வு குறித்து, இந்தப் படைப்புலகமும் குறித்து எந்தப் பிரமிப்பும் பரவசமும் இல்லை. மிகக் குறைந்த மனிதரே சகமனிதர் குறித்தும், மிகக் குறைந்த படைப்பாளிகளே சக படைப்புக்கள் குறித்தும் அக்கறை கொள்கிறார்கள். எல்லோரும் வசதி, அங்கீகாரம், அதிகாரம் குறித்தே அவரவர் வழிகளில் நகர்ந்து கொண்டிருக் கிறார்கள். உங்கள் ரயில் சகபயணியின் அறிமுகப் புன்னகையில் உங்களின் லோயர் பெர்த் அபகரிக்கப்படுவதற்கான வரைபடம்

எழுதப்பட்டுவிடுகிறது. உங்கள் வீட்டுத் திண்ணையில் அல்லது திண்ணையறையில் நெடு நாட்களுக்குப் பின் வந்து அமர்கிறவரின் பதினோராவது நிமிடத்தில் அவர் வந்த காரியம் என்ன என்ற புதிர், வெட்கமின்றி அவிழும். புதிரின் விடைதெரிந்த சுலபத்துடன் அல்லது பாரத்துடன், நம்மைப் போன்றவர்கள் அவர்களின் முதல் பத்து நிமிடங்களை எதிர்கொள்கிறோம். அதனால்தான் நம்மால் அவர்களைப்போலச் சிரிக்க முடியவில்லை. ஒரு நிபுணத்துவத்துடன் சரியான வினாடிகளில் சரியான ஜோக்குகளைச் சொல்ல முடிவதில்லை. நாம் நம் நந்தியாவட்டைச் செடியில் நகரும் கடுத்தான் எறும்புகளைப் பார்த்துக் கொண்டிருக்கவே அப்போதும் மிக விரும்புகிறோம். நம்முடைய தொலைபேசியை அவர்களுடையதே போல உபயோகிக்கிற அவர்களுக்கு, பேச்சுக்கு இடையில் அவர்கள் குறித்துக்கொள்ள, ஒரு பேனாவை மூடி திறந்துகூட நாம் நீட்டுகிறோம், வெள்ளந்தியாக.

உலகம் நம்மால், ஆனால் அவர்களுக்காக.

இந்தப் பெண்கள் எப்போதாவது கிண்டுகிற கூட்டாஞ் சோற்றில், இவர்கள் உண்பதற்குக் கிடைக்கிற 'அடிப்பிடித்த', 'பற்றல்' சோறுபோல, நமக்குப் புகையடித்த சிறுகவளம் கிடைக்கும். கிடைக்காவிட்டாலும் பசியை உண்போம். நமத்துப் போன அப்பளங்கள் அல்லது நொறுங்கல் அப்பளத் துண்டுகளே நமக்கு. அதிலும் ஒரு சமாதானம் நமக்கு, 'முழுசா இருந்தாலும் ஒடிச்சுத்தானே சாப்பிடப் போறோம்'. சமாதானம் வெள்ளைப் புறாக்களின் சிறகுகளிலோ, பைபிள் அதிகாரங்களிலோ இல்லை. அவை நம்மிடம், நம்மை மட்டுமே நம்பி, இருக்கிறது.

அப்படியே இருப்போம்.

அன்புடன்
கல்யாணி. சி.

அன்புமிக்க சாம்ராஜ்,

வணக்கம்.

கனவுகளைத் துரத்துகிறவன் என்ற தொடருக்கு முன்பே நான் கனவு வணிகர்கள் என்ற தொடரை முன்னறிந்திருக்கிறேன்.

என்னைப்பொறுத்தவரை, கனவுகள் காணப்படுவதற்கே அன்றி, கனவுகள் துரத்தவோ, கனவுகளால் துரத்தப்படவோ, கனவுகளை விற்கவோ, கனவுகள் வாங்கப்படவோ அல்ல.

நான் மனத்தை நம்புகிறேன். அதன் கீழைத்தன்மையால் வழி நடத்தப்பட விரும்புகிறேன். இந்தக் கிழக்குத் திசையை, அநேகமாக இந்த தினத்தின் இருபதுக்களில் இருக்கிற தலைமுறை இழந்துவிட்டது. அது ஒரு இழப்பு என அறியாத வகையில் அவர்களின் உலகம் திருத்தி எழுதப்பட்டுவிட்டது.

கண்ணன் அந்தத் திருத்தப்பட்ட உலகுக்காரர். 28 அரியர்களுடன் அவருக்கு அமெரிக்க ஆங்கிலம் பேசமுடியும். நம் ஊர் தாய்வழி. ஒங்கம்மா, ஒங்கக்கா வழிக் கெட்டவார்த்தை களை உச்சரித்து “சேல் போட” முடியும். அந்த நேபாளிப் பெண்ணின் கழுத்துக்குக் கீழ் பார்த்துக் கொண்டே அவள் சிகரெட் குடிப்பதை ரசிக்கமுடியும். ஒரு விற்பனை உரையாடலில் எதிர்வருகிற பெண்ணிடம், அவள் காதலனின் உடலுறவுச் செயல்பாடுகளை விசாரித்து, திறனூட்ட மாத்திரைகளைப் பரிந்துரைக்க முடியும். அந்தக் கிழவனைச் சீண்ட முடியும். முகமூடியிட்ட தூரக் குரலுடன், இதோ உன் இருப்பிடத்தில் குண்டு வெடிக்கப் போகிறது என்று வேடிக்கையாகப் பதறச் செய்ய முடியும். இங்குள்ள பு, சு, ஓ வையெல்லாம் சற்றும், மிகச் சற்றும் தயக்கமில்லாமல், அடையாளமறியாத ஒரு முகத்தின் மீது துப்ப முடியும். அவர்களின் நான்கு எழுத்துக்களில்.

கண்ணனுக்காக மட்டுமல்ல இந்த எட்டாயிரம் ரூபாய் ஊதியத்திற்காக, தன் மூளையை, மனத்தை, தன் மொத்த ரத்த அணுக்களை திசுக்களை அந்த ராட்சச மேலைக் கரையான் புற்றறிக்க விட்டு நிற்கிற இந்தியப் பெரு நகரின் ஆயிரமாயிரம் இளைஞர்களுக்காக வருத்தப்படுகிறேன்.

இவர்கள் அறியாமலேயே இவர்கள் எவ்வளவு அழுக்காகி விடுகிறார்கள். இவர்களிடம் ஓடிக்கொண்டிருந்த நதி இவர்களின் கரைகள் அறியாமலேயே சாக்கடையாகிவிடுகிறது. இவர்களின் கணினி வழி இவர்கள் அறிந்த அத்தனை ஆண் குறிகளும் பெண் குறிகளும் அழகுக்கும் அன்புக்கும் ஒரு இழையும் சம்பந்தமற்ற, இச்சையும் வேட்கையும் வேட்கைத்தூண்டலும் உண்டாக்குகிற புணர் நிலைகளும் தோற்றங்களும் இவர்களின் இதுவரையிலான ஒரு களங்கமற்ற பாலுணர்வை எவ்வளவு சிதைத்துவிடுகின்றன.

எத்தனை சுய மைதுனம், எவ்வளவு முறையற்ற பாலுணர்வுக் கற்பனைகள், எத்தனை தவறான பாலுணர்வு முன் முடிவுகள், எவ்வளவு கீழ்த் தரமான ஈரக்கனவுகள்.

ஒருபக்கம் குடும்பம் என்ற நிறுவனம் நொறுங்கிக் கொண்டிருக்க, இன்னொரு பக்கம் கணினி வழி, குறுந்தகடுகள் வழி வந்து சேர்ந்த அதீத பாலுணர்வு நாட்டங்களால் படுக்கை யறைகள் தோற்றுப் போகச் செய்ய, ஏற்கனவே பன்னிரண்டு முதல் பதினான்கு மணி நேர வேலையால் காயடிக்கப்படுகிற ஒவ்வொரு ஆண் பெண்ணின் அகச் சிதைவில் காதல் என்பது காணாமலே போய்விட, என்ன ஆகப் போகிறார்கள் இந்த ராஜ் குமார்களும் ராஜகுமாரிகளும்? நான் மிகுந்த, பைத்தியக் காரத்தனமான கவலை அடைகிறேன். எதுவும் இவர்களைக் காப்பாற்றப்போவதில்லை.

•

கண்ணனின் இந்தப் பதிவு, நான் இதுவரை அறியாத 'ஒரு அழைப்பு மையம்' தொடர்பான இயல்பான, அதன் இயல்பே அதிர்ச்சியூட்டப் போதுமானது என்பதால், அதிர்ச்சிகரமான படப்பிடிப்பை எனக்கு முன்னால் வைக்கிறதில் வெற்றி பெற்றிருக்கிறது. என்ன நடந்தது, என்ன நடக்கிறது என்பதை அதன் சுவாரசியம் குன்றாமல் சொல்ல கண்ணனுக்கு முடிகிறது. இப்படியொரு அழைப்பு மையத்தில் பணியாற்றுகிறவனின், பணியாற்றுவதன் வலி மின்னல் கீறி எந்த வரியின் இடையிலும் இறங்கவே இல்லை. அந்த கெவின் எனும் கவுண்டமணிக் குரலில் உள்ளடங்கியிருக்கும் கைத்த விமர்சனம் கூட கண்ணனிடம் இல்லை.

28 அரியருக்குப் பின் கூட 1000 அல்லது 1500, அவருடைய கணக்கில் வரவு வைக்கிற பெற்றோர்கள் அடுத்த தலைமுறையில் இருக்க மாட்டார்கள்.

ஆனால் கண்ணன் நடந்து போகும் தெருவில், "நீங்கள் மார்ட்டின் ஸ்காட் தானே?" என்று கேட்கும் குரலுக்கு, உடனடி அனிச்சையில் "yea. that's me" எனத் திரும்பிப் பார்க்கும் எண்ணற்றபேர்கள் முகமற்று இருப்பார்கள், ஒரு கிங்க்ஸ் அளவு சிகரெட் புகைத்தபடி, அல்லது ஒரு குளிர் பியரின் கசக்கும் ஏப்பத்துடன்.

திருமணத்திற்குப் பிந்திய இரவில், எங்கிருந்து துவங்குவது என்று கூடத் தெரியாமல் இருந்த என்னைப் போன்றவர்களின் அறுபத்து மூன்றுவயதுப் பாலுணர்வு அறியாமையை இன்றைய பதின்வயதுப் பிஞ்சுப்பழங்கள் பரிகாசம் செய்யக்கூடும். என் அறியாமைக்காகவும் அந்த அறியாமையினூடாக நாங்கள் கண்டடைந்த ஞானத்திற்காகவும் இப்போதும் மகிழ்ச்சிதானே தவிர வருத்தம் எதுவும் இல்லை இப்போதுவரை.

கண்ணனுக்காக வாழ்த்துக்கள்.

கண்ணனுக்காக அனுதாபங்கள்.

அன்புடன்,
கல்யாணி. சி.

சாம்ராஜ்

அன்புமிக்க சாம்ராஜ்,

வணக்கம்.

இந்தக் காலை எல்லாக் காலையும் போலத்தான் இருக்கிறது. நான் வேறு மாதிரி ஆகிறபோதுதானே என் காலைகள் வேறுவிதமடையும். ஓர் இரவுக்குள் என்னைப்போன்ற ஒரு தட்டையானவனை முற்றிலும் புதிதாக்கி விடுகிற ரசவாதத்துடன் இந்த வாழ்வு எந்த தினத்துடனும் வரும் சாத்தியம் இருக்கிறதா? ஜோ.டி.க்ரூஸ் தன் பையனிடம் முகர்ந்து பார்க்கக் கொடுக்கிற உவரிப் பனங்கிழங்குபோல, நான் நுகர்ந்து பார்க்கவேனும் ஏதாவது ஒரு கிழங்கை, கிழங்குகூட வேண்டாம், இந்த வாழ்வின் சல்லி வேரொன்றை யாராவது நீட்டமாட்டார்களா? நான் ஏன் ஒரு மூட்டைப்பூச்சி நசுக்கல் கூட அற்ற, விரிசல்கள் இல்லாத அக்ஸார்செம் பளிச்சிடும் சுவர்களுக்கு மத்தியில் ஒரு முட்டாள் பறவையைப்போல, திரும்பத் திரும்ப முட்சுள்ளிகளால் என் கூடுகளைக் கட்டிக்கொண்டு இருக்கிறேன். என் முட்டை உடைந்து தோடும் கருவுமாய்க் கிடக்கும் தரைகளை அறியாமல், மறுபடியும் முட்டையிடுகிறேன்? எதற்கு இவ்வளவு பெரிய தனிமை விதிக்கப்படுகிறது? இந்த வீட்டு வரவேற்பறையை ஏன் பொறுத்துக்கொள்ள முடியவில்லை? ராமச்சந்திரனோ, ஆர். பாலுவோ, ஆனந்தனோ, அசோகனோ, நீங்களோ எப்படி

அந்த இடத்தில் வந்து உட்கார முடியும்? முடியாது என்று தெரிந்து கொண்டே அப்படி முடியாது போவதற்கு ஏன் நான் தவிக்க வேண்டும்?

ஒரு துரும்பைக்கூட நகர்த்த முடியாமல், நானோ காணாமல் போகும் வாய்க்கால்கள் பற்றிக் கதையெழுதிக் கொண்டிருப்பது எதனுடன் சேரும். இந்தச் சிந்தாமணி அக்காள்களின் சிரிப்பை என்னைச் சுற்றியுள்ள யாருடைய உதட்டில் ஒட்டவைக்க முடியும்? நான் முன்னை விடக் கூர்மையடைந்தேனா, மொண்ணையாகி முனை மழுங்கியிருக்கிறேனா? எதற்கு இப்படி சொத்தைக் கத்திரிக் காய்களை பழந்தராசுகளில் அர்த்த ராத்திரியில் நிறுத்துக் கொண்டிருக்கிறேன்? எதுவரையாவது நான் வந்தடைந்திருக் கிறேனா? இன்னும் அல்லது இனிமேலாவது நான் எதுவரை யிலேனும் மேற் செல்வேனா? அப்படிச் செல்வது அவசியமா இல்லையா? பவித்ரன் தீக்குன்னி எழுதுவதும் கவிதை, நான் எழுதுவதும் கவிதையெனில் அது எவ்வளவு பெரிய வேடிக்கை? சுபீக்ஷா போல் என்னால் ஏன் ஷாலினியை வரைய முடியவும், என் ஆசிரியை என்னால் தூக்கில் போடவும் முடியவில்லை. வெளிப்படுத்தவும் முடியவில்லை. என்னுடைய கேள்விகளுக்கான விடையை என்னுடைய இந்த வெயில் தினத்திலிருந்து பெற முயற்சிக்காமல், என் அத்தனை கேள்விகளையும் உங்கள் முன் வைப்பதால் என்ன பயன்? என்னைக் கேள்விக்குறிகளாக்கிக் கொள்ள, உங்களின் கரும்பலகையை உபயோகிப்பது ஒரு திருட்டுத்தனம், ஒருவகை அயோக்கியத்தனம் அல்லவா? நான் அயோக்கியன் என்று இந்த நிமிடம் உணர்வது ஒன்றுதான் சற்று ஆசுவாசமாக இருக்கிறது.

அன்புடன்,
கல்யாணி. சி.

அன்புமிக்க சாம்ராஜ்,

மிகுந்த துக்கத்தில் இருக்கிறேன் சாம்ராஜ். என் குறுக்கு மறுக்கிடும் நான்கு விரல்களின் சதுரம் அல்லது செவ்வகத்துக்குள் யாரை, எதை க்ளிக் செய்வது என்று தெரியவில்லை. நானும் நட்சத்திரமாகி மேல்மினுங்கியபடி யாரையோ பார்த்துக் கொண்டு / யாராலோ பார்க்கப்பட்டுக் கொண்டிருக்க முடிந்தால்

நன்றாக இருக்கும். இந்த சாரல் விழும் தினங்களால் ஏற்கனவே என் அன்றாட சமரசங்களின் கைவிலங்குகளைக் கழற்றியெறியும் மனநிலை எனக்கு. இவ்வளவு நேர்த்தியான பருவநிலைகளை சமவெளியின் வீட்டுச் சுவர்களுக்குள் தருவிக்க முடியாது.

நான் இந்தப் பிற்பகலை எப்படி கோபித்துக் கொள்ள முடியும்?

சமீப காலமாகத் தெளிவாகத் தெரிகிற ஏஷியாநெட் அலைவரிசையில் ரிமோட் வந்து நிற்கையில் சித்ரம் ஏற்கனவே அசைந்து கொண்டிருந்தது. அது சித்ரம், அதில் லிஸி வருவார் என்று தெரியாமலே, மனம் எதையோ முன்னுணர்ந்து அதைவிட்டு அசையாது நின்றிருந்தது. லிஸி என் முப்பத் தொன்பதாம் வயதிற்கு என்னை அழைத்துப்போனார். லிஸி எப்போதும் அதைச் செய்வார். ஒரு முறை கூடத் தன் அழைப்பில் அவர் பின் வாங்கியதில்லை. லிஸிக்கு அம்பாசமுத்திரம் பிடிக்கும். தாமிரபரணியின் பாறைகளுக்கிடையிலான சுழித்த நீரோட்டத்தை விரும்புகிற ஒருவர் அவர்.

அந்த பாஸஞ்சர் ரயில் போல அவர் கூவவும் கூடும். மருதமரநிழல்கள் விழும் படித்துறையில் லிஸியின் கால் விரல் நகங்கள் தேடும் கருத்த மீன்களின் நீச்சல் இன்னும் நின்றிருக்காது. லிஸிக்கு திரேகம் இப்போது ஸ்தூலித்துவிட்டது. லிஸியின் சிரிப்பு அதனால் சேதாரப் படவில்லை. மேல் உதட்டு மரு அழியாத வரை, எல்லாம் லிஸியிடம் சரியாகவே இருக்கும்.

லிஸியின் கணவர் முதலில் இருந்தே அப்படித்தான். கலவி முடிந்த அடுத்த நிமிடம் திரும்பிப் படுத்துக்கொள்வார். அதனால் என்ன, தன் மகளின் திருமணத்திற்கு ஜாதகக் கட்டை மிக்ச் சரியான நிமிடம் அவர் கையில் எடுத்துவிடுவார். வருகிற ஆவணியில் கூட அந்தக் கல்யாணத்தை நடத்திவிடமுடிகிற சாமர்த்தியம் அவருக்கு உண்டு. மகன் விஸ்காம் படிப்பதில் அவருக்கு மகிழ்ச்சிதான். அவரால் ஒரு பெரிய ஒளிப்பதி வாளரிடம் அவனை ஒப்படைத்துவிட முடியும்.

ஆனால் லிஸி வள்ளுவர்கோட்டம் அலுவலகம் போகாமல் தீராது. காரில் கொண்டுபோய் விடுவார் அல்லது லிஸி மாநகரப் பேருந்தில் அடித்துப் பிடித்து வரவேண்டும். எதையும் லிஸி தேர்ந்தெடுக்கச் சுதந்திரம் உண்டு. லிஸியின் வீட்டில் ஒரு

மனோரஞ்சித மரம் உண்டு. லிஸியின் பெண்தான் இரண்டு பூக்களைப் பறித்துவந்து தந்தாள். இரண்டும் ஏற்கனவே வாடிப் போய்விட்டிருந்தன.

•

சித்ரம் திரைப்படத்தை இன்று நான் பார்த்திருக்கக்கூடாது.

அன்புடன்
கல்யாணி. சி.

## கணபதி அண்ணன்

*கணபதியண்ணன் இருந்தாலாவது அவனைப் பற்றி நிறையச் சொல்லலாம். இப்போது என்ன சொல்ல? அவன் தான் எனக்கு எல்லாம்.*

அன்புமிக்க அண்ணனுக்கு,

வணக்கம்.

உங்களுக்குப் பதில் எழுதிக்கொண்டு இருக்கும்போதே, டவுண் ராமையாபிள்ளை பேரன் பொன்னையனுடைய அழைப்பு வந்தது. இப்போது எழுதின கதை என்று நினைத்துக் கொண்டு, ரொம்ப சந்தோஷமாகப் பேசினான். கடைசி வரியைப் படிக்கும்போது கண்ணீர் வந்துவிட்டது. ராத்திரி பத்து மணி இருக்கும் படிக்கும் போது. லேட் ஆயிட்டுது. அண்ணன் தூங்கினாலும் தூங்கியிருப்பாங்க. சரி காலையில பேசுவோம் என்று பேசினானாம். இதில் என்ன நல்ல விஷயம் என்றால், பொன்னையன் அருமையான கதாசிரியன். நாலைந்துதான் எழுதியிருப்பான் என்றாலும், அவ்வளவு நல்லா இருக்கும். அவனுக்கும் இது புதிதாகப்பட்டிருப்பது ஆச்சரியமாக இருக்கிறது. நம்ம ஆட்கள் தண்ணீரிலும் தடங் கண்டுபிடிக் கிறவர்கள் ஆச்சே. அப்புறம் பொன்னையனே, அப்பாவிடம் ஒரு காப்பி கொடுத்திருப்பதாகவும் சொன்னான். அந்தப் பக்கம் போகும்போது வாங்கிக் கொள்ள வேண்டும்.

அந்த கோவில்பட்டி ஷண்முக வடிவை வைத்து, தற்காத்தல் என்று ஒரு கதை எழுதினேன்.

வடிவுடைய சினேகிதி பாப்பா தற்கொலை செய்து கொண்டதை வைத்து, ஒரு கவிதை, கலிலியோ என்கிற பெயரில் சதங்கை இதழில் எழுதினேன். மதுரை சொக்கனின்

ஊர்க்காரியான் டாக்டர். பமேலா ராதாவும் தொலைந்து போனவர்கள் பட்டியலில்தான். எல்லோருமே கண்டுபிடிக்கப்பட்ட கையோடு தொலைந்துபோய் விடுவார்கள்.

அக்கியும் ஜீவனும் ஒட்டிப் போய் என்று அம்மாவோ ஆச்சியோ சொல்வார்கள். ஒருவேளை இப்போது யோசிக்கையில், யாக்கையும் ஜீவனும் என்பதை அப்படிச் சொல்லியிருப்பார்களோ என்னவோ.

அந்த நர்ஸை இப்போது அவர் எதிரே வந்தாலும் என்னாலும் அடையாளம் சொல்லிவிடமுடியும். ஆனால் என்ன செய்ய, ஒரு போதும் இனி எதிரே வரமாட்டார்களே.

அன்புடன்,<br>
கல்யாணி. சி.

அன்புமிக்க அண்ணனுக்கு,

வணக்கம்.

யே யப்பா.

அது எந்தக் காலத்துக் கதை.

நான் நிலக்கோட்டையில் இருக்கும் போது எழுதியது. சோதனை பத்திரிக்கையில் வெளிவந்ததா, வேறு எதிலுமா, தெரியவில்லை. மதுரை காலேஜ் ஹவுஸ் மாடியில் கி.ரா. மணி விழா நடந்த சமயம் அது. மீட்டிங் முடிந்து இறங்கி டானா மாதிரி படி திரும்புகையில், கோவில் பட்டி தேவதச்சன் அப்போதுதான் வெளிவந்திருந்த அந்தக் கதையை என்னிடம் பாராட்டியது ஞாபகம் இருக்கிறது. அதற்குப் பிறகும் கூட, சமீபத்தில் அந்தக் கதையை அவர் என் முக்கியமான கதைகளில் ஒன்றாகச் சொன்னார்.

இப்போது நீங்கள் வாசித்துச் சொல்கிறீர்கள். நான் குமுதம் ஹெல்த் பார்க்க வாய்ப்பில்லை.

அந்தக் கதை அப்படியே நடந்தது. ஜெயாவின் ப்ரேமி ஷிபா மருத்துவமனையில் சிகிச்சை பெற்ற சமயத்து அனுபவம். அதே போல, நேர் எதிர் அறையில் இருந்த முஸ்லீம் குடும்பத்துப் பெண் என்னிடம் கேட்டு, நான் கிட்டத்தட்ட, அதே பதிலைச் சொன்ன ஞாபகம். அவர் கேட்டது சிதம்பரநாதனுடைய

அண்ணன் கல்யாணசுந்தரம் பற்றி. அப்போது அவர்கள் குடும்பம், சரஸ்வதி ஆச்சி வளவில் இருந்தது. சி.என்.சி எனப் பின்னால் அழைக்கப்பட்ட சிதம்பரநாதன் குளத்தூர் ஹவுஸ் குடும்பத்திற்கு ரொம்ப நெருக்கம். எனக்கு சி.என்.சி அண்ணனைத் தெரியும். என் பெயர்தான். என்னை விட சீனியர்.

வி.ஓ.சி. பி.காம் படிப்புதான் அவருக்கும். ஆனால் பிரஸ்தாபத்திற்குரிய அவர்களின் சகோதரியை நான் இதுவரை அறியேன். சி.என்.சியின் இளைய தம்பி கோபாலின் க்ளாஸ்மேட் என்பதால் அவனுக்கு மேல் விபரங்கள் தெரிந்திருக்கலாம்.

எந்த முகம் யார் மனதில் தங்கும் என்று எப்படிச் சொல்ல? மா.நெ.மு நெல்லையப்பபிள்ளை காசுக் கடைக்காரர் மகள் சுப்புலக்ஷ்மி என்னுடன் ஐந்தாம் வகுப்பில் மட்டும் படித்தாள்.

சுந்தரி, ஜெயா(நீலகிரி காப்பிப் பொடிக்கடை ஐயர் மகள்), முத்தம்மாள்(எலெக்ட்ரீஷியன் ராமையாபிள்ளை மகள்) என இன்னும் சில பேர். ஆனால் அந்த சுப்புலக்ஷ்மி ஞாபகம் என்னிடம் வெகு நாள் இருந்தது. என் ஐம்பதாம் வருடங்கள் ஒன்றின் ஜங்ஷன் ரயில்வே ஸ்டேஷன் கூட்டத்தில் கூட, அவள்தானோ நிற்பது என்ற மின்னல் கீறியிறங்கியது உண்டு ஒரு தடவை.

இந்தக் காலையை நெகிழ்வாக்கிவிட்டது உங்கள்

மின்னஞ்சல்.

இன்று முழுவதும் முணுமுணுப்பதற்கான ஒரு

மாயப் பாடலை நீங்கள் ஒலிபரப்பிவிட்டீர்கள்.

அன்புடன்,
கல்யாணி. சி.

அன்புமிக்க அண்ணனுக்கு,

வணக்கம்.

காம்பவுண்ட் சுவரிலிருந்த பூனை, பாதங்களின் சத்தம் கூடக் கேட்காமல் வீட்டின் உட்பக்கம் குதிப்பது போல, (லேசாக, மிகச் சன்னமாக நகங்களின் தரையுரசல் கேட்குமோ) இந்த வயோதிகம் நம்மீது குதித்து விடுகிறது. கழிப்பறையிலிருந்து எழுந்திருக்கும் போது அதன் சிரிப்புச் சத்தம் கேட்கத் துவங்கி விடுகிறது. கல்யாண மண்டபத்திற்குப் போனால் கூட, கழிப்பறை

யிருக்கும் திசையை உத்தேசமாக முதலிலேயே அனுமானிக்க வேண்டியதாகிவிடுகிறது. 'தாத்தாவிற்கு வணக்கம் சொல்லு' என்று முன் பின் தெரியா ஒருத்தர் சொல்லும் போது அப்படி யொன்றும் உடனடியாக ஒரு தாத்தா வேடத்தை நம்மால் இட முடிவதில்லை. உடலின் காமம் மனதில் கரகாட்டம் நடத்துகையில், கழுதை காமம் கத்தித் தீரும் என்ற பழமொழி சாட்டை நுனித் தோல் வாரால் மிகத் துல்லியமாக சுளீர் என்று சுண்டுகிறது. ஒப்புக் கொள்ளாமல் தீராது முதுமையை.

முதுமையும் நோயும் தாயாதிகள் இல்லையா. (தாத்தா 'பெந்துக்கள்' என்று தன் அற்புதமான புகையிலைக் குரலில் சொல்வார்கள்). எனக்கு இடது காலில் இந்தத் தொந்தரவு ஏழெட்டு வருஷமாக இருக்கிறது. கொஞ்சம் கொஞ்சமாக அதிகம் ஆகி, இந்த எட்டு வருஷத் தொந்தரவையும் சட்டென்று ஆரம்பத்திலேயே வலது காலும் எடுத்துக் கொண்டது. சமீபத்தில் சென்னையில் எம்.ஆர்.ஐ போய் ஒரு முட்டு முட்டிவிட்டு வந்த பிறகும் அது சரிவரவில்லை. சித்த வைத்தியத்தை ஏன் விட்டு வைக்க வேண்டும். அதுதான் ஈரோடு புறப்பட்டு விட்டோம் சென்னை ஆரோக்யா சித்தவைத்தியர் சிவராமன் ஆலோ சனைப்படி. இது பஞ்ச கர்மா, பிழிச்சல் போன்ற ஆயுர் வேத முறைகளும் அடங்கியது. அங்கேயே பதினைந்து நாள் தங்கி சிகிச்சை. இந்த ஞாயிறு முதல். சனி கிளம்புகிறோம்.

அப்பாவைப் பார்த்து நேற்று சொல்லிவிட்டு வந்தோம். அப்பா மார்ச் 27 உற்சாகத்தில், ஆனித் திருவிழாவுக்குக் கொடி யேறியாச்சு என்று சொல்வது போல, உயிரெழுத்து இதழ் சொந்தச் செலவில் 20 பிரதிகள் வாங்கிவைத்து வினியோகித்துக் கொண்டிருக்கிறார்கள். நாங்கள் திரும்பி வருகிறவரை நல்லபடியாக இருக்க வேண்டும். போய்விட்டு வருகிறோம்.

அன்புடன்,
கல்யாணி. சி.

## S.I. சுல்தான்

*சாமி. உலகத்தில் இப்படியெல்லாம் மனிதர்கள் இருப்பார்களா? முன்னே பின்னே தெரியாத ஊர் ஏர்வாடி. சலாகுதீன் சார் கல்யாணத்திற்குப் போயிருக்கிறேன். பின் வரிசையில் இருந்து நீங்கள் பேச்சுக் கொடுக்கிறீர்கள். 'அகம்புறம்' தொடரில் சலாகுதீன் சார் அம்மாவுடைய விசிறிபற்றி நான் எழுதியிருப்பதில் இருந்து உங்கள் பேச்சு ஆரம்பிக்கிறது. அந்த ஆரம்பம் இவ்வளவு மகத்தானது என்று அப்போது உணர்ந்தேனில்லை. நாஞ்சில் நாடனுக்கு, வண்ணதாசனுக்கு, சக்தி ஜோதிக்கு, வண்ணநிலவனுக்கு என்று எத்தனை வலைத்தளங்கள்! தோப்பில் மீரானுக்கு, ஹெச். ஜி. ரசூலுக்கு, ஜாகீர் ராஜாவுக்கு இல்லாத இடத்தை எங்களுக்குத் தர எவ்வளவு விசாலமான நல்லிணக்கம் வேண்டும்! அது எவ்வளவு அசாதாரணமான ஒன்று. ஒவ்வொருத்தரும் தானே செடி வளர்த்து, தானே பூப்பறித்து, தானே பூத்தொடுத்து, தன் கழுத்திலேயே மாலையிட்டுக் கொள்கிறபோது உங்களுக்கு எப்படி அடுத்தவர் தோளில் ஆளுயர மாலை போடத் தோன்றுகிறது. சலாகுதீன், அஜீஸ், சல்மான், பார்க்கப் போனால் ஏர்வாடியில் எல்லோருமே உங்களை மாதிரித்தானோ?*

அன்புமிக்க சுல்தான்,

வணக்கம்.

இன்றைய ஞாயிற்றுக்கிழமை உங்களின் குறுஞ்செய்தியுடன் விடிந்தது. நேற்றிரவே ஏர்வாடியின் திசையில் என் கடிகார முட்களைத் திருப்பிவைத்திருந்தேன். என் சிறகுகளைக் கூட விரித்த நிலையில் இருந்திருக்கும் என் உறக்கம். ஆனால் உங்கள் வரிகள், அதன் நோக்கம் அதுவல்ல எனினும், அந்த முட்களை ஒடித்தும், சிறகுகளைக் கத்தரித்தும், இந்த முதல் வெயிலின் கிரணங்களைத் தூர விலக்கியும் வைத்தன. சலாகுதீன் ஸார், என் சமீபத்திய வாழ்க்கையில் நான் மிக நெருக்கத்தில் கண்டடைந்த ஒரு அருமையான மனிதர். அவரின் சாயலில் இதற்கு முன் என் அருகாமையில் யாருமே இல்லை. இத்தனைக்கும் அவரின் உயர்மைக்கு எந்த வகையிலும் நான் உகந்தவன் அல்ல.

எழுதுகிறவன் என்கிற ஒரு தகுதி தவிர. அதை என் மோசமான தகுதி என்றே இதுவரை என் வாழ்க்கையில் பல சமயங்களில் உணர்ந்திருக்கிறேன்.

என்னிடம் சலாகுதீன் ஸார் புரிந்துகொள்ளும்படி ஏதோ ஒரு சிறு புள்ளி இருந்திருக்கவேண்டும். நேரடிச் சூரியனைவிட, குளியலறைத் தகரக் கதவின் ஆணிப் பொத்தல் வழியாக வரும் வெளிச்சம் நமக்குப் பிடித்தமாகிவிடுவதைப் போல, என்னின் மினுக்கட்டாம் பூச்சி மின்னாமினுக்கம் அவருக்கு இருந்திருக்க வேண்டும். ஒரு தொட்டால் சிணுங்கியைப் போல நான் தொய்வதும், அதே தொட்டால் பூத்தியாக நான் மலர்வதும் அவருக்குப் புரிந்துகொள்ள முடிந்த ஒரு தாவரகுணமாக இருக்கவேண்டும். நான் ஒப்பிடுவதே இல்லை. என் இடது கையைக் கூட என் வலது கையுடன் ஒப்பிடுவதில்லை. இதைத் தட்டெழுதும் விரல்களில், ஒரு விரல் நகக் கண்ணில் சேர்ந்திருக்கும் நீல அழுக்கை விட இன்னொன்றின் நகக் கண்ணில் அதிகம் என எனக்குத் தெரிந்தே இருக்கிறது. ஒப்பிட ஒன்றுமே இல்லை வாழ்வில் என்கையில், சலாகுதீன் ஸாருடன் என் தட்டையான, ஆழம் குறைவான சுடலைமாடன் கோவில் தெரு எல்லை தாண்டாத என்னை ஒப்பிட எதுவும் கிடையாது. அவரை நான் அறிந்து கொள்ளவும் என்னை அவர் புரிந்து கொள்ளவும் ஏதோ எங்களுக்கிடையிலான காற்றிலும், சண்முக சுந்தரத்தின் ஊடுபாவிலும் இருந்தன போலும். அவருடன் சொத்தைவிளை கடற்கரையிலும் ஏர்வாடியிலும் கழித்த/களித்த சிறு பொழுதுகள் எனக்கு முக்கியமானவை. என்னுடைய தனிப்பட்ட குடும்பச் சிக்கலில் கூட, நான் எதுவும் சொல்லாம லேயே, (சண்முகசுந்தரம் சொல்லியிருக்கலாம்) என் பக்கத்தின் திடமான சாட்சியாக அவர் இருந்திருக்கிறார். குஜராத் கலவரம் தொடர்பாக, ஈழ இன அழித்தொழிப்பு தொடர்பாக, அந்தக் கடைசி தின நந்திக்கடல் நிர்க்கதி பற்றி, பிரபாகரனின் பதற்ற முண்டாக்கிய அந்தப் புகைப்படங்களை எல்லாம் அவர் என்னுடன் பகிர்ந்துகொண்ட விதமும் என்னின் தீவிரமான பதிப்பு அவர் என, என்னிடம் அவரின் மதிப்பைக் கூட்டின. அவரின் அலுவலக வெற்றிகளையும், தனிப்பட்ட குடும்பச் சரிவுகளையும் நான் மூன்றாம் தகவலாகவே அறிந்தேன் எனினும், அவர் என்னிடம் கொடுத்த இசைத் தகடுகளை ஓட விடும்போது, அதை சலாகுதீன் ஸாரின் சொந்தத் துயரத்தின் இசையாகவும், அவர் பார்க்கக் கொடுத்த அயல் படங்களில் அவரே வெவ்வேறு பாத்திரங்களாகச் சித்தரிக்கப் படுவதாகவுமே புரிந்துகொள்ளும்

அளவுக்கு அத்தகவல்கள் என்னை இட்டுச் சென்றன. உங்களையே கூட அவருடைய மகளின் கல்யாணத்தில்தானே அறிமுகமாகிக் கொண்டேன். அட, அவருடைய மகனின் இந்தக் கல்யாணத்தன்றுதான் அவர் எவ்வளவு சந்தோஷமாக இருந்தார். அந்த ஜிப்பா, பைஜாமா அவரின் சந்தோஷத்திற்கு எவ்வளவு பொருத்தமான வெள்ளையுடனும் நெகிழ்வுடனும் இருந்தன. நான் அன்றைக்கு எனக்குப் பிடித்த என் ஜிப்பாவை அணிந்து வந்திருக்க விரும்பும் அளவுக்கு அந்த உடையில் அவர் நிரம்பிவழிந்துகொண்டு இருந்தார்.

சரி. அதற்குப் பிறகு, அவரை அதே சந்தோஷத்துடன் இனி ஒருபோதும் காண முடியாதோ எனநினைக்கும் அளவுக்கு ஏதேதோ நிகழ்ந்துகொண்டிருக்கின்றன. யாரும் பார்க்க வருவதை விரும்பாத அளவுக்கு அவர் நைந்து போயிருக்கிறார் என்பதை மீண்டும் உங்கள் குறுஞ்செய்தி வழியாக அறியும் போது, இந்த ஞாயிற்றுக்கிழமை வேறு விதமாகிவிட்டது எனக்கு.

நான் சொல்ல முடியாத துக்கத்தில் இருக்கிறேன். இப்போதும் அவரைப் பார்க்க வேண்டும் என்றே தோன்றுகிறது. அவரை மட்டும் அல்ல, கிட்டத்தட்ட மருத்துவரீதியாக, இறுதியின் கண்ணாடித் தடுப்புக்கு அப்புறம் பறக்கும் மிக அழகிய பட்டாம்பூச்சியின் தினங்களை வாழ்ந்துகொண்டிருக்கும் அவருடைய பையனைப் பார்க்கவேண்டும் என்று தோன்றுகிறது.

நீங்கள் வண்ணதாசன் வலைப்பக்கத்தில், அந்த ராகத்தின் மேல் ஊரும் எறும்பு கவிதையை வெளியிட்டிருக்கிறீர்கள். ‘ஒரு வயோலினைக் கொண்டு வா. அவள் அழகை வாசித்துக் காட்டுகிறேன்” என்று யார் சொன்னார்கள். எனக்கு, ராகத்தின் மேல் எறும்பு ஊரும் அந்த வயோலினை யாரும் கொடுப்பார்கள் எனில், என்னுடைய இந்த நேரத்தின் துக்கத்தை வாசித்துக் காட்டிவிடுவேன்.

மீண்டும் சொல்கிறேன்.

எனக்கு சங்கீதம் தெரியாது.

சலாகுதீன் ஸாரைத் தெரியும். எந்த இசைகேடுகளும் உண்டாக்காத அளவுக்குத் தெரியும்.

அன்புடன்
கல்யாணி. சி.